அந்நியனுடன் ஓர் உரையாடல்

ஒரு நேர்காணல்

அந்நியனுடன் ஓர் உரையாடல்

ஒரு நேர்காணல்

சாரு நிவேதிதா

எழுத்து
பிரசுரம்

Title: Anniyanudan Or Uraiyaadal
Author's Name: Charu Nivedita

Published by Ezutthu Prachuram

Ezutthu Prachuram
(An imprint of Zero Degree Publishing)
No. 55(7), R Block, 6th Avenue,
Anna Nagar,
Chennai - 600 040

Website: www.zerodegreepublishing.com
E Mail id: zerodegreepublishing@gmail.com
Phone: 89250 61999

Ezutthu Prachuram First Edition: january2024
ISBN: 978-81-967601-5-1
TITLE NO EP: 480

Cover Art: Manivannan
Layout: Vijayan, Creative Studio

கலிஃபோர்னியாவில் (Folsom) வசிக்கும் என் அன்பு நண்பர்
அஸ்வினி குமாருக்கு...

இந்த நேர்காணல் அருஞ்சொல் இணைய இதழில்
25.12.2022 முதல் 16.4.2023 வரை வாரந்தோறும் வெளியானது.

கேள்விகள்: சமஸ்

முன்னுரை

என்னைப் பற்றிய 'த அவ்ட்ஸைடர்' என்ற ஆவணப்படத்துக்காக என் இளம்பிராயத்தைத் திரும்பிப் பார்த்துக்கொண்டிருந்த காலகட்டத்தில் இந்த நேர்காணல் எடுக்கப்பட்டதால் இதன் முக்கியத்துவம் இன்னும் கூடுதலாகிறது. இரவு பகலாகக் கண் விழித்து உருவான நேர்காணல் இது. சமஸின் ஆசிரியத்துவத்தில் வெளிவரும் *அருஞ்சொல்* இதழில் வாராவாரம் வெளிவந்த இந்த நேர்காணல் இப்போது புத்தக வடிவில் வருகிறது. இவ்வளவு அருமையாக என் வாழ்வின் குறுக்குவெட்டுத் தோற்றத்தைக் காண்பித்த சமஸுக்கு என் நெஞ்சார்ந்த நன்றி.

25.12.2023

சமஸ் எனக்குப் பிடித்த பத்திரிகையாளர். என்னை ஒரு இருபது பேர் இதுவரை நேர்காணல் செய்திருக்கிறார்கள். அதில் மிகச் சிறந்த நேர்காணல் ஆங்கில நாவலாசிரியையும் நாட்டியக் கலைஞருமான *Tishani Doshi* எடுத்தது. *Author's parole* என்ற தலைப்பில் அது வெளியாகி இருக்கிறது. அதே பெயரை கூகிளில் போட்டால் அந்த நேர்காணலை நீங்கள் வாசிக்கலாம். அதை விட நல்ல நேர்காணலாக இதை உருவாக்கியவர் சமஸ். நான் கொஞ்சம் கண்ணாடி மாதிரி. நீங்கள் உளறினால் நானும் உளறுவேன். நீங்கள் நன்றாகப் பேசினால் நானும் நன்றாகப் பேசுவேன். தமிழில் இதுவரை என்னிடம் எடுக்கப்பட்ட நேர்காணல்களிலேயே ஆகச் சிறந்தது சமஸ் எடுத்த இந்தப் நேர்காணல்தான். காரணம், இந்த நேர்காணல் சிறப்பாக வர வேண்டும் என்பதற்காக மணிக்கணக்கில் உழைத்தார். படித்துப் பாருங்கள்...

29.10.2023

ஒரு அன்னியருடன் பேசுதல்

போகன் சங்கர்

தமிழில் இந்த நீண்ட பேட்டித் தொடர் அருஞ்சொல் தளத்தில் வரத் துவங்கியபோது எனக்குச் சற்று சலிப்பாக இருந்தது. காரணம், தொடக்கத்தில் வரும் கேள்விகள். சாரு தமிழில் ஏறக்குறைய அரை நூற்றாண்டாக எழுதிவருகிறார். நூற்றுக்கும் மேற்பட்ட புத்தகங்கள். புதினம், சிறுகதை, கட்டுரை, மொழிபெயர்ப்பு, நாடகம், பத்தி எழுத்து என்று அதன் பல்வேறு தளங்களிலும் இயங்கி வருகிறார். ஆனால் அவர் பற்றிய அடிப்படை விவரங்கள் கூட தமிழில் பெரும்பாலான பேருக்குத் தெரியாது. 'எங்கு பிறந்தீர்கள்? என்ன படித்தீர்கள்? இந்தப் பேட்டி எடுக்கப்படும் இந்தத் தருணம் வரை சாப்பாட்டுக்கு என்ன பண்ணிக்கொண்டிருந்தீர்கள்? எப்படி உயிரைத் தக்க வைத்துக்கொண்டிருந்தீர்கள்?' என்பது போன்ற கேள்விகளோடுதான் நாம் இன்னமும் ஒரு பேட்டியை ஆரம்பிக்க வேண்டியிருக்கிறது எனில் அது நம் இனத்தின் சாபக்கேடு. இது பேட்டி எடுப்பவரின் அல்லது கொடுப்பவரின் பிழை அல்ல. இந்த நிலையை அப்படியே தக்கவைத்துக் கொண்டிருக்கும் சூழலின் பிழை. பொதுவாக

தமிழ்ப் பேரினத்தின் போதத்துக்குள்ளான நுழைவு ஒருவருக்கு சினிமா வழியாகவே சாத்தியமாகிறது. அதுவும் எப்பேர்ப்பட்ட சினிமாக்கள்! மூன்றாம் தர வணிக சினிமாக்கள்! ஒட்டு மொத்த தமிழர்களின் சிந்திக்கும் ஊடகமாகவே ஆகிவிட்ட இந்தத் தமிழ சினிமாவுக்குள் ஒரு இலக்கியவாதி தனது ஆகிருதியை எல்லாம் சுருட்டி ஒரு சுண்டெலிபோல் ஆக்கிக் கொண்டுதான் செல்ல வேண்டியுள்ளது. பொதுவாக இது எல்லா எழுத்தாளர்களின் கதையும்தான். ஜெயமோகனை இன்னமும் அவர் வசிக்கும் தெருவில் பலருக்குத் தெரியாது. சிலர் அவரைப் பற்றிச் சில நாட்கள் முன்பு வந்த செய்தித்தாள் துணுக்கு ஒன்றின் மூலம் மட்டுமே அறிந்தார்கள்.

கொஞ்சம் நாஞ்சில் நாடன் போல பேச ஆரம்பித்து விட்டேனா? இந்தப் புலம்பல் கூட சலிப்பாகத்தான் தோன்றுகிறது. சமீபத்தில் பிக் பாஸ் பார்க்கும் ஒருவர் கமல் அறிமுகப்படுத்தியதாக ஒரு எழுத்தாளர் பெயர் சொல்லி "அவர் நல்லா எழுதுவாரா?அவர் புத்தகம் உங்ககிட்டே இருக்கா?" என்று கேட்டார். அந்த எழுத்தாளர் பெயர் தி ஜானகிராமன். கேட்டவர் ஒரு டாக்டர்.

இந்தச் சூழலில் சமஸ், கமல், பவா செல்லத்துரை போன்றோரது 'சேவைக்கு' நாம் நன்றிதான் சொல்லவேண்டும். ஆனால் இந்தச் சேவைகள் எதுவும் தேவைப்படாமலே அருகில் கேரளம் என்கிற மாநிலம் இயங்கிக்கொண்டுதான் இருக்கிறது என்பதையும் நினைவில் வைத்துக்கொள்வது நல்லது. அங்கு அரசியல்வாதிகளுக்கு, சினிமா தாரங்களுக்கு எழுத்தாளர்களின் அங்கீகாரம் தேவைப்படுகிறது. இங்குள்ள சூழலுக்கு நேர் எதிர். சாரு இதுபற்றித் தொடர்ந்து தனது கோபத்தை வெளிப்படுத்தி வருகிறார்.

ஆனால் ஆரம்ப அறிமுகக் கேள்விகளுக்குப் பிறகு சமஸ் கொஞ்சம் கொஞ்சமாக ஆழமான கேள்விகளுக்கு நகர்கிறார். அல்லது, சாரு அவற்றை அப்படி ஆக்கிக்கொள்கிறார். அறிமுகக் கேள்விகளுக்கான நியாயத்தைக்கூட இந்த பதில்களில் காண முடிகிறது. உதாரணமாக, நாகூரிலும் பாலம் தாண்டினால் தெரிகிற பிரஞ்சுக் காரைக்காலிலும் நிலவிய நேரெதிர்

கலாச்சாரச் சூழல்கள் எப்படி சாருவின் அக உருவாக்கத்தில் பங்கு வகித்தது என்று அறிந்துகொள்ள முடிகிறது. ஆனாலும் டெல்லி வாசம்தான் அவரை முழுமையாக ஒரு அகன்ற உலகுக்குத் திறந்துகொடுத்தது. குறிப்பாக ஐரோப்பிய லத்தீன் அமெரிக்க சினிமாவுக்கும் பிரஞ்சு கோட்பாட்டுத் தத்துவங்களுக்கும். சற்றே பின்பு அரபி இலக்கியம், இசை மற்றும் கலாச்சாரத்தில் சாரு கொண்ட ஆர்வம் இந்த மூன்றுமே இன்றைய சாரு எனச் சொல்லலாம்.

ஒருவகையில் நமக்கு மிகவும் அன்னியமான சிந்தனைப் புலங்கள். இவற்றை நேரிடுவதில் நமக்கு ஏற்படும் திசையழிவும் திகைப்பும் தயக்கமும் மனவிலக்கமும் சாருவை எதிர்கொள்வதிலும் நமக்கு ஏற்படுகிறது. இந்தியாவை பிரிட்டிஷார் ஆண்டதற்குப் பதிலாக பிரஞ்சுக்காரர்கள் ஆண்டிருந்தால் சாருவை நம்மால் சரியாக உள்வாங்கியிருக்க முடிந்திருக்கக்கூடும். பிரிட்டிஷாரால் வெற்றிகரமாக நம்மை ஆள முடிந்ததற்குக் காரணங்களில் ஒன்று, பல விஷயங்களில் அவர்கள் நம்மைப் போன்றவர்களே. அவர்கள் வெள்ளை இந்தியர்கள், அவ்வளவுதான்.

ஆனால் ஒரு ஆளுமையை உருவாக்க அவரது கால, தேச, கலாச்சாரப் பின்னணிகள் மட்டுமே போதுமானதாக இருப்பதில்லை. ஒரு மிகப்பெரிய ஆளுமை இவற்றையெல்லாம் உள்வாங்கிச் செரித்து மேலேறுகிறார். இவற்றிலிருந்தெல்லாம் வேறொரு ஆளாகப் பரிணமிக்கிறார். அவர் உள்ளூரில் இருந்துகொண்டே ஒரு அன்னியராக இருப்பார். சாரு அடிக்கடி தன்னை அன்னியன் என்று அழைத்துக் கொள்வது இதனால்தான். ஒரு துறவிக்கும் எழுத்தாளனுக்கும் எதுவும் நிரந்தர வீடு கிடையாது.

அரை நூற்றாண்டு காலமாக எழுதிக் கொண்டிருக்கிற ஒருவரைப் பேட்டி காணும்போது ஒருவர் அந்த எழுத்தாளரை மட்டுமே பேட்டி காண்பதில்லை. அவர் கடந்து வந்த காலத்தையும் பேட்டி காண்கிறார். சமஸின் இந்தப் பேட்டியின் மூலமாக சாருவைப் பற்றி மட்டுமில்லாமல் எண்ணற்ற எழுத்தாளர்கள் பற்றியும் புத்தகங்கள் பற்றியும் அறிந்துகொள்கிறோம். இந்தக்

காலகட்டத்தில் சாரு பல்வேறு இலக்கிய விவாதங்களில் முதல் தரப்பாகவோ பதில் தரப்பாகவோ இருந்திருக்கிறார். மிகக் கடுமையான ஒரு சொற்போர் நடந்திருக்கிறது. அது இரு தரப்பையுமே மாற்றியிருக்கிறது. இது பற்றியெல்லாம் சாரு இந்த பேட்டியில் விரிவாகவே பேசியிருக்கிறார். அவரது முதல் இலக்கியப் பிரவேசமே சுந்தர ராமசாமியின் புகழ் பெற்ற நாவலான ஜே.ஜே. சில குறிப்புகளை கடுமையாக விமர்சிப்பதாக அமைகிறது. சு.ரா.வின் நாவல் சிந்தனா புலத்தில் ஒரு மாபெரும் கிளர்ச்சியாக அப்போது கருதப்பட்டது. சாரு உண்மையில் அது நாம் சிந்திக்கும் விதத்தில் எந்த மாற்றத்தையும் ஏற்படுத்தாத பழமையை புதிய உருவில் பொதிந்துகொண்டு வந்த படைப்பு என்றார். திராவிட இயக்கத்தார் ஆரிய சீதையை விரட்டிவிட்டு திராவிட கண்ணகியை பீடத்தில் ஏற்றியது போல. கட்சி சார்ந்த/ சாராத இந்த இடதுசாரிகளின் 'ஜிப்பா கம்யூனிசம்' அவரது முதல் நாவலிலேயே கடும் தாக்குதலுக்கு உள்ளாகிறது. மேலும், இலக்கியத்துக்குள் துயரத்தை ஒரு தூய உன்னதமாக வைக்கும் கிறித்துவ மனநிலைக்கும் சாரு தன்னை ஒப்படைத்துக் கொள்ளவில்லை. அதனால்தான் ரஷ்ய இலக்கியம் பற்றி சாருவுக்கு பெரிய மதிப்பு இல்லை என்று உணரமுடிகிறது. இந்தச் சோர்வடையச் செய்யும் படைப்பு உத்திக்களுக்கு மாற்றாக பின்னால் எழுந்த மாய யதார்த்த எழுத்து வகை மீதும் சாருவுக்கு பெரிய மதிப்பில்லை என்று இந்த பேட்டியின் மூலம் தெரிகிறது. அதை ஒரு மூன்றாம் தர உத்தி என்கிறார்.

தமிழ் இலக்கிய உலகின் மாபெரும் இரண்டு பெரும் போக்குகளை அவர் இதில் நிராகரிக்கிறார்! இவ்வளவுக்கும் அவரது சமீபத்திய நாவலான நான்தான் ஔரங்ஸேப் நாவலில் மாய யதார்த்தக் கூறுகள் உண்டு.

சாருவின் இந்தப் பேட்டியில் பேசுகிறவற்றில் கவனிக்கத்தக்க ஒன்றாக நான் கருதுவது 'அவர் நான் மக்களுக்காக எழுதவில்லை. மக்களுக்கு எதிராக எழுதுகிறேன்' என்பது. மக்கள் திரளின் சடத்தன்மைக்கு எதிராக எழுதுவது. நாஞ்சில் நாடன் 'சொரணை' என்ற வார்த்தையைப் பயன்படுத்தியிருக்கக்

கூடும். இந்தச் சொரணையை உசுப்பும் வேலையை சாரு தொடர்ந்து செய்துவந்திருக்கிறார். அதன் ஒரு அதிகாரப் பூர்வமான ஆவணமாக குதிரையின் வாயிலிருந்தே அது கடந்து வந்த தூரத்தை அளக்கும் நல்லதொரு முயற்சியாக இந்த நீண்ட பேட்டி இருக்கிறது.

பொதுவாக இலக்கியவாதிகளை அரசியல் செயல்பாட்டாளர்கள், பத்திரிகையாளர்கள் பேட்டி எடுக்கும்போது தங்களது அரசியலுக்கு அவரை நெருக்கித்தள்ளும் கேள்விகளாகக் கேட்பார்கள். இவ்வாறு செய்கிறவர்கள் பெரும்பாலும் மூன்றாம் தர பத்திரிகையாளராகவே இருப்பார்கள். ஒரு பத்திரிகையாளர் தவிர்க்க வேண்டிய முக்கியமான சபலம் இது. அது அப்போதைக்கு ஒரு பெரிய சலசலப்பை ஏற்படுத்தலாம். ஆனால் முடிவில் அது நன்மதிப்பு உடையதாய் எதையும் உருவாக்கி இருக்காது.

சமஸ் இந்த நேர்காணலில் அதை அடக்கிக்கொண்டிருக்கிறார்.

கொண்டாட்டத்தில் இருக்கிறார் சாரு நிவேதிதா. எப்போதுமே அப்படித்தான் என்றாலும், சமீபத்திய இரட்டை சந்தோஷங்கள் அவருடைய உற்சாகத்தை மேலும் கூட்டியிருக்கின்றன. சாருவின் சமீபத்திய நாவலான 'நான்தான் ஔரங்கசீப்' பெரும் கவனத்தை ஈர்த்திருக்கிறது; அவருடைய போட்டியாளராகக் கருதப்படும் ஜெயமோகனின் வாசகர்களால் வழங்கப்படும் 'விஷ்ணுபுரம்' விருது இந்த ஆண்டு சாருவுக்கு அளிக்கப்பட்டிருக்கிறது. சாருவின் வாசகர்கள் இந்த இரு சந்தோஷங்களையும் தங்கள் சந்தோஷமாக்கிக்கொண்டனர். கோவையில் ஒரு தென்னந்தோப்பில் நள்ளிரவில் சாருவோடு இலக்கியம் பேசி, ஆடிப் பாடி, கூத்துகள் கும்மாளத்தோடு குதூகலித்திருக்கிறார்கள். அரை நூற்றாண்டு காலமாக எழுதிக்கொண்டிருக்கும் சாருவின் எழுத்துகளையும் அவருடைய வாழ்வையும் பேச இது ஒரு நல்ல சந்தர்ப்பம்தானே? ஆக, ஒரு நீண்ட உரையாடலுக்கு நாங்கள் தயாரானோம்.

சமஸ்

25.12.2022.

1

நாகூரிலிருந்து ஆரம்பிக்கலாம். நாகூர் என்றவுடன் இன்றைக்குச் சட்டென நினைவுக்கு வரும் ஐந்து விஷயங்கள் என்னென்ன?

முதலில், நாகூர் ஹனீஃபா. அவரைப் போன்ற குரல் படைத்தவர் அவருக்கு முன்பும் இல்லை, பின்பும் இல்லை. அதேபோல், அவருடைய பாடல்களில் ஒன்றுகூட சோடை போனது இல்லை. எல்லாமே ரசிக்கத்தகுந்தவை. அது, 'கல்லக்குடி கொண்ட கருணாநிதி வாழ்கவே...' பாடலாக இருந்தாலும் சரி, 'ஃபாத்திமா வாழ்ந்த முறை உனக்குத் தெரியுமா?' பாடலாக இருந்தாலும் சரி; ஹனிஃபாவின் பல பாடல்கள் உருக்கமானவை, கண்ணீரை வரவழைப்பவை.

சிறுவயதிலிருந்தே என் ரசனை உலகில் சாஸ்த்ரீய சங்கீதத்துக்கே முதலிடம் கொடுப்பவன் என்றாலும் ஜனரஞ்சக இசையையும் தீவிரமாக ரசிப்பேன். சாஸ்த்ரீய சங்கீதத்தில் என் பதின்பருவத்தில் நான் மிக விரும்பிக் கேட்டவர்கள் பிஸ்மில்லா கான், அல்லா ரக்கா, நஸீர் அமீனுத்தீன் டாகர் (மற்றும் பல டாகர் சகோதரர்கள்), ரவி ஷங்கர், ஷிவ் ஷங்கர் ஷர்மா, அம்ஜத் அலி கான், மாலி, லால்குடி ஜெயராமன், எஸ். பாலசந்தர், எஸ். ராமநாதன் என்று பலர். இந்தப் பட்டியல் மிகவும் நீளமானது. ஆச்சரியம் என்னவென்றால், அவர்களை

ரசிக்கும் அதே தீவிரத்துடன் ஹனீஃபாவையும் ரசிப்பேன். இது பற்றி என் நண்பர்கள் என்னைக் கிண்டல் செய்வதுண்டு.

அவர்களும் பதின்பருவத்தினர்தான். என்னைச் சுற்றிலும் நான் அப்படி ஒரு வட்டத்தை எப்போதுமே வைத்துக் கொள்வதுண்டு. இல்லாவிட்டால் சொல்லுங்கள், நாகூர் மாதிரி ஒரு சிற்றூரில் ஒரு பெரிய நண்பர்கள் கூட்டமே (கல்லூரி மாணவர்கள்) சாஸ்த்ரீய சங்கீதத்தை ரசித்து அது பற்றி விவாதிப்பார்கள் என்பதை நம்ப முடிகிறதா?

ஏற்கனவே கவ்வாலி, டப்பா போன்ற செமி-க்ளாஸிகல் இசைக்குப் பழகியிருந்த நாகூர்வாழ் முஸ்லிம் நண்பர்களுக்கு நான் கூறும் பிஸ்மில்லா கானை சுவீகரித்துக் கொள்வதில் சிரமம் ஏதும் இருக்கவில்லை. அவர்கள்தான் என் ஹனீஃபா ரசனையைக் கிண்டல் செய்வார்கள். இது காலம் பூராவும் நடந்துகொண்டேதான் இருக்கிறது. இப்போதுகூட ரஞ்சிதமே பாடலைக் கேட்டு ரசித்து நான் எழுதியதும் நீங்களுமா என்ற கிண்டல் எழுந்தது. 1970களில் நான் என்னுடைய ஹனீஃபாவுக்காக சண்டையிடுவேன். ஹனீஃபாவெல்லாம் நாட்டுப்புற இசையில் வருவார் என்பேன். நாட்டுப்புற இசையை நீங்கள் புறக்கணித்து விட முடியுமா என்று வழக்காடுவேன்.

இரண்டாவது, சில்லடி. எங்கள் ஊர் கடற்கரை. என் காலத்தில் அங்கே பாலைவனத்தில் காண்பதுபோல் பெரும் மணல் மேடுகள் இருந்தன. அந்த மணல் மேடுகளின் உச்சியில் ஏறி அங்கிருந்து சறுக்கிக் கீழே இறங்குவது எங்களின் அப்போதைய விளையாட்டு. இப்போது அந்த மணல் மேடுகளின் தடயம்கூட இல்லை. அந்த இடங்களில் பெருமளவு பிளாஸ்டிக் கழிவுகளே நிரம்பியுள்ளன. சில்லடியில் இருந்த ஈச்சந்தோப்புகள் மட்டும் இன்னமும் அப்படியே இருக்கின்றன. அந்த ஈச்சந்தோப்பில்தான் தனியாக அமர்ந்து படிப்பது வழக்கம். அந்த ஏகாந்தமான தோப்பு சமயங்களில் நான் சுயமைதுனம் செய்வதற்கான இடமாகவும் இருந்ததுண்டு.

மூன்றாவது, தர்ஹா. இதைத்தான் முதலில் சொல்லியிருக்க வேண்டும். எஜமான் அடங்கின இடம். ஆயிரக்கணக்கான

நஹரா

புறாக்கள் வசிக்கும் இடம். மனித மனதின் நோய்மைகளைப் போக்கும் இடம். எங்கள் வீட்டில் மின்சாரம் இல்லை, ஹரிக்கேன் விளக்கில் படிப்பதற்கு மண்ணெண்ணெய் வாங்கவும் காசு இருக்காது என்பதால், இரவில் தர்ஹாவில்தான் படிப்பேன். தர்ஹா என் தாய் வீடு.

நான்காவது, நஹரா. என் வாழ்வில் இலக்கியம் எப்படியோ, பயணம் எப்படியோ, அதே அளவுக்குத் தீவிரமான உந்துவிசையாய் இருப்பது இசை. அதற்கு ஆதாரமாக இருந்தது

காலை ஆறு மணிக்கு தர்ஹாவின் அலங்கார வாசலுக்கு எதிரே இருக்கும் மனாராவிலிருந்து கேட்கும் நஹரா இசை. இந்த நஹரா இசையை நீங்கள் இந்தியாவில் வேறு எங்குமே கேட்க முடியாது என்று நினைக்கிறேன். நஹராதான் முதல் முதலாக இசை உலகுக்கு என்னை அழைத்துச் சென்ற இசைக் கருவி. நஹரா ஒரு தோல் கருவி. மத்திய கிழக்கு நாடுகளிலிலிருந்து நாகூருக்கு வந்தது. அந்த நாடுகளில் அவர்கள் நகரா என்கிறார்கள். நாகூரில் நாங்கள் எல்லாவற்றுக்கும் 'ஹ' போடுவோம். 'என்ன, வாப்பா சப்ர்லேந்து வந்துட்டாஹாளா?' அவ்வாறே நகரா நஹரா ஆயிற்று.

ஐந்தாவது, பன்மைத்துவம். யாதும் ஊரே யாவரும் கேளிர். இது கிட்டத்தட்ட இன்று தேய்வழக்காகிவிட்ட ஒரு வாக்கியம். யாருமே இதை நடைமுறை வாழ்வில் பின்பற்றுவதில்லை. நான் பின்பற்றுகிறேன். என்னிடம் நீங்கள் உலகிலேயே சிறந்த மொழி எது என்று கேட்டால் பாரதி சொன்னதுபோல் தமிழ் என்று சொல்ல மாட்டேன். எல்லா மொழிகளுக்குமே அவ்வவற்றுக்கான சிறப்புத் தன்மைகள் உண்டு. இனிமையான மொழி என்றால் அரபி. ஆழமான மொழி சம்ஸ்கிருதம். இசைக்கு ஸ்பானிஷும் தெலுங்கும். மென்மைக்கு ஃப்ரெஞ்ச். பழமைக்குத் தமிழ். அது போலவேதான் இனம், தேசம் எல்லாமே. எனக்கென்று தாய் நாடோ, சொந்த இனமோ கிடையாது. பெரியார் மூன்று கூடாதுகளைச் சொன்னார். குலாபிமானம், பாஷாபிமானம், தேசாபிமானம். இந்த மூன்றுமே இல்லாதவன் நான்.

இந்த மனோபாவத்தை எனக்கு நல்கியது நாகூரின் நிலம். ஊரின் கிழக்குப் பகுதி இஸ்லாமிய கலாச்சாரம். மேற்கில் சிவன் கோவிலும் பெருமாள் கோவிலுமான ஹிந்துக் கலாச்சாரம். தெற்கே வெட்டாற்றைத் தாண்டினால் வாஞ்சூர். வெட்டாறு என்ன, ஒரு ஃபர்லாங் அகலம். வாஞ்சூரில் கால் வைத்ததும் பத்துப் பதினைந்து வைன் ஷாப்புகளும் கள்ளுக்கடைகளும் சாராயக் கடை ஒன்றும் கண்கொள்ளாக்காட்சியாய் மிளிரும். என்னவென்று புரிந்துகொள்வான் ஒரு பதின்பருவத்து இளைஞன்? என்னடா இது, ஒரு பாலத்தைத் தாண்டினால் ஐரோப்பா தென்படுகிறது என்றுதான் நினைத்தேன்.

வாஞ்சூரைத் தாண்டினால் காரைக்கால். ஒரு ஃப்ரெஞ்ச் கிராமம் போல் இருக்கும். மேற்கத்திய சங்கீதமும் கிறித்தவக் கலாச்சாரமும்தான் காரைக்காலின் அடையாளங்கள். ஆக, இந்த மூன்று கலாச்சாரங்களும் என்னுள் ஒன்றேபோல் இறங்கியதற்குக் காரணம், நாகூரின் நிலவியல் அமைப்பு.

நாகூர் உங்களுக்கு என்ன கொடுத்திருப்பதாக நினைக்கிறீர்கள்?

எந்த ஊருமே யாருக்கும் எதுவும் கொடுப்பதில்லை என்றே நம்புகிறேன். நாம்தான் எடுத்துக்கொள்கிறோம். எனக்குத் தெரிந்த ஒரு நண்பர் ஆஸ்திரேலியாவின் சிட்னிக்குப் போனார். போய் ஏழெட்டு ஆண்டுகள் ஆகின்றன. அந்த நாட்டின் குடிமகனாகவும் ஆகிவிட்டார். அவரிடம் ஒருமுறை சிட்னி எப்படி இருக்கிறது என்று கேட்டேன். பல்லி கௌளி சொல்வது போல் அலுப்பாக ஒரு ஒலியை எழுப்பி விட்டு, நம்ம சின்மயா நகர் மாதிரிதான், ஒண்ணும் வித்தியாசம் இல்லை என்றார்.

பின்வரும் சம்பவம் என் நண்பர் ஸ்ரீவில்லிபுத்தூர் சந்தானம் சொன்னது. ஸ்ரீவில்லுபுத்தூரில் சந்தானத்தின் பள்ளிக்கால நண்பராக இருந்தவர் ரங்கன். இந்த ரங்கன் ஒருமுறை நியூயார்க் சென்று இரண்டு ஆண்டுகள் பணி புரிந்தார். ரங்கன் ஐஐடியில் தங்கப் பதக்கம் பெற்றவர். கணிதத்தில் ஆய்வுகள் செய்தவர். பிறகு நியூயார்க்கிலிருந்து சென்னை திரும்பினார். சந்தானம் ரங்கனிடம் கேட்டார், எப்பிர்ரா இருந்துது நியூயார்க்? அதற்கு பல்லியின் கௌளி சப்தத்துடன் ரங்கன் சொன்ன பதில்: அது என்னடா சந்தானம், நம்ம சீவில்லிபுத்தூர் மாதிரிதான் இருந்துது. ஒரு வித்தியாசமும் இல்லே.

என் நண்பர் ஒருவர், கோடீஸ்வரர். அவர் போகாத நாடு இல்லை. ஊர் இல்லை. ஆனால் அவர் எந்த ஊருக்கும் போகாதவர் என்றே கருதுகிறேன். பீஜிங் போய் இறங்கியதும் நேராக நட்சத்திர விடுதி. வியாபார சந்திப்புகள். மாலை எட்டு மணி வரை. அதற்கு மேல் மதுவிருந்து. இப்படியே ஐந்து நாட்கள். ஆறாம் நாள் நகர்வலம், ம்யூஸியம், இத்யாதி. திரும்பி நேராக சென்னை.

என்னுடைய எழுத்தாளர் நண்பர்கள் பலர் அமெரிக்கா செல்கிறார்கள். மகனோ மகளோ அமெரிக்காவில். ஆறு மாதம் வீட்டுச் சிறை. ஏனென்றால், அமெரிக்காவில் நகரப் பேருந்துகள் கிடையாது. நியூயார்க் போன்ற ஒன்றிரண்டு நகரங்களில் மட்டுமே மெட்ரோ ரயில் உண்டு. அதிலும் கூட நம் எழுத்தாளருக்குத் தனியாகப் போக துணிச்சல் இருக்காது. ஆறு மாத வீட்டுச் சிறையை நரகமாய் அனுபவித்துவிட்டு சனி ஞாயிறுகளில் மகளோடும் மருமகனோடும் செல்லும் மால்களில் பார்த்ததை பயணக் கட்டுரையாக எழுத வேண்டும். எல்லாம் நம் தலையெழுத்து.

நான் சாந்த்தியாகோ நகரில் (சீலே) பத்து நாட்கள் ஒரு ஓட்டலில் தனியாகத் தங்கினேன். ஒரு பயண வழிகாட்டி நான் எப்போது அழைக்கிறேனோ அப்போது வருவார். அவரும் நானுமாக இரவும் பகலும் சீலே முழுவதும் அலைந்தோம். விதவிதமான அனுபவங்கள். மூன்று நாள் அவரும் வரவில்லை. அப்போது சீலே பல்கலைக்கழகத்தில் ஒரு நாடகப் பேராசிரியையைப் பார்த்தேன். அவரோடுதான் அந்த மூன்று நாட்களும் கழிந்தன. அது பற்றி மாயமான் வேட்டை என்ற குறுநாவலை எழுதினேன். பலராலும் சிலாகிக்கப்பட்ட அந்தக் கதையை ஒரு நாவலாக எழுதுங்கள் என்றார்கள் நண்பர்கள்.

என் நண்பர் ஆலன் சீலி *(Allan Sealy)* கையில் மொபைல் ஃபோன் கூட எடுத்துக் கொள்ளாமல் சீனாவில் மூன்று மாதங்கள் சுற்றினார். அதை ஒரு நூலாகவும் எழுதியிருக்கிறார்.

எனவே ஒரு ஊர் என்பது அதை நாம் எப்படி வாங்கிக் கொள்கிறோமோ அதைப் பொருத்துத்தான் அமைகிறது. எனக்கு நாகூரை விட தில்லி கொடுத்தது அதிகம். இன்றைய சாரு இப்படி இருப்பதற்குக் காரணமே தில்லிதான். தில்லி இல்லாவிட்டால் நானும் மற்ற எழுத்தாளர்களைப்போலவே ஒரு தமிழ் எழுத்தாளனாகத்தான் இருந்திருப்பேன்.

"இப்போது மட்டும் என்ன வித்தியாசம்? நீங்கள் தமிழ் எழுத்தாளர்தானே?" என்று கேட்கலாம். ஆனால் ராஸ லீலா தமிழில் எழுதப்பட்ட ஒரு ஃப்ரெஞ்ச் நாவல். நான்

தமிழில்தான் சிந்திக்கிறேன். தமிழில்தான் எழுதுகிறேன். ஆனால் என் மனோபாவம் தமிழ் நிலத்துக்கு உரியது அல்ல. சென்னையிலேயே நான் ஒரு ஐரோப்பியனாக வாழ்கிறேன்.

ஒரு உதாரணம் கொடுக்கத் தோன்றுகிறது. என் நண்பர் ஒருவர் தன் தாயைப் பார்த்ததில்லை. அவர் பிறக்கும் போதே தாய் இறந்து விட்டார். அது கார்த்திகை தீபத் திருநாள். ஊரே வெளிச்சமாக இருக்க, என் வீடு மட்டும் இருளாய் இருந்தது என்றார். கண்கள் கலங்கியிருந்தன.

நான் அவரிடம் சொன்னேன், “யோவ் லூசு. அம்மா இல்லேன்னா அதுக்கு நீர் சந்தோஷம்தான் அடைய வேண்டும். அம்மா என்பது ஒரு பாசப் பிணைப்பு. அது ஒரு தொந்தரவு. அவர்கள் நம்மைப் பெற்றதால் நம்மை அவர்களுடைய சொத்தாக நினைக்கிறார்கள். நம்மை உரிமை கொண்டாடுகிறார்கள். நமக்கு முதலாளியாகிறார்கள். நீர் அன்னைக்கு ஓர் அடிமையாகிறீர். நம்முடைய சுதந்திரத்தை அன்னை என்பவர் பறித்துக் கொள்கிறார். அன்னை இல்லாததால் நீர் இதிலிருந்தெல்லாம் தப்பினீர்.”

ஒரு முப்பது வயது இளைஞன் என்னிடம் சொன்னான். திருமணம் ஆனதும் அவன் மனைவிக்கும் அவன் அன்னைக்கும் தீராத பிரச்சினை. தன்னுடைய இரண்டு மாதக் குழந்தையை எடுத்து சுவற்றில் வீசி அடித்துக் கொன்று விட்டு, தற்கொலை செய்து கொள்ள நினைத்தானாம். அந்த அளவுக்கு அன்னை அவனுக்குப் பிரச்சினை தருகிறார். எல்லாம் பாசப் பிரச்சினை. உரிமைப் பிரச்சினை. என் மகன் எனக்கே அதிகம் உரிமையானவன்.

நான் சிறுவயதிலிருந்தே குடும்ப உறவுகளிலிருந்து என்னை விலக்கிக் கொண்டவன். இந்த மனோபாவத்தை என்னில் உருவாக்கியது தில்லி. எப்போது யார் நாகூர் பற்றிக் கேட்டாலும் தில்லியைத் தொடாமல் என்னால் பேச இயலாது. ஆனால் நாகூர் வேறோர் விதத்தில் என்னை உருவாக்கியது. அதை நாகூர் என்று மட்டும் குறுக்கிக்கொள்ளாமல் தஞ்சை மாவட்டம் என்று அர்த்தப்படுத்திக்கொள்ளலாம். நான் பிறந்தது

திருவாரூரை அடுத்த இடும்பாவனம் என்ற சிற்றூர். அந்த ஊர் என் ஞாபகத்தில் இருக்க வாய்ப்பு இல்லை. என் நைனா இடும்பாவனத்தில் ஒண்ணாம் கிளாஸ் ஆசிரியர். நாகூரில் வேலை கிடைத்து அங்கே போய்விட்டார்கள். சுமார் நான்கு வயதிலிருந்து எனக்கு ஞாபகம் இருக்கிறது.

ஒவ்வொரு நதிக்கும் ஒவ்வொரு குணம் இருக்கிறது. தாமிரவருணிக்கு ஒரு குணம். காவிரிக்கு ஒரு குணம். கங்கைக்கு ஒரு குணம். காவிரி கடலில் கலக்கும் நிலப்பகுதியில் அந்த நதி இரண்டு தன்மைகளைக் கொடுத்திருப்பதாக நான் அவதானிக்கிறேன். ஒன்று, இசை. இரண்டு, காமம். தஞ்சையின் மண்ணிலும், நீரிலும், காற்றிலும் இசை கலந்திருக்கிறது. தி.ஜானகிராமனை விடவும், ந. சிதம்பர சுப்ரமணியனை விடவும் யாரேனும் இசை பற்றி எழுதி விட முடியுமா? உலகத்தில் உள்ள எந்த மொழியிலும் அது சாத்தியம் இல்லை. கம்பன் வீட்டுக் கட்டுத் தறியும் கவி பாடும் என்பதுபோல, தஞ்சை மாவட்டத்தின் ஒவ்வொரு அணுவிலும் இசை கலந்திருக்கிறது.

ஆனால், நவ தமிழின் ஆகச் சிறந்த ஆளுமையான புதுமைப்பித்தனுக்கு துரதிர்ஷ்டவசமாக காவிரியின் அருள் கிடைக்கவில்லை. அதனால்தான் அவன் காலத்தில் மிகப் புகழ் பெற்று விளங்கிய நாதஸ்வரக் கலைஞனை அழைத்து வாசிக்கச் செய்து அவனிடம் கோமாளி போல் நடந்து கொண்டான். புதுமைப்பித்தன் வீழ்ந்த ஒரே இடம், இசை.

இரண்டாவது, காமம். ஒரு மனிதன் தனது தொண்ணூற்றைந்து வயதிலும் இருபத்தைந்து வயது மனிதனைப் போல் காமத்தைக் கொண்டாடுகிறான் என்றால் அவன் தஞ்சாவூர்க்காரனாகத்தான் இருக்க முடியும். அப்படி ஒரு மனிதனை நீங்கள் பார்த்திருக் கிறீர்கள். இதை நான் எதிர்மறை அர்த்தத்தில் சொல்லவில்லை. தொண்ணூறு வயதில் ஸ்ரீராமானுஜரின் வாழ்வை வைணவர்களே வியக்கும் வண்ணம் எழுத வைப்பதும் அந்தப் படைப்பூக்கம் என்றே இதைப் புரிந்துகொள்ள வேண்டும்.

காமம் என்பதை சற்று விரிந்த அர்த்தத்தில் எடுத்துக் கொள்ளுங்கள். கொண்டாட்டம், *hedonism* என்றெல்லாம்

விரித்துக் கொள்ளுங்கள். தியாகராஜ சுவாமிகளும் என்னைப் பொருத்தவரை ஒரு ஹெடோனிஸ்ட்தான். சிலர் மது அருந்திக் கொண்டாடுகிறார்கள். தியாகராஜர் ஒரே ஒரு பெயரை மந்திரமாகக் கொண்டு அதைத் தொண்ணூற்று ஆறு கோடி முறை உச்சாடனம் செய்து அதன் பலனாக ஸ்ரீராமரை நேரில் கண்டார். இதைச் செய்வதற்காக அவர் இருபத்தைந்து ஆண்டுகளைச் செலவிட்டார். இதையெல்லாம் அவர் தன் கீர்த்தனைகளிலேயே விளக்கமாகச் சொல்கிறார்.

ஒரு நிலப்பகுதியில் தோன்றிய அத்தனை எழுத்தாளர்களும் ஏன் காமத்தையே எழுதினார்கள்? ஓரினச் சேர்க்கை உறவு பற்றிய நாவலை தமிழில் முதல் முதலில் எழுதிய கரிச்சான் குஞ்சு, கு.ப. ராஜகோபாலன், தி. ஜானகிராமன், எம்.வி. வெங்கட்ராம், மௌனி, இந்திரா பார்த்தசாரதி, தஞ்சை ப்ரகாஷ் என்று அத்தனை பேருமே காமத்தை எழுதியது தஞ்சை மண்ணின் குணாம்சம். நானும் அந்த வரிசையில்தான் வருகிறேன். காமத்துப் பாலில் இவர்கள் அனைவருமே சேர்ந்து எழுதியது ஒரு ஐந்து சதவிகிதம்தான் இருக்கும். மீதி தொண்ணூற்றைந்து சதவிகித காமம் எழுதப்படாமல் நேர்வாழ்வில் கொட்டிக் கிடக்கிறது.

காவிரிப் பிராந்தியத்தின் கடைஎல்லையில் உண்மையில் ஒரு பெரும் நிலப்பரப்பைச் சேர்ந்தவராக உணர்ந்திருக்கிறீர்களா?

துரதிர்ஷ்டவசமாக ஒருபோதும் உணர்ந்ததில்லை. இப்படிக் கற்பனை செய்து பாருங்கள். ஈழத்தைச் சேர்ந்த ஒருவர் தன் பதின்பருவத்தில் ஒரு ஐரோப்பிய நாட்டுக்குச் சென்று விட்டார். இப்போது அவருக்கு ஐம்பது வயது. அவரால் ஒருபோதும் அந்த ஐரோப்பிய தேசத்தோடு கலந்துவிடவே முடியாது. எப்போதுமே அவர் ஒரு அந்நியராகத்தான் இருப்பார். இன்னொரு உதாரணமாக, மெக்ரிப் நாடுகள் என்று அழைக்கப்படும் மொராக்கோ, அல்ஜீரியா, மாலி போன்ற நாடுகளைச் சேர்ந்தவர்கள் பாரிஸில் வசிக்கிறார்கள். அவர்களின் இரண்டாவது மொழி ஃப்ரெஞ்ச். ஆனால் தாய்மொழி போலவே ஃப்ரெஞ்ச் பேசுகிறார்கள், எழுதுகிறார்கள். இருந்தாலும்

அவர்களால் ஃப்ரான்ஸைத் தங்களின் தாய் தேசமாக ஏற்க முடியவில்லை. அதே சமயம் அவர்களால் தங்களின் சொந்த பூமியிலும் போய் இருக்க முடியாது. அவர்களின் மூதாதையரின் தேசமான தாய் மண் அவர்களுக்கு முற்றிலும் அந்நியமாகி இருக்கும். இப்படி எந்த நாட்டிலும் தன் இருப்பை உணர முடியாத ஆயிரக்கணக்கான பேர் ஐரோப்பாவில் வாழ்கிறார்கள்.

நான் தஞ்சை மண்ணில் அப்படித்தான் வாழ்ந்தேன். அந்த மெக்ரிப் இளைஞர்களுக்காவது தங்கள் தாய் தேசம் இன்னதென்று தெரியும். எனக்கு அதுவும் தெரியாது. ஏன் இப்படி நான் பிறந்து வளர்ந்த மண்ணையே அந்நியமாகக் காண்கிறேன் என்றும் இன்றுவரை தெரியவில்லை. அதற்கான பதிலைத்தான் உங்கள் கேள்வியைக் குறித்து சிந்திப்பதன் மூலமாகத் தேடுகிறேன்.

நான் நாகூரில் இருந்து கொண்டு ஃப்ரெஞ்ச் இலக்கியத்தைப் படித்துக் கொண்டிருந்தேன். மாலி, பாலச்சந்தர், பிஸ்மில்லா கான், அல்லா ரக்கா என்று கேட்டுக்கொண்டிருந்தேன். நான் வசித்த சேரியில் என்னைக் கல்லால் அடித்தார்கள். சும்மாவேனும் இந்த நேர்காணலுக்காக இதைச் சொல்லவில்லை. கித்தாரைத் தூக்கிக்கொண்டு நான் சேரியினூடாக நடக்கும் போது கல்லால் அடிப்பார்கள். (ஹனீஃபாவின் மகன் நௌஷாதின் கித்தார் அது).

நான் பேசும் மொழியைத்தான் பேசுகிறார்கள். நான் வாழும் நிலத்தில்தான் வாழ்கிறார்கள். ஆனால் என்னால் அவர்களோடு ஆறு வயதிலிருந்தே ஒட்டி வாழ முடியவில்லை.

எனக்கு சைக்கிள் ஓட்டத் தெரியாது என்பதே இதைத் தெளிவாக விளக்கி விடும். ஒரு சிறுவன் எப்படி சைக்கிள் விடுவதற்குக் கற்றுக் கொள்கிறான்? அவனுடைய நண்பர்கள் அவனுக்குக் கற்றுக் கொடுப்பார்கள். நானோ எனக்கு நினைவு தெரிந்த நாளிலிருந்தே என் நண்பர்களை சராசரிகள் என்று நினைக்க ஆரம்பித்து விட்டேன். எந்தப் பையனோடும் சேர்வதில்லை. புத்தகங்களும் முன்னிரவில் பெண்களும்தான் துணை. பகலில் பெண்களோடு பேச இயலாது. வீட்டு வேலைகளில்

மூழ்கியிருப்பார்கள். முன்னிரவில்தான் அவர்களோடு பல்லாங்குழி, தாயம் என்று ஆடுவதும் பேசுவதும் அரட்டை அடிப்பதும். சமயங்களில் அந்த ஆட்டம் நள்ளிரவு வரை கூடப் போகும்.

நாகூரில் எங்கள் வீட்டிலும் நிலைமை சரியில்லை. நாங்கள் குடியிருக்கும் வீட்டுக்கு வாடகை கேட்டு தினசரி அபீன் கடைக்காரரின் காரியதரிசி காலை நேரத்தில் வீட்டு வாசலில் வந்து நின்று சத்தமாகக் குரல் கொடுப்பார். நைனாவுக்கு ஆறு குழந்தைகள். ஒண்ணாங்கிளாஸ் வாத்தியாரான நைனாவால் சமாளிக்க முடியவில்லை. குடியானவர்களுக்காக அம்மா இட்லி சுட்டு விற்க ஆரம்பித்தார்கள். நான் தலைச்சன். தஞ்சாவூர் சர்ஃபோஜி காலேஜில் பி.எஸ்சி. படிக்கிறேன் பேர்வழி என்று ஜான் ஜெனே *(Jean Genet)*, லூயி ஃபெர்தினாந் செலின் *(Louis-Ferdinand Céline)* போன்ற ஃப்ரெஞ்ச் இலக்கியவாதிகளைப் படித்துக் கொண்டிருந்தேன். பிள்ளை வேலைக்குப்போய் குடும்பத்தைக் காப்பாற்றுவான் என்று வீடே எதிர்பார்த்தது. ஒருவேளைதான் உணவு.

சட்டென்று தம்பியும் நானும் தங்கையும் அரசு வேலைக்குப் போய் விட்டோம். இன்னொரு தங்கை ஒரு ஏமாற்றுப் பேர்வழியோடு வீட்டைவிட்டு ஓடிப்போய் அவன் அதை எங்கோ விபச்சார விடுதியில் விற்றுவிட்டுப் போய்விட்டான். பொதுவாக, எங்கள் ஊரில் இப்படி அடிக்கடி நடப்பதுண்டு. அப்படி நடக்கும் வீடுகளில் அனைவரும் விஷம் குடித்துச் சாவது வழக்கம். அந்த வழக்கத்துக்கு மாறாக என் நைனா குடும்பத்தோடு நாகூரிலிருந்து மூன்று கிலோமீட்டர் தூரத்தில் உள்ள திருமலைராஜன் பட்டினத்துக்குக் குடி பெயர்ந்தார்கள்.

நான் காவிரி மண்ணில் வாழ்ந்த போது என்னைக் காவிரியோ என் கூடவே இருந்த கடலோ கவரவில்லை. என்னைக் கவர்ந்தது எங்கள் மாவட்டத்திலேயே இல்லாத மலைகள்தான். தி. ஜானகிராமனை அப்போது எனக்குப் பிடிக்கவில்லை. அவர் எழுதிய காதல் பைத்தியக்காரத்தனமாகத் தோன்றியது. ஒரு பெரிய சுற்று சுற்றிவிட்டு ஐம்பது வயதில்தான்

தி.ஜானகிராமனிடமும் காவிரியிடமும் திரும்பினேன். தி.ஜா. எழுதியிருந்த காவிரியை அப்போதுதான் அனுபவித்தேன். ஆனால் ஒரு பார்வையாளனாக, ஒரு சுற்றுலாப் பயணியாக. ஆம், ஐம்பது வயதில் என் மண்ணுக்கு நான் அந்நியனாகி விட்டேன்.

இங்கே அசோகமித்திரனைப் பற்றிக் குறிப்பிட வேண்டும். அசோகமித்திரனும் தஞ்சாவூர்க்காரர்தான். ஆனால் அதுபற்றி யாருக்கும் தெரியாது. காரணத்தை அவர் ஒரு பேட்டியில் கூறியிருக்கிறார். தஞ்சை மண்ணில் அவரது இளம்பருவத்தில் மிகக் கொடுமையான துன்பத்தையும் துயரத்தையும் பார்த்திருக்கிறார். அதனால் தஞ்சாவூரை நினைத்தாலே மனம் பீதி கொள்கிறது என்பது போல் சொல்கிறார். அவருடைய இருவர் என்ற கதையைப் படித்தால் அவர் என்ன சொல்ல வருகிறார் என்பதைப் புரிந்துகொள்ள முடியும்.

நாகூரிலிருந்து சென்னைக்கு வேலை கிடைத்துக் கிளம்பும் வரை என் வீட்டில் வெளிச்சத்தையே பார்த்ததில்லை. முடி பொசுக்கும் சிம்னி விளக்குதான். எனக்காக விசேஷமாக மண்ணெண்ணெய் வாங்கக் காசு இருந்தால், சில தினங்களில் ஹரிக்கேன் லைட்டைக் கொடுப்பார்கள் அம்மா. வீட்டில் எட்டு உருப்படிகள். அத்தனை பேருக்குமான தண்ணீருக்காக அம்மா தெருக்கோடியில் இருந்த குழாயடியில் சக பெண்மணிகளோடு தரையில் உருண்டு புரண்டு சண்டை போடுவார்கள். மற்றவர்கள் கேட்டால் பயந்துவிடக் கூடிய அளவுக்கு நான் கெட்ட வார்த்தை பேசுவது அந்தக் குழாயடிச்சண்டையை வேடிக்கை பார்த்துக் கொண்டிருந்தபோது கிடைத்த பயிற்சிதான் என்று நினைக்கிறேன்.

என்னால் தஞ்சை மாவட்டத்துக்காரனாக எப்போதுமே உணர முடிந்ததில்லை. அந்த மண்தான் எனக்கு இசையையும் வாழ்வின் கொண்டாட்டத்தையும் அளித்தது என்றாலும் நான் உணர்ந்த உண்மையைச் சொல்ல வேண்டும் அல்லவா? அந்த இடத்திலிருந்தும் மண்ணிலிருந்தும் ஓடிவிட வேண்டும் என்ற உணர்வே எப்போதும் எனக்குள் இருந்தது. இருபத்திரண்டு

வயதுக்கு மேல் இருபத்தைந்து வரை தபால்காரர்தான் எனக்குக் கடவுளாகத் தெரிந்தார். வேலைக்கான உத்தரவைக் கொண்டு வரும் கடவுள். அல்லது, கடவுளின் தூதர். அதேபோல் ஒருநாள் கொண்டும் வந்தார். ஓடியே போய் விட்டேன் தில்லிக்கு.

தில்லியிலும் அந்நியனாகத்தான் பார்க்கப்பட்டேன். நானும் அந்நியனாகவே உணர்ந்தேன். ஆனாலும் 1978இலிருந்து 1990 வரை நான் இருந்த இடம் அநேகமாக சென்ட்ரல் செக்ரடேரியட் நூலகம்தான். அப்போதே அந்த நூலகத்தில் *For Marx* (லூயி அல்த்தூஸர்) புத்தகத்திலிருந்து அப்போதுதான் வெளிவந்திருந்த *Critique of Dialectical Reason* (ஜான் பால் சார்த்தர்) வரை இருந்தது. ஆறு நாள் வேலை. ஞாயிறு தவிர அநேகமாக மற்ற ஆறு தினங்களிலும் அந்த நூலகத்தில்தான் இருப்பேன்.

என் நைனா எல்லா தெலுங்குக்காரர்களையும் போல் தீவிர திமுக அனுதாபி. அதற்கான எதிர்ச் செயல்பாடாகவே நான் ஹிந்தியும் சம்ஸ்கிருதமும் கற்றுக் கொண்டேன். சம்ஸ்கிருதம் நான் தஞ்சாவூரில் இருந்த மூன்று ஆண்டுகளில் கற்றேன்.

தமிழ்நாடு பப்ளிக் சர்விஸ் கமிஷன் தேர்வு எழுதி 1977இல் சிறைத்துறையில் குமாஸ்தா வேலை கிடைத்தது. அப்போதே எனக்கு சிவில் சர்விஸ் தேர்வு எழுத ஒரு பட்டப்படிப்புதான் தகுதி என்று தெரிந்திருந்தால் தேர்வு எழுதி கலெக்டராகி இருப்பேன். என் நல்லூழ் அந்த ஆபத்திலிருந்து என்னைக் காப்பாற்றியது. கலெக்டராகியிருந்தால் மிக நிச்சயமாக நான் எழுத்தாளனாகி இருக்க மாட்டேன். அப்போது நான் எந்தத் தேர்விலும் தேர்ச்சி பெற்று விடும் அளவுக்குப் படித்திருந்தேன். ஒருவர் ஒரு நூறு ஆண்டுகளில் படிக்கக்கூடியவற்றை நான் அந்தப் பதினைந்து ஆண்டுகளில் படித்து முடித்திருந்தேன். என் தங்கை சமீபத்தில் சொன்னது, “நாங்கள் தூங்கப் போகும்போதும் அண்ணன் படித்துக்கொண்டிருப்பார்கள்; நாங்கள் விடிகாலையில் எழுந்து கொள்ளும்போதும் அண்ணன் படித்துக் கொண்டிருப்பார்கள்” என்று. பன்னிரண்டு மணிக்குப் படுத்து நான்கு மணிக்கு எழுந்துகொள்வேன். கண்கள் எப்போதும் சிவந்தே இருக்கும். அப்போதே தியானம் செய்து

கொண்டிருந்ததால் உடம்புக்குத் தேவையான நித்திரை கிடைத்துக் கொண்டிருந்தது. நான் தியானம் செய்வதைப் பார்த்துவிட்டு அம்மா நான் சாமியாராகப் போய்விடுவேன் என்று கவலையுடன் புலம்புவதையும் கேட்டிருக்கிறேன்.

இருபது வயதில் ஃப்ரெஞ்ச் இலக்கியத்தில் முக்கியமானவர்களை யெல்லாம் படித்து முடித்திருந்தேன். அவர்களில் ஜான் ஜெனே என்னை மிகவும் கவர்ந்தவராக இருந்தார். அவர் திருடனாக இருந்து அந்த அனுபவத்தை ஒரு நாவலாகவும் எழுதியிருந்தார். ஆனால் திருடனாகும் அளவுக்கு எனக்குத் துணிச்சல் இல்லாததால், சிறைத்துறைக்கு வேலைக்குப்போய் திருடர்களை சந்தித்துப் பேசி, அவர்களைப் பற்றி எழுதுவோம் என்று முடிவு செய்து நான் சிறைத்துறையைத் தேர்ந்தெடுத்திருந்தேன். போட்டித் தேர்வுக்கு விண்ணப்பிக்கும்போதே எந்தத் துறை வேண்டும் என்று சொல்லி விட வேண்டும். எங்கள் பிராந்தியத்திலேயே (கீழத் தஞ்சை) ஒருவர்கூட அரசுத்தேர்வில் தேர்வு பெற்று குமாஸ்தாவாக ஆனதில்லை என்பதால் நான் தேர்ச்சி பெறுவேன் என்று யாருமே எதிர்பார்க்கவில்லை. ஆனால் எனக்குத் தெரியும், நான் சுலபத்தில் தேர்ச்சி பெற்று விடுவேன் என்று. அதனால் மிக உறுதியாக 'சிறைத்துறை' என்று எழுதினேன். வீட்டில் அனைவரும் சிரித்தார்கள். ஆனால் நான் கேட்டபடியே சிறைத்துறை கிடைத்தது.

பொன். பரமகுரு கமிஷனராக இருந்தார். ஆனால் துரதிர்ஷ்ட வசமாக நான் ஆசைப்பட்ட சிறை எனக்குக் கிடைக்கவில்லை. மாறாக, சிறைத்துறையின் தலைமை அலுவலகத்தில் பரமகுருவின் தனிப்பிரிவில் போட்டு விட்டார்கள். கைதிகளுடன் உரையாட நினைத்த நானே ஒரு கைதியாக மாறினேன். முடியை வெட்டு, பேனாவில் இங்க் போடு என்றெல்லாம் அதிகாரம் செய்வார் அண்ணாசாமி என்ற சூப்ரண்டெண்டெண்ட். ஒரே வருடத்தில் தில்லியில் வேலை கிடைத்து சிறைத்துறைக்குத் தகவல் தெரிவிக்காமலேயே தில்லிக்கு ஓடிவிட்டேன்.

ஹிந்தி தெரிந்திருந்ததால் தில்லி யூனியன் பிரதேசத்தில் சிவில் சப்ளைஸ் துறையில் சுருக்கெழுத்தாளனாக வேலையில்

சேர்ந்தேன். அப்போது தில்லி மாநில அரசாக ஆகியிருக்கவில்லை. ஜக்மோகன்தான் எல்ஜியாக இருந்தார். லெஃப்டினன்ட் கவர்னரை எல்ஜி என்றுதான் சுருக்கி அழைப்போம். அவர்தான் தில்லி யூனியன் பிரதேசத்தின் தலைமை. என்னுடைய அதிகாரி கொடுக்கும் டிக்டேஷனை ஒரு பிழையும் இல்லாமல் தட்டச்சு செய்து அனுப்பிக் கொண்டிருந்ததால் ஒருநாள் எல்ஜி என்னைக் கூப்பிட்டு அனுப்பி “இந்திரா காந்தியின் சுருக்கெழுத்தாளராகப் போகிறீர்களா” என்று கேட்டார். “வேண்டாம் சார், நான் ஒரு எழுத்தாளன், பிழைப்புக்காகத்தான் இந்த வேலையில் இருக்கிறேன்” என்று சொன்னதும் விட்டுவிட்டார். விருப்பம் இல்லாமல் அங்கே எதையும் நம் மீது திணிக்கமாட்டார்கள்.

சிவில் சப்ளைஸில் கிட்டத்தட்ட ஒரு சுல்தானைப்போல் வாழ்ந்தேன். அப்போதெல்லாம் ஒரு இந்தியக் குடிமகனுக்கு டிரைவிங் லைசன்ஸும் ரேஷன் கார்டும்தான் அடையாள அட்டைகளாக விளங்கின. சிவில் சப்ளைஸ் ‘ஈரமான’ துறை என்பதால் என்னை அலுவலகத்தில் யாரும் கண்டுகொள்ள மாட்டார்கள். அதன் காரணமாகவே நான் அலுவலகத்துக்குச் செல்லாமல் சென்ட்ரல் செக்ரடேரியட் நூலகத்தில் நாள் முழுவதும் படித்துக்கொண்டிருக்க முடிந்தது.

என் சம்பளம் 560 ரூ. அதில் 250ஐ வீட்டுக்கு அனுப்பிவிட்டு சாப்பிடக்கூட காசு இல்லாமல் பட்டினி கிடப்பேன். மதிய வேளையில் நூலகத்தின் வெளியே வந்து ஒரு கச்சோடியை உண்டு டீ குடித்துவிட்டு மீண்டும் படிக்கப் போய்விடுவேன். கச்சோடி என்பது சமோசா மாதிரி இருக்கும். அவ்வளவுதான் சாப்பாடு. நூலகத்திலிருந்து மாலைவேளையில் மண்டி ஹவுஸுக்கு நடந்தே போய்விடுவேன். மண்டி ஹவுஸ்தான் என்னை உருவாக்கிய இடம் *(Alma Mater)*. ஏகப்பட்ட அரங்கங்கள் அங்கே உண்டு. உலக இசை, உலக சினிமா என்று அங்கே நான் கொண்ட அனுபவம்தான் என்னை ஒரு மாறுபட்ட எழுத்தாளனாக உருவாக்கியது. காவிரி மண்ணை விட என்னை உருவாக்கிய இடம் தில்லி என்று சொல்லலாம்.

ஆனால் நான் பார்த்த எண்பதுகளின் தில்லி இன்று இல்லை.

நான் இருந்த தில்லி பல கிராமங்கள் சேர்ந்த ஒரு பெரிய ஊர். சந்தடி மிகுந்த கனாட் பிளேஸில் சாவகாசமாக ஒரு மாடு நடந்து போய்க்கொண்டிருக்கும். பெரும் பணக்காரர்கள் வசிக்கும் பகுதியை அடுத்து ஒரு சின்ன கிராமம் இருக்கும். அங்கே மனிதர்களை விட பசுக்களும் எருமைகளும் அதிகமாகத் தென்படும். காலையிலும் மாலையிலும் கண்முன்னே கறந்த பால் கிடைக்கும். கனாட் பிளேஸில் ஒரு மரத்தடியில் ஒரு மர நாற்காலியைப் போட்டு ஒருவர் முடிவெட்டிக்கொண்டிருப்பார். பக்கத்திலேயே ஒருவர் இன்னொருவருக்கு காது குடைந்து கொண்டிருப்பார். அவர்களெல்லாம் இப்போது காணாமல் போய் விட்டார்கள். ஐந்தாறு நூற்றாண்டுகளாக ஒரே மாதிரி இருந்த தில்லி ஒரு பெண் சடாரென்று பருவமடைவது போல மெட்ரோ வந்த பிறகு மாநகரமாகி விட்டது. எண்பதுகளின் தில்லியை என்னுடைய எக்ஸைல் நாவலில் நூறு பக்கங்கள் விவரித்திருக்கிறேன்.

ஆனாலும் ஒரு கட்டத்தில் குடும்பச் சூழ்நிலையின் காரணமாக சென்னைக்கு வர நேர்ந்தது. தபால் துறை ஒரு நரகம். அந்த நரகத்தைப் பற்றித்தான் ராஸ லீலா என்று ஒரு நாவலாகவே எழுதினேன்.

சென்னையில் என்னை எதுவுமே கவரவில்லை. நான் பார்த்ததிலேயே ஆக மோசமான நகரம் சென்னைதான். ஆனாலும் என் மனைவி அவந்திகாவின் காரணமாக மட்டுமே இந்த ஊரில் வாழ்ந்துகொண்டிருக்கிறேன்.

சுருக்கமாகச் சொன்னால், எந்த ஒரு நிலப்பரப்புக்குமே நான் சொந்தக்காரனாகத் தெரியவில்லை. சீலேவுக்குப் போனால் அது என் ஊர் என்று தோன்றுகிறது. ஃப்ரான்ஸுக்குப் போனால் அதுதான் என் தாய் வீடு என்று தோன்றுகிறது. சமீபத்தில் போகன் சங்கர் கூட “சாரு தமிழில் எழுதும் ஒரு ஃப்ரெஞ்ச் எழுத்தாளர்” என்று எழுதியிருந்தார் அல்லவா? அதே உணர்வுதான் எனக்கும்.

என் தாய் வழித் தாத்தா ராமசாமி இரண்டாம் உலக யுத்தத்தின் போது பர்மாவை விட்டுவிட்டுக் கால்நடையாக வங்காளம்

வழியாக நாகூர் வந்து விட்டார். புதுக்கோட்டையிலிருந்து பெட்டியடியாக அவருடைய தாத்தா பர்மா போனவர். நாட்டுக்கோட்டை செட்டியார்கள்.

சிங்கப்பூரைச் சேர்ந்த என் நண்பர் ஒருவருக்குக் கருவாடு என்றால் உயிர். சிங்கப்பூரிலேயே பிறந்து வளர்ந்த தமிழர். கிழக்காசிய உணவுகளில் கருவாடு இன்றியமையாத இடத்தைப் பிடித்திருக்கிறது. அந்த நண்பர் சென்னைக்குக் குடிபெயர்ந்தார். சென்னையிலேயே பிறந்த அவரது புதல்வனும் கருவாடு கேட்டு நச்சரிப்பதாகச் சொன்னார். கிழக்காசிய நாடுகளுக்கு நான் சென்ற போது அங்கே கிடைக்கும் உணவுதான் எனக்கான உணவு என்று தோன்றியது. உணவின் தீவிர ரசிகனான நான் கிழக்காசிய உணவுகளுக்கு அடிமையாகி விட்டேன். ஆனால் சீலேயில் நான் பதினைந்து நாட்கள் பட்டினி கிடக்க நேர்ந்துவிட்டது. அவர்கள் மூன்றுவேளையும் மாட்டுக் கறியை அவித்துத் தின்கிறார்கள். ஸ்டேக் என்று சொல்லப்படும் அந்த உணவை என்னால் சகிக்க முடியவில்லை.

உணவைப் பொருத்தவரை மெக்ஸிகோ முன்னணியில் நிற்கிறது. பெருவிலும் நல்ல ருசியான உணவு கிடைக்கிறது.

காற்றில் மிதக்கும் சிறகைப் போலவே நான் என்னுடைய எழுபது வயது வரை எங்கும் நிலைக்காமல் அலைந்து கொண்டிருக்கிறேன். இப்போது சென்னைக்கு வந்து முப்பத்து இரண்டு ஆண்டுகள் ஆகிவிட்டபோதும் சென்னைக்கும் எனக்கும் எந்தத் தொடர்புமே இல்லாததுபோல் இருக்கிறது. சென்னையில் கடற்கரையைத் தவிர வேறு எந்த இடமும் பார்த்ததில்லை. என் நூலக அறைதான் என் உலகம். இருபது ஆண்டுகளாக இந்த அறையும் அவ்வப்போது நான் சென்று வரும் மதுபான நடன விடுதிகளும்தான் (பப்) என் இடங்கள். பல எழுத்தாளர்கள் நாடோடியின் மனநிலையில் வாழ்வதாகச் சொல்வார்கள். ஆனால் கடுமையான ஊர்ப்பாசம் கொண்டவர்களாக இருப்பார்கள். நான் உண்மையிலேயே அலைந்து திரிபவனின் மனோபாவத்திலேயே வாழ்கிறேன். அதனால்தான் என்னால் எந்த ஊரையும் என் ஊர் என்று சொல்ல முடியவில்லை.

எந்த இடத்தில் இருந்தாலும் அங்கே நான் அந்நியனாகவே உணர்கிறேன். மூன்றே மூன்று இடங்களைத் தவிர. என் நூலக அறை, மதுபான நடன விடுதி, பயணம் இவற்றில் மட்டுமே நான் இயல்பானவனாக உணர்கிறேன்.

நாகூரை விமர்சன பார்வையில் குறை சொல்லச் சொன்னால் என்னவெல்லாம் சொல்வீர்கள்?

நாகூர் பற்றி என்னென்ன குறைகளைச் சொல்வேனோ அது எல்லாமே இங்கே சென்னையிலும் இருக்கிறது.

மற்றபடி நாகூருக்கென்று சில தனிப்பட்ட தன்மைகள் உண்டு. ரே ப்ராட்பரியின் த பெடஸ்ட்ரியன் என்ற கதையில் வருவதைப் போல நாகூரின் எந்தத் தெருவிலும் மனிதர்களையே பார்க்க முடியாது. தர்ஹா பகுதி மட்டுமே விதிவிலக்கு. நாகூரில் ஒரு ஐம்பது தெருக்கள் இருக்கலாம். அதில் ஒவ்வொரு தெருவிலும் மூன்று அல்லது நான்கு வீடுகள் ஐம்பது ஆண்டுகளுக்கும் மேலாக மனிதர்களே வசிக்காமல் பாழடைந்து கிடக்கும். சொக்கலிங்கம் கம்பவுண்டர் என்று ஒருவர் இருந்தார். என் நண்பன் பேபியின் தந்தை. இந்த பேபிக்கு முப்பது ஆண்டுகளுக்கு முன்னால் பைத்தியம் பிடித்துவிட்டது. அப்படி ஊரார் சொல்கிறார்கள். ஆனால் அவனோ தனக்குப் பைத்தியம் இல்லை என்றும் ஒரு ஆன்மீகப் பரவசத்தில் மூழ்கிக் கிடப்பதாகவும் சொல்கிறான். முப்பது ஆண்டுகளாக ஒரே இடத்தில்தான் இருக்கிறான். வீட்டுத் திண்ணை. தெருவிலேயே இறங்கியது இல்லை.

அவன் தந்தை மருத்துவம் பார்த்த வீடு கொத்தாச்சாவடியில் இருக்கிறது. சொக்கலிங்கம் கம்பவுண்டர் காலத்துக்குப் பிறகு அவர் மருத்துவம் செய்துவந்த வீடு கடந்த முப்பது ஆண்டுகளாக ஊரின் பாழடைந்த வீடுகளில் ஒன்றாகி விட்டது. இன்னும் நூறு இருநூறு ஆண்டுகளுக்கு அப்படியே பாழடைந்த வீடாகவே இருக்கும். இப்படி நாகூரில் தெருவுக்கு நான்கு வீடுகள் நூறு ஆண்டுகளுக்கும் மேலாக பாழடைந்த நிலையிலேயே கிடக்கின்றன.

எக்ஸிஸ்டென்ஷியலிஸமும் ஃபேன்ஸி பனியனும் நாவலில் வரும் செட்டியார் வீடு கடந்த நூறு ஆண்டுகளுக்கும் மேலாக பாழடைந்தே கிடக்கிறது. பீ சந்தில் இருக்கிறது அந்த வீடு. இப்போதும் அப்படியேதான் இருக்கிறது.

புயல் நாட்கள் ஏதேனும் நினைவில் உள்ளதா?

என்னை வாட்டும் ஒரு கனவு என்ன தெரியுமா? மெரீனா பீச்சை காலை நேரத்தில் பார்த்திருக்கிறீர்களா? ஒரு ஐநூறு பேர் மலம் கழித்த நரகல் கூட்டத்தை அங்கே பார்க்கலாம். அதற்கு நீங்கள் அலைகளின் பக்கம் போகவேண்டும். அதே போன்ற ஒரு நரகல் குவியலில் மாட்டிக்கொண்டு அலறுவேன். வாரம் இரண்டு முறையாவது அந்தக் கனவு வந்து அலற வைக்கும். சில சமயங்களில் வாந்தியெல்லாம் எடுத்திருக்கிறேன். காரணம், இருபது வயது வரை நான் வசித்த பகுதி. அந்தப் பகுதி சேரியை விட மோசமாக இருந்தது. தொம்பர் இனத்தைச் சேர்ந்தவர்கள் வசித்த பகுதி. யார் வீட்டிலும் கழிப்பறை கிடையாது. பொது இடம்தான்.

அதேபோன்ற இன்னொரு பயங்கரம் புயல். நாங்கள் புயல் இல்லாத மழையையே பார்த்ததில்லை. கோடை முழுவதுமே வரப் போகும் மழைக்காலத்தில் எப்படி உயிர் வாழ்வது என்பதற்கான ஆயத்தமாகத்தான் இருக்கும். கருவேல மரங்களை வெட்டிக் கொண்டு வந்து காய வைத்துக்கொள்வதிலிருந்து ஆட்டை வெட்டி உப்புக்கண்டம் போடுவது வரை பல வேலைகள். மழைக் காலத்தில் வீடு பூராவுமே ஒழுகும். வீட்டில் இருக்கும் எல்லா அலுமினியப் பாத்திரங்களும் மேலேயிருந்து விழும் தண்ணீரைப் பிடிக்கப் பயன்படும். ஓட்டு வீடு. ஆனால் எனக்குத் தெரிந்து அந்த ஓடுகளை மாற்றியதே இல்லை. வீட்டைச் சுற்றிலும் பத்துப் பதினைந்து குளங்கள் உண்டு. மழையில் எல்லா குளமும் ஒன்றாகி விடும்.

எங்கள் ஊரில் நதி கூட நதியாக இல்லை. கடலில் கலப்பதால் உப்பாக இருக்கும். காவிரியின் கிளை நதியான வெட்டாறு நாகூரில்தான் கடலில் கலக்கிறது. எங்கள் வீட்டுக்குப் பின்னால் இருக்கும் சுடுகாட்டை ஒட்டி ஓடும் வெட்டாறில் ஒரு நாளைக்கு

ஒரு முறை 'கால்' நனைப்பேன். சுடுகாட்டில் போய் ரெண்டுக்கு இருந்துவிட்டு வெட்டாறில் சுத்தப்படுத்திக்கொள்வது. அதுவும் உயிருக்குப் பயந்து கொண்டுதான். வெட்டாறில் இருக்கும் வாளக்கடியான் பாம்பு கடித்து அவ்வப்போது மனிதர்கள் சாவது வழக்கம். இந்தப் பின்னணியின் காரணமாகவே எனக்கு மழை என்றால் பிடிக்காது. மழை என்பது எனக்கு ஒரு கொடுங்கனாவாகவே இருந்தது, இருந்து வருகிறது.

தஞ்சாவூருக்கு, பெரிய கோயிலுக்கு முதல் முறை சென்ற அனுபவம் எப்படி இருந்தது?

தஞ்சாவூர் பெரிய கோவில் நான் வளர்ந்த இடம். தஞ்சாவூரில் இருந்த மூன்று ஆண்டுகளில் பெரும்பாலும் பெரிய கோவிலில்தான் அமர்ந்து படித்துக்கொண்டிருப்பேன். படிப்பதற்கான அமைதி அங்கேதான் கிடைத்தது. கோவிலின் பிரம்மாண்டம் என்னைக் கவர்ந்தது என்றாலும், மேலவீதியில் உள்ள பங்காரு காமாட்சி அம்மன்தான் என் தாயாக இருந்தாள். சமீபத்தில் கூட அங்கே போய் அவளை வணங்கிவிட்டு வந்தேன். காஞ்சீபுரத்திலிருந்து சில பிராமணர்கள் அந்த சொர்ண காமாட்சியை ஒரு பிரேதம்போல் தஞ்சாவூருக்கு எடுத்துச் சென்றார்கள். அப்படி இல்லையென்றால், காமாட்சி குடி கொண்டிருக்கும் அந்தத் தங்கம் உருக்கப்பட்டு மொகலாய மன்னனின் வைப்பாட்டிகளின் உடம்பில் ஆபரணமாக ஏறியிருக்கும்.

சரி, பொதுவில் நிறுவப்பட்டிருக்கும் காவிரிப் படுகையின் சேர்க்கை உணர்வானது தலைமடையில் இருப்பவர்களுக்கு இருப்பதைப் போலத்தான் கடைமடையில் இருப்பவர்களுக்கும் இருக்கிறதா? காவிரிப் பண்பாடு என்று பேசப்பட்டும், எழுதப்பட்டும் வந்த விஷயங்கள் மீது உங்கள் பார்வை என்னவாக இருந்தது? முக்கியமாக, நாகூரை, முஸ்லிம்களை அது உள்ளடக்கி இருப்பதாக நீங்கள் உணர்ந்தீர்களா? ஏன் இதைக் கேட்கிறேன் என்றால், நீங்கள் காவிரி பிராந்தியத்திலிருந்து வருகிறீர்கள். ஆனால், அதன் சுவட்டைக்கூட உங்களிடம் கண்டது இல்லை?

என் இலக்கிய வாழ்வில் நான் சந்தித்த மிக முக்கியமான கேள்வி இது. காவிரிக்கரையிலேயே இருபத்தைந்து ஆண்டுகள் வாழ்ந்த நான் தஞ்சாவூரில் மூன்று ஆண்டுகள் இருந்த நான் - திருவையாற்றைக் கூட பார்த்தது இல்லை. இருபத்தைந்து ஆண்டுகளில் நான் காவிரி என்ற வார்த்தையையே ஒருமுறை கூடப் பிரயோகித்தது இல்லை. கேள்விப்பட்டதும் இல்லை. ஏனென்றால், தஞ்சாவூர் மண்ணில் நாகூர் ஒரு தனித் தீவு. நாகூருக்கென்று ஒரு உணவு, பேச்சு மொழி, கலாச்சாரம் எல்லாம் இருந்தது. அதற்கும் காவிரிக்கும் எந்தத் தொடர்பும் இல்லை. ஆனால் அந்த நாகூரிலும் நான் ஒரு அந்நியனாகவே இருந்தேன். ஏனென்றால், நான் மதத்தால் வேறுபட்டிருந்தேன்.

பக்கத்தில் இருந்த கும்பகோணத்தில்தான் தி. ஜானகிராமன், தி.ஜ.ரங்கநாதன், ந. பிச்சமூர்த்தி, கு.ப. ராஜகோபாலன், எம். வி. வெங்கட்ராம், கரிச்சான் குஞ்சு, சிதம்பரத்தில் மௌனி என்று பெரும் கூட்டமே வசித்தது. நான் கும்பகோணம் பக்கமே போனதில்லை. காவிரி கலாச்சாரம் முஸ்லிம்களை உள்ளடக்கவில்லை.

நான் முஸ்லிம் இல்லை என்றாலும் நானுமே காவிரி கலாச்சாரத்தைச் சேராதவனாக இருந்தேன். இதற்கு ஒரு முன்னோடி இருக்கிறார். தஞ்சை ப்ரகாஷ். அவர் ஒரு கிறிஸ்தவர். கிழக்கு வாசல் முஸ்லிம்கள் பற்றி விரிவாக எழுதியிருக்கிறார். அவருடைய கதைகள் மட்டுமே தஞ்சை முஸ்லிம்கள் பற்றி எழுதப்பட்டவை. வேறு யாருமே எழுதவில்லை என்று நினைக்கிறேன். தஞ்சை ப்ரகாஷின் பொறா ஷோக்கு என்ற கதையை வேற்று மாவட்டத்துக்காரர்களால் வாசிக்கவே முடியாது. வட்டார மொழி அல்ல; அது சொல்லும் கலாச்சாரம் அவர்களை ஜன்னி கொள்ள வைத்துவிடும்.

எம்.வி. வெங்கட்ராம், கரிச்சான் குஞ்சு, கு.ப.ராஜகோபாலன் தவிர காவிரி கலாச்சாரத்திலிருந்து வந்தவர்கள் என்று அறியப்பட்ட பெரும்பாலானவரை நான் அக்காலத்தில் நிராகரித்தே வளர்ந்திருக்கிறேன் எனவும், ஐம்பது வயதில்தான் நான் அவர்களிடமும் காவிரியிடமும் சென்றேன் எனவும் இப்போது நான் என்னைப் பற்றி அவதானிக்கிறேன்.

குடும்பத்தில் அல்லது தெருவில் கதைசொல்லிகள் என்று யாரெல்லாம் இருந்தார்கள்?

ஏற்கனவே சொன்னதுபோல் எங்கள் தெரு விளிம்பு நிலை மனிதர்கள் வசிக்கும் தெரு. அவர்களிடம் கதைகள் இருந்ததா இல்லையா என்று எனக்குத் தெரியாது. காரணம், எனக்குப் பத்து வயதிலேயே நாம் வித்தியாசமான பையன் என்று தெரிந்துவிட்டது. நண்பர்களே கிடையாது. எப்போதும் புத்தகமும் கையுமாகவே இருப்பேன். மிகச் சிறிய வயதிலிருந்தே புத்தகங்கள்தான் என்னுடைய உலகமாக இருந்தது. மற்றும் பெண்கள். உறவுக்கார பெண்கள், அண்டை வீட்டுப் பெண்கள். அப்போதெல்லாம் பெண்களுக்கு அடிக்கடி சுளுக்கிக்கொள்ளும். அவர்கள் என்னிடம்தான் சுளுக்கு வழித்துக்கொள்ள வருவார்கள். அது ஒரு மஸாஜ் மாதிரி. விளக்கெண்ணெய் தேய்த்து வழித்துவிடுவேன். கட்டை விரலால் நன்கு அழுத்தித் தேய்த்துவிட்டால் மூன்று தினங்களில் பூரணமாக குணமாகி விடும். அவர்களோடும் அதிகம் பேச்சு இருக்காது. முன்னிரவில் தாயம் ஆடுவதோடு சரி.

இப்போது யோசித்துப் பார்க்கும் போது என் அம்மாவும் அம்மாச்சியும்தான் எனக்குக் கதை சொன்னவர்கள் என்பது ஞாபகம் வருகிறது. அம்மாவுக்குக் கற்பனை வளம் ஜாஸ்தி. நாம் என்ன ஜாதிம்மா என்று கேட்டால்கூட ஒவ்வொரு முறையும் ஒவ்வொரு ஜாதியைச் சொல்வார்கள். அம்மாச்சியும் கதை சொல்வதில் கெட்டி. கதை சொல்லும் பழக்கம் எனக்கு அம்மாவிடமிருந்துதான் வந்திருக்க வேண்டும்.

பாலியல் எழுத்துக்குப் பாலியல் கதை கேட்டல் வரலாறு இருக்கிறதா, பாக்யராஜ் போல? எங்கெல்லாம் எப்போதெல்லாம் நடந்தது?

நான் 1978இலிருந்து 1990 வரை தில்லியில் இருந்ததால் எனக்கு பாக்யராஜ் பற்றி அதிகம் தெரியாது. ஆனால் பாலியல் எழுத்துக்கு என் வாழ்வில் ஆதாரம் உண்டு. அது என் அத்தைதான். அத்தை ஒரு பேரழகி. அத்தைதான் என் முதல் கதையான முள்ளின் நாயகி. என் நைனாவின் கடைசித் தங்கை.

டேய் ரவி, நீ என்னைக் கல்யாணம் பண்ணிக்கப்போறேன்னு சொன்னியே, எப்போ பண்ணிக்குவே?

(அது என்ன கதை என்றால், நான் ஐந்து வயது வரை பேசவே இல்லையாம். என் அம்மாச்சி கலியபெருமாள் கோவிலுக்கு வேண்டிக் கொண்டவுடன் பேசினேனாம். முதல் பேச்சு அத்தையைப் பார்த்து. "அத்தை, நான் பெரியவனாப் போனதும் உங்களைக் கல்யாணம் பண்ணிக்கிறேன். ஆனா அப்போ உங்க தோல் இப்போ இருக்கிறாப்ல இருக்கணும். அவ்வா தோல் மாதிரி ஆகிடக் கூடாது...)

உங்களுக்குத்தான் ஏற்கனவே கல்யாணம் ஆய்டுச்சே?

ஆனா என்னா, ஒன்னையும் பண்ணிக்கிட்டா போச்சு. நீ என்னடா சொல்றே? நான் கிழவியாயிட்டேன்னு பாக்குறியா?

(ஒரு இருபத்தைந்து வயதுப் பெண்மணி பதினேழு வயதுப் பையனிடம் இப்படிச் சொன்னால் என்ன பதில் சொல்வது?)

ஆ, அத்தை. நீங்கள் ஒரு பேரழகி அல்லவா? உங்கள் அழகுக்கு ஈடு இணை உண்டா? கொஞ்சம் பொறுங்கள். வேலைக்குப் போனதும் முதல் வேலையாக உங்களைக் கல்யாணம் பண்ணிக்கிறேன்...

அத்தை என்னை மேலும் கீழும் ஆழமாகப் பார்த்துவிட்டு ஒரு புன்முறுவலோடு போய்விடுவார்கள். அல்லது, சில சமயங்களில் "நீ வேலைக்குப் போறதுக்குள்ள வேற எவளாவது சின்ன வயசு செருக்கி வந்து உன்னை வளைச்சுப் போட்டுட்டான்னா நான் என்ன பண்ணுவேன்?" என்பார்கள்.

எனக்குத் தெலுங்கு ஒரு வார்த்தை தெரியாது. ஆனால் நைனா அவர்களின் உறவுக்காரர்களுடன் தெலுங்கில்தான் பேசுவார்கள். கடிதம்கூட தெலுங்கில்தான்.

எனக்குத் தெலுங்கு தெரியாது என்பதால் அத்தை ஏதாவது ஏடாகூடமாக என்னிடம் தெலுங்கில் சொல்ல, அதை மனதில் குறித்து வைத்துக்கொள்ளும் நான் பிறகு நைனாவிடம் அர்த்தம் கேட்பேன். அடப்போடா, உன் அத்தைக்கு வேற வேலை

இல்லை. வேற யார்ட்டயும் இதைக் கேட்டு வச்சுராதே, ஏய் கழுதை (அத்தையைப் பார்த்து) ஆம்பளப் பசங்ககிட்ட என்ன பேசுறது என்ன பேசக்கூடாதுன்னு ஒரு வரைமுறை இல்லியா என்பது போல் தெலுங்கில் கடிந்துகொள்வார்கள். ஆனாலும் நைனாவின் முகத்தில் புன்சிரிப்பு மாறாது. பிறகு சேரிக்குள் புகுந்து அர்த்தம் கேட்டுக்கொள்வேன். சேரி முழுக்கவும் தெலுங்குதான். (ஆண்கள் துப்புரவுத் தொழிலாளர்கள். பெண்கள் வீடுவீடாகப் போய் மலம் அள்ளுவார்கள். விரிவாக என் நாவல்களில் எழுதியிருக்கிறேன்.) அர்த்தம் சொல்லிவிட்டு யார் சொன்னது என்று கேட்பார்கள். பதில் சொல்ல மாட்டேன்.

அத்தை தெலுங்கில் என்னைக் கலாய்த்த வாக்கியங்களில் ஒன்று: "நீ வேலைக்குப் போகும் வரைக்கும் உன் டிங் டாங் பெல்லுக்கு வேலை கொடுக்க மாட்டாயா?"

ஒருநாள் அத்தையும் அம்மாவும் வீட்டுத் திண்ணையில் அமர்ந்து கதை பேசிக்கொண்டிருந்தார்கள். சுற்றி வர நாலைந்து தெருப் பெண்கள்.

அம்மா என்னிடம் சொன்னார்கள், எலுத்தியாரங் குளத்துக்கு ஏன் குளிக்கப் போறே? எவ்ளோ தூரம் இருக்கு அந்தக் கொளம்?

எனக்கு தூரம் பத்திக் கவல இல்லம்மா.

உடனே அத்தை. "ஆஹா, நம்ம ரவிக்கு தூரத்தைப் பத்திக் கவலை இல்லையாம். டேய் ரவி, அப்படிலாம் பண்ணக் கூடாதுடா. ஒடம்புக்கு ஆகாது."

திண்ணையில் அமர்ந்திருந்த நாலைந்து பெண்களும் ஒரே சிரிப்பு. எனக்கு ஒன்றுமே புரியவில்லை. மறுநாள்தான் அம்மா தனியாக இருக்கும்போது கேட்டு அர்த்தம் தெரிந்து கொண்டேன். என் நைனா வழியில் உள்ள அத்தனை பேருமே அப்படித்தான் பேசுவார்கள். குறிப்பாக பெண்கள். எல்லாமே இரட்டை அர்த்தம்தான்.

அது தவிர, ஏற்கனவே சொன்னபடி தஞ்சாவூர் மண்.

எப்போது உங்களை முதன்முதலில் எழுத்தாளர் என்று அடையாளம் கண்டுகொண்டீர்கள்?

பதின்மூன்று பதினான்கு வயதிலேயே நான் எழுத்தாளன் என்று கண்டுகொண்டுவிட்டேன். அப்போதே நாஞ்சில் பி.டி. சாமி போல் கதைகள் எழுதுவேன். பிறகு பதின்பருவத்தில் என் நண்பன் யோகநாதனோடு சேர்ந்து ஒரு கையெழுத்துப் பத்திரிகை ஆரம்பித்தேன். அதில் நான் எழுதிய அரசியல் கட்டுரைக்காக ஊரில் ஒரு சிலர் என்னை அடிப்பதற்குத் தேடியபோது நான் திருச்சிக்கு ஓடிவிட்டேன். அப்போது பதினெட்டு வயது. ஒரு வருடம் ஊரை விட்டு வெளியே இருந்தேன். இப்படி பல சம்பவங்கள் உண்டு.

கலை ஒரு தப்பிக்கும் வழியும்கூட, இல்லையா?

தப்பிக்கும் வழி என்பதைவிட விடுதலைக்கான வழி என்று நினைக்கிறேன். என்னுடைய இருபத்து மூன்று வயது வரை நாகூரில் நான் வாழ்ந்த கொசத்தெரு, கொசமேட்டுத் தெரு, தொம்பத் தெரு ஆகிய மூன்றும் சேர்ந்த ஊர்க்கோடி பகுதியில் மனிதர்களைவிட கருப்புப் பன்றிகள்தான் அதிகமாயிருந்தன. அந்த மொத்தப் பகுதியிலுமே எந்த வீட்டிலும் எந்தக் குடிசையிலும் கழிப்பறை கிடையாது. அப்படியெல்லாம் வீட்டிலேயே கழிப்பறை இருக்கும் என்ற விஷயம்கூட எனக்கும் அங்கே இருந்தவர்களுக்கும் தெரிந்திருக்கவில்லை. எல்லோரும் குளத்தாங்கரையில் உள்ள கருவேல மரங்களின் அடியில்தான் மலம் கழிப்பது வழக்கம். மலம் கழிப்பதே அப்போதெல்லாம் ஒரு பெரிய சாகசமாக இருந்தது. மனித நரகலையே உணவாகக் கொண்ட அந்தக் கருப்புப் பன்றிகளும் பெரும் பசியுடனேயே திரிந்துகொண்டிருந்தன என்பதால் பிருஷ்டங்களில் பன்றிக்கடி படாத மனிதர்களையே அந்தப் பகுதியில் காண்பது கடினம். நானும் அப்படிப் பன்றிக்கடி பட்டிருக்கிறேன். இத்தனை வயதிலும் எனக்கு அந்த அனுபவம் கொடும்கனவுகளாக துரத்திக்கொண்டே இருக்கிறது.

திரும்பின இடமெல்லாம் குளங்கள் உண்டு என்பதால் 'கால்' கழுவிக்கொள்வதில் பிரச்சினை இல்லை. நான் கொஞ்சம்

அதீதமான கூச்ச சுபாவம் உள்ளவன் என்பதால், வீட்டுக்குப் பின்னால் கொஞ்ச தூரத்தில் இருந்த சுடுகாட்டு பக்கம் போய்விடுவேன். அங்கே பன்றிகள் இல்லை என்றாலும், உயிருக்கு உத்தரவாதம் இல்லை என்னும் நிலை. ஒன்று, பேய் பயம். நானோ தலைச்சன் பிள்ளை. இரண்டு, பூச்சிப்பொட்டு மற்றும் வெட்டாற்றில் வசிக்கும் வாளக்கடியான்.

அங்கே உள்ள தொம்பர் இன மக்களின் பிழைப்பு என்னவென்றால், ஆண்களில் ஒருசிலர் துப்புரவுத் தொழிலாளர்கள். மற்றவர்கள் பன்றிப் பீயை சேகரித்து உரமாக்கி விற்பார்கள். பெண்கள் எடுப்பு கக்கூஸ் அள்ளுவார்கள். கூலியெல்லாம் கிடையாது. ஒவ்வொரு வீடாகப் போய் வெளியே நின்று ‘யமோவ்’ என்று குரல் கொடுத்து அவர்கள் போடுவதை வாங்கிச் சாப்பிட வேண்டும். ஆனால், அதைப் பிச்சை என்று யாரும் கருத மாட்டார்கள். பெண்கள் என்றாலே, எனக்கு நினைவுக்கு வரும் பிம்பம், அவர்கள் இடுப்பில் உள்ள பிரப்பங்கூடையும் கையில் உள்ள கட்டை விளக்குமாறும்தான். கட்டை விளக்குமாறு என்றால் இரண்டு சாண் நீளம் இருக்கும். அதுதான் எடுப்பு கக்கூஸ்களில் மனித நரகலை எடுக்க வசதியாக இருக்கும். தொம்பர் இன மக்கள் தெலுங்கு பேசுபவர்கள். காட்டுநாய்க்கன் என்ற தெலுங்கர் இனமும் அங்கே உண்டு. காடுகளில் வேட்டையாடி வாழ்ந்த அவர்கள் நகரத்துக்கு வந்ததும் துப்புரவுத் தொழிலாளர்களாகவும் பிச்சைக்காரர்களாகவும் மாறினார்கள். என் நைனாவின் குடும்பமும் அவர்களைப் போலவே ஆந்திரத்திலிருந்து வந்திருந்தாலும், அவர்கள் சற்று படித்திருந்ததால் ஓரளவு பிழைத்துக்கொண்டார்கள். ஆனால், இவ்வளவுக்கும் நடுவில்தான் எங்கள் வாழ்க்கையும் இருந்தது. இப்படிப்பட்ட வாழ்க்கையை யார் தக்க வைத்துக்கொள்ள விரும்புவார்கள்?

சுமார் ஏழெட்டு வயதிலேயே நான் வித்தியாசமானவன் என்றும், படிப்புதான் (பள்ளிப் படிப்பும் அதற்கு அப்பாற்பட்டும்) என்னுடைய விடுதலை என்றும் தோன்ற ஆரம்பித்துவிட்டது. தஞ்சாவூரில் என் பெரியம்மா வீட்டில் தங்கிப் படித்தேன். (காசிக்கடைத் தெருவுக்கு எதிரே நாலுகால் மண்டபம் அருகில்

உள்ள வெங்கடேச பெருமாள் கோவில் சந்து). வீட்டில் ஏழ்மை தாண்டவம் ஆடியது.

என் நைனா ஒண்ணாங்கிளாஸ் ஆசிரியர். வீட்டில் ஆறு குழந்தைகள். சமாளிக்க முடியவில்லை. நாங்கள் வளர்ந்த பிறகு அடிக்கடி பட்டினியும் கிடக்க நேரிட்டிருக்கிறது. அம்மா இட்லி சுட்டு விற்றார்கள். ராட்டி (வறட்டி) தட்டி விற்றார்கள். அதையெல்லாம் என்னுடைய 'அவ்வா' என்ற கதையில் எழுதியிருக்கிறேன்.

இப்படிப்பட்ட ஒரு கொடூரமான சூழலில் என்னால் நாகூரிலோ தஞ்சாவூரிலோ நிலைகொள்ள முடியவில்லை. ஒரு குரூரமான உதாரணம் சொல்கிறேன். ஒரு பாலியல் தொழிலாளியின் வீடு. ஒரு சின்ன அறைதான் வீடு. அன்னையைத் தேடி வரும் வாடிக்கையாளரும் அந்த அறையில்தான் படுக்க வேண்டும். பதின்பருவத்து மகளும் அங்கேதான் படுக்க வேண்டும். மகள் இன்னும் வயதுக்கு வராததால் அவள் அப்போதைக்குத் தப்பினாள். தஞ்சாவூரில் அந்தப் பதின்மூன்று வயது சிறுமி தன் கதையைச் சொல்ல நான் கேட்டபோது என் வயது பதினாறு. அந்தச் சிறுமி போன்ற நிலைமை இல்லாவிட்டாலும் இருபத்து இரண்டு வயது வரை என்னால் மூச்சுவிடவே முடியாத சூழலில்தான் இருந்தேன். அந்தச் சிறையை உடைத்துக்கொண்டு வெளியே போக வேண்டும் என்பதைத் தவிர அப்போது வேறு சிந்தனையே இல்லை. ஒவ்வொருவரும் ஏதேதோ வழிகளை நம்பினார்கள். எனக்குக் கலை.

நாகூர் தனித்த பண்பாட்டைக் கொண்டிருந்தாலும், காவிரிப் படுகையின் முக்கியமான பண்பாட்டுக் கண்ணிகளில் ஒன்றும் அது. பல வீடுகளில் ஹிந்துக்களின் சாமி அலமாரியில் வேளாங்கண்ணி மாதா சிலையும், நாகூர் தர்கா படமும் இருப்பது இயல்பு என்பதோடு, குடும்பத்தோடு இந்த இரு ஊர்களுக்கும் ஒன்றுசேரப் போய்வரும் வழக்கமும் இருக்கும். வேளாங்கண்ணி கடற்கரைக்குக் கூடுதலாக பொழுதுபோக்கு அம்சமும் உண்டு. நாகூரில் இருந்த உங்களுக்கு வேளாங்கண்ணி என்னவாக இருந்தது?

நாகூருக்கும் நாகப்பட்டினத்துக்கும், நாகூருக்கும் வேளாங் கண்ணிக்கும் எந்தத் தொடர்பும் இல்லை. நாகப்பட்டினத்துக்கே நாங்கள் சினிமா பார்ப்பதற்காக மட்டுமே செல்வோம். நாகூரில் அப்போது சினிமா தியேட்டர் இல்லை. நாகூரிலிருந்து நடந்து போய் வெளிப்பாளையத்தில் உள்ள ஸ்டார் தியேட்டரில் படம் பார்ப்போம். பாண்டியன் தியேட்டர் நாகப்பட்டினம் டவுனில் இருந்தது. மற்றபடி நாகப்பட்டினத்துடனேயே எனக்கு எந்தச் சம்பந்தமும் இருந்ததில்லை. அப்படி இருக்க நாகப்பட்டினத்தைத் தாண்டிப் போக வேண்டிய வேளாங்கண்ணியைப்பற்றி என்ன பேசுவது? நாங்கள் வாழ்ந்த வாழ்க்கைக்கு வேளாங்கண்ணி என்பதெல்லாம் பெரிய லக்ஷுரி என்றே சொல்வேன். வேளாங்கண்ணியை எல்லாம் கேள்விப்பட்டதோடு சரி. என்னுடைய ஐம்பதாவது வயதில்தான் ஒரு சுற்றுலாப் பயணியாக வேளாங்கண்ணி போய் வந்தேன்.

நான் எதையும் கூடுதலாகச் சொல்லவில்லை. நான் வசித்த பகுதியை நீங்கள் பார்த்தால், அதோடு ஒப்பிட்டால் மும்பை தாராவியையே சென்னையின் போட் கிளப் என்று சொல்லிவிடுவீர்கள். எனக்கு தாராவியைப் பார்க்கும் போதெல்லாம் எங்கள் பகுதியின் கீழ்மை ஞாபகத்துக்கு வரும். நாகூரில் உள்ள அந்தப் பகுதிக்கு இணையான சேரிகளை பெருவிலும் ஆஃப்ரிக்காவிலும்கூட பார்க்க முடியுமா என்று தெரியவில்லை. ஒரே விஷயம், எங்கள் பகுதி சேரி என்ற வார்த்தையால் அழைக்கப்பட்டதில்லை.

ஏழ்மை, வறுமை, ஒதுக்குதல் இதையெல்லாம் தனிப்பட்ட கஷ்டங்களாக அல்லது வீட்டுக் கஷ்டங்களாகப் பார்ப்பதைத் தாண்டி எங்கோ சமூகரீதியான நிராகரிப்பையோ, அழுத்தத்தையோ எதிர்கொள்வோம் இல்லையா, அப்படியான தருணம் ஏதும் நினைவில் உள்ளதா?

நாகூருக்கு ஒருமுறை வந்த சங்கராச்சாரியார் எங்கள் தெருவுக்கு வரவில்லை. அது எனக்கு மிக ஆழமாக ஞாபகத்தில் இருக்கிறது. அது அந்த வயதில் என்னை மிகவும் பாதித்த சம்பவமாகவும் அமைந்தது.

2

தஞ்சை சரபோஜி கல்லூரியில் நீங்கள் படித்தபோது உங்களுக்கு ஆசிரியராக இருந்தவர் அ.மார்க்ஸ். அந்த உறவு உங்களுக்குள் எந்த விதமான மாற்றத்தை, தாக்கத்தை ஏற்படுத்தியது?

நாகூர் தேசிய உயர்நிலைப் பள்ளியில் எஸ்.எஸ்.எல்.சி. (பதினோராம் வகுப்பு) முடித்தேன். பள்ளியில் நன்றாகப் படிக்கும் மாணவனாக இருந்தேன். ஆனால் காரைக்காலில் உள்ள அறிஞர் அண்ணா அரசினர் கலைக்கல்லூரியில் பி.யூ. சி. சேர்ந்த போது கடைசி பெஞ்ச் மாணவனாகி விட்டேன். இங்லிஷ் மீடியம். ஆசிரியர் நடத்துவது ஒரு வார்த்தைகூடப் புரியவில்லை. நான் நன்றாகப் படிக்கும் மாணவன் என்பதால் என்னை எம்.பி.சி. என்ற முதல் க்ரூப்பில் சேர்த்திருந்தார்கள். மேத்ஸ், ஃபிஸிக்ஸ், கெமிஸ்ட்ரி. அப்போதைய (1970) பாடத் திட்டத்தின்படி பார்த்தால் மூன்று பாடங்களுமே கண்ணைக் கட்டி காட்டில் விட்டதுபோல் இருந்தன. பள்ளியில் முதல் மாணாக்கனாகத் தேறிக் கொண்டிருந்த நான் பி.யூ.சி.யில் எல்லா பாடங்களிலும் தோல்வி. எதுவுமே புரியவில்லை என்பதால் தமிழையும் படிக்கவில்லை. மட்டுமல்லாமல் தமிழ்ப் பாடம் மிக மோசமாக, மொக்கையாகத் திட்டமிடப்பட்டிருந்தது. மு.

வரதராசனார் போன்றவர்களின் கட்டுரைகளைப் படித்து என்னவென்று தேர்வு எழுதுவது? அப்புறம் இரண்டு ஆண்டுகள் திணறித் திணறி ஒவ்வொரு சப்ஜெக்டாகத் தேர்வு பெற்று திருச்சியில் இருந்த பெரியார் ஈ.வே.ரா. கல்லூரியில் ஆங்கில இலக்கியம் சேர்ந்தேன். அதற்குள் நான் ஆங்கிலம் கற்றுக் கொண்டிருந்தேன். ஷேக்ஸ்பியரையும் கூட *Charles Lamb, Mary Lamb* துணை கொண்டு படித்து பின்னர் அவரை முழுமையாகக் கற்றுக் கொண்டேன். ஆனால் அதற்குள் குடும்பத்தின் ஆசானாக விளங்கிய ஒரு படித்தவரின் அறிவுரையால் ஆறு மாத ஆங்கில இலக்கியப் படிப்பை பி.எஸ்ஸி. ஃபிஸிக்ஸாக மாற்றிக் கொண்டு தஞ்சாவூர் சர்ஃபோஜி கல்லூரிக்கு வந்தேன். மீண்டும் ஃபிஸிக்ஸ், கெமிஸ்ட்ரி, மேத்ஸ் என்ற புதைகுழி. இப்போது ஃபிஸிக்ஸ் மேஜர். என்னென்னவோ குறியீடுகளும் கோடுகளுமாக ஒரு எழவும் புரியவில்லை. ஆங்கில இலக்கியத்திலேயே தொடர்ந்து படித்திருந்தால் பேராசிரியராகியிருப்பேன். அதுவும் நடக்கவில்லை. அந்த இரண்டரை ஆண்டுகளும் ஒருநாள்கூட நான் வகுப்புக்குச் செல்லவில்லை.

இப்படியெல்லாம் ஆறு மாதத்துக்குப் பிறகு பி.ஏ.விலிருந்து பி.எஸ்ஸி.க்கு மாறுவது சாத்தியமே இல்லை. ஆனால் என் சின்ன நைனாவினால் அது முடிந்தது. பொன்மலையில் என் சின்ன நைனாவின் வீட்டில்தான் தங்கிப் படித்துக்கொண்டிருந்தேன். பெயர் ராகவன். அன்பில் தர்மலிங்கத்தின் வலது கரம். அதனால் அன்பில் சென்னைப் பல்கலைக்கழகத் துணைவேந்தரிடம் சொல்லி என் சப்ஜெக்டையும் கல்லூரியையும் மாற்றிக் கொடுத்தார். மன்னை நாராயணசாமியையும் அப்போது நான் தனிப்பட்ட முறையில் அறிந்திருந்தேன். ஆனால் அவர்களுடைய உலகத்திலிருந்து நான் விலகி விடவே விரும்பினேன். காரணம், ஜெயகாந்தன். எனக்கு அப்போது சம்ஸ்கிருதமும் சாஸ்த்ரீய சங்கீதமும்தான் திராவிட அரசியலை விடப் பெரிதாகத் தெரிந்தன.

நான் திருச்சியிலிருந்து தஞ்சாவூருக்குப் போனதற்கு இன்னொரு காரணமும் இருந்தது. பொன்மலையில் எனக்கு ஏற்பட்ட

ஒரு பெண் சகவாசம் ஊர் முழுதும் தெரிந்து அந்தப் பெண் திருமணமானவர் என்பதால் பெரிய பிரச்சினை ஆகி விட்டது. அதனால் அந்த ஊரை விட்டு ஓடியாக வேண்டிய கட்டாயத்தில் இருந்தேன்.

பி.எஸ்ஸி. ஃபிஸிக்ஸ் இரண்டரை ஆண்டுகள். ஒருநாள் கூட வகுப்புக்குப் போனதில்லை. வகுப்புக்குச் சென்றிருந்தால்தானே பேராசிரியர்களைப் பார்த்திருக்க முடியும்? அது 1972-74 ஆக இருக்கலாம். அப்போதுதான் அ.மார்க்ஸ் அங்கே இயற்பியல் பேராசிரியராக இருந்தார் என்பதை இருபது ஆண்டுகளுக்குப் பிறகு தெரிந்துகொண்டேன். அந்தக் காலகட்டத்தில் நான் பெரும்பாலும் சரஸ்வதி மஹால் நூலகத்திலும் தஞ்சாவூர் அரசு நூலகத்திலும்தான் இருந்தேன். அரசு நூலகத்தில் நூல்கள் கடன் கொடுப்பார்கள். எடுத்துக் கொண்டு நூலகத்தின் எதிரிலேயே இருக்கும் பெரிய கோவிலுக்கு வந்துவிடுவேன். காலையில் வந்தால் மாலை வரை கோவில்தான். கோடையில் கூட குளுமையாக இருக்கும். அப்போதெல்லாம் சுற்றுலாப் பயணிகள் கூட்டம் இப்போதுபோல் இருந்ததில்லை.

ஆனால் நிறப்பிரிகை காலகட்டத்தில் அ. மார்க்ஸுடன் எனக்கு நெருக்கமான பழக்கம் இருந்தது. ஆனால் அப்போது கூட மார்க்ஸ் என்னைப் படித்ததாகவோ என்னைப் பாராட்டியதாகவோ எனக்கு ஞாபகம் இல்லை. இயல்பிலேயே அ.மார்க்ஸ் மிக இனிமையாகவும் நட்பு உணர்வோடும் பழகுபவர் என்பதால் என் மீது அன்பு கொண்டிருந்தாரே தவிர என் எழுத்து பற்றி அவர் என்ன நினைத்தார் என்று எனக்குத் தெரியாது. அநேகமாக அவர் என் எழுத்து எதையும் படித்திருக்க மாட்டார் என்றே நினைக்கிறேன். ஒருவேளை எனக்கும் ஹிந்துத்துவா முத்திரை குத்தப்பட்டிருந்தால் படித்திருந்திருப்பார், விமர்சிப்பதற்காக.

அதே சமயம், எம்.வி. வெங்கட்ராமின் காதுகள் என்ற ஒரே ஒரு நாவலின் மூலம் நான் கற்றது அதிகம். லா.ச.ரா.வின் பாற்கடல், ஜனனி போன்ற சிறுகதைகளிலிருந்துதான் நான் உருவாகியிருக்கிறேன். எனவே தமிழவன், நாகார்ச்சுனன்,

ஞானி போன்ற எந்த புத்திஜீவிகளும் என் உருவாக்கத்தில் எந்தப் பங்கையும் நிகழ்த்தவில்லை. எஸ்.என். நாகராசன் பற்றி நீங்களும் மற்ற பத்திரிகையாளர்களும் எழுதிய மேன்மையான வார்த்தைகளை நான் படித்திருக்கிறேன். ஆனால் ஒரு நிறப்பிரிகை கலந்துரையாடலில் என்னைவிட இருபத்தாறு வயது மூத்தவரான எஸ்.என். நாகராசனை ஒரு விவாதத்தில் அவர் என் மனைவியைத் திட்டிவிட்டதால் அவரை அடிக்கப் போய்விட்டேன். பெண் விடுதலை பற்றிய விவாதம் அது. நாகராசன் ஆரம்பத்திலிருந்தே ஏதோ ஒரு மடாதிபதிபோல் பேசிக் கொண்டிருந்தார். முழுக்க முழுக்க பிராமண பாஷை. அப்போது நான் பெரியாரின் தாக்கத்தில் இருந்தேன். "முதலில் பெண் விடுதலையை உன் (ஒருமையில்தான் பேசினார்) வீட்டிலிருந்து ஆரம்பி" என்றார். "ஏன் உன் மனைவியை இங்கே அழைத்து வரவில்லை?" என்று அதிகார தோரணையில் கேட்டார்.

என் மனைவியை எப்படி நான் செல்லும் இடங்களுக்கெல்லாம் வரும்படி வற்புறுத்த முடியும்? அவள் என்ன என் அடிமையா? நான் நாத்திகனாக இருந்தால் என் மனைவியும் நாத்திகராக இருக்க வேண்டுமா? நான் மார்க்சீயவாதியாக இருந்தால் அவளும் மார்க்சீயவாதியாக இருக்க வேண்டுமா? அப்படி அடிமைப்படுத்துவதுதான் ஆணாதிக்கம் என்றேன் நான்.

வீட்டைத் திருத்தாத நீயா நாட்டைத் திருத்த வந்து விட்டாய் என்றும் இன்னும் தகாத முறையிலும் பிராமணக் கொச்சையில் என்னைத் திட்டினார் நாகராசன். நான் சென்னை பாஷையில் திட்டியபடி அவரை அடிக்கப் பாய்ந்தேன்.

இன்னொருவர் தமிழ்நாட்டின் ஆகச் சிறந்த புத்திஜீவியாகக் கருதப்படுபவர் என்னை தில்லியில் என்ன பாடுபடுத்தினார் என்பதை எக்ஸிஸ்டென்ஷியலிஸமும் ஃபேன்ஸி பனியனும் நாவலில் எழுதியிருக்கிறேன். அந்த நாவலில் அவர் பெயர் பாலா. ஏதோ மனித உரிமை மாநாட்டுக்காகத் தமிழ்நாட்டிலிருந்து தில்லி வந்த அவர், என்னை அங்கே ஒரு கொத்தடிமை போல் நடத்தினார். அப்போதுதான் தெரிந்து கொண்டேன்,

மார்க்சீயம் எப்படிப்பட்ட நவீன குருமார்களை உருவாக்குகிறது என்று. பெயரைக் குறிப்பிட்டால் என் மீது அவர் வழக்குத் தொடுப்பார் என்பதாலும், நான் இப்போது இரண்டு மூன்று நாவல்களை எழுத வேண்டிய நிலையில் இருப்பதால் வெகு தொலைவில் அவர் வசிக்கும் ஊரிலுள்ள நீதிமன்றத்துக்கு அலைய நேரமில்லாததாலும் அவர் பெயரைக் குறிப்பிடுவதைத் தவிர்க்கிறேன்.

தமிழகத்தில் புத்திஜீவிகள் என்று அறியப்படுபவர்களிடமிருந்து ஏன் என்னால் எதையும் கற்றுக் கொள்ள முடியவில்லை என்றால், அவர்கள் எந்த நூலைத் தழுவி தமிழில் எழுதுகிறார்களோ அதை நான் ஏற்கனவே ஆங்கிலத்தில் படித்திருந்தேன். உதாரணமாக, அந்த புத்திஜீவிகள் அனைவரும் உருவுவது *Leszek Kołakowski* எழுதிய *Main Currents in Marxism* என்ற புத்தகத்திலிருந்துதான். ஆனால், அந்த மூன்று தொகுதிகளையும் நான் ஏற்கனவே படித்திருந்ததால் இந்தக் கமிஸார்கள் தமிழில் உருட்டுவது எனக்குப் பயன்படாமல் போயிற்று. அதேபோல் *István Mészáros* எழுதிய *Marx's Theory of Alienation* என்ற புத்தகமும் எனக்கு மனப்பாடம். ஆனால் அதைத்தான் இங்கே இருந்த ஃபுத்திஜீவிகள் தாங்களே கண்டுபிடித்ததுபோல் அந்நியமாதல் என்று உருட்டிக்கொண்டிருந்தார்கள். மேலும், எண்பதுகளில் *New Left Books (Verso)* என்ற பதிப்பகத்தின் புத்தகங்கள் உலகப் புகழ் பெற்றிருந்தன. அவற்றையும் தவறாமல் வாங்கிப் படித்துக் கொண்டிருந்தேன்.

இப்படியான சூழலில், அரைவேக்காட்டுத் தமிழ் புத்திஜீவிக் கும்பலிலிருந்து நான் தப்பியது என்னுடைய நல்லூழ் என்றே கருதுகிறேன்.

ஆனால் இவர்களிடமிருந்து அ. மார்க்ஸ் வேறுபட்டிருந்தார். தான் நம்பும் கொள்கைகளுக்கு மார்க்ஸ் நேர்மையாக இருந்தார். ஆனால் அவர் என் எழுத்தைப் படித்தாரா என்று நான் இந்த நாற்பது ஆண்டுகளில் கேட்டதில்லை.

எக்ஸிஸ்டென்ஷியலிஸமும் ஃபேன்ஸி பனியனும், ஸீரோ டிகிரி, தேகம், ராஸ லீலா, காமரூப கதைகள், எக்ஸைல், ஔரங்ஸேப்

ஆகிய நாவல்களில் ஒன்றையாவது அவர் படித்திருக்கிறாரா என்று எனக்குத் தெரியாது. சுஜாதாகூட என் நாவலை 'கங்கையில் மிதக்கும் மஞ்சள் நிறத் திடப்பொருள்' என்று திட்டியிருக்கும்போது அ. மார்க்ஸ் என் எழுத்து பற்றி என்ன கருதுகிறார் என்று எனக்கு உண்மையிலேயே தெரியவில்லை.

இங்கே இன்னொரு விஷயத்தையும் தெளிவுபடுத்த விரும்புகிறேன். "தமிழ்ப் படைப்பாளிகளிடமிருந்து உருவானேன்; தமிழ் புத்திஜீவிகளிடமிருந்து எதையும் கற்கவில்லை" என்று நான் சொல்வதால் ஒரு எழுத்தாளனுக்கு இருந்தே ஆக வேண்டிய தத்துவப் பின்புலத்தை மறுப்பதாக எடுத்துக் கொள்ளக் கூடாது. ஏனென்றால், லா.ச.ரா.வும் நகுலனும் என் உருவாக்கத்திற்கு எத்தனை முக்கியமானவர்களோ அதே அளவுக்கு முக்கியமானவர்கள்தான் மிஷல் ஃபூக்கோ, ரொலாந் பார்த் போன்ற ஃப்ரெஞ்ச் தத்துவவாதிகளும்.

அறிவழகனான நீங்கள் சாரு மஜூம்தார் – அன்னை நிவேதிதா ஆகிய இருவர்மீது கொண்ட பற்றினால் சாரு நிவேதிதா என்ற பெயரை வைத்துக்கொண்டீர்கள். இன்று இவர்கள் இருவர் மீதுமான உங்கள் மதிப்பீடு என்ன?

எந்த வகையில் இந்த இரு பெயர்களையும் இணைக்க முடிவெடுத்தீர்கள்?

நான் ஆரம்பத்தில் ஆன்மீகத்தில் தீவிர ஈடுபாடு கொண்டவனாக இருந்தேன். விவேகானந்தரின் ஞான தீபம் தொகுதிகள் பன்னிரண்டையும் படித்திருந்தேன். ஒரு குருவிடமிருந்து பதஞ்சலியின் யோக சூத்ராவை கருத்தளவில் கற்றிருந்தேன். அதை நான் செயல்முறையாகக் கற்கவில்லை. கற்றிருந்தால் துறவியாகியிருப்பேன். அப்போது நிறைய ஆன்மீகப் பத்திரிகைகளிலும் எழுதிக்கொண்டிருந்தேன். நிவேதிதா என்பது அப்போதைய என் புனைப்பெயர்.

பிறகு தஞ்சாவூரில் வெங்கட்ராமன் என்ற ஒரு மார்க்ஸீயத் தோழரை சந்தித்தேன். எம்.எல். இயக்கங்களோடு தொடர்புடையவர். அவசரநிலை காலகட்டம். எம்.என். ராய், கோலகோவ்ஸ்கி போன்றவர்களைப் படித்து மார்க்சீயத்தின் மீது

ஏற்பட்ட ஆர்வத்தினால் சாரு மஜூம்தாரின் முதல் பாதியை ஏற்கனவே இருந்த என் புனைப்பெயரோடு இணைத்துக் கொண்டேன்.

அறிவழகன் என்ற பெயரை நான் எப்போதுமே வெறுத்து வந்திருக்கிறேன். வீட்டில் என் பெயர் ரவி. ஆறு வயதில் பள்ளியில் சேர்க்கும்போதுதான் என் நைனாவின் திமுக சார்பினால் அறிவழகன் என்ற பெயர் எனக்கு சூட்டப்பட்டது. யாராவது பள்ளி நண்பர்கள் என் வீட்டுக்கு வந்து அறிவழகன் இருக்கிறானா என்று கேட்டால் அம்மா இல்லை என்றே சொல்வது வழக்கம். அவர்களுக்கு எனக்கு அப்படி ஒரு பெயர் இருப்பதே தெரியாது. நான் சொல்லும்போதும் அம்மா அதைக் காதில் வாங்கிக்கொள்வதில்லை.

அந்தப் பெயரின் காரணமாக நான் பள்ளியிலும் மற்ற பொது இடங்களிலும் பெரிதும் அவமானம் அடைந்திருக்கிறேன். சாரு நிவேதிதா என்ற பெயர் இப்போது எனக்கு எந்த உணர்வையும் தருவதில்லை. அது ஒரு அடையாளச்சின்னம் மாதிரி. ஒரு எல்லைக் கல் மாதிரி. இப்போது எனக்கு ஒரு புனைப்பெயர் சூட்டிக் கொள்ளும் வாய்ப்பு கிடைத்தால் போகராஜன் என்றுதான் வைத்துக் கொள்வேன்.

கல்லூரி முடிக்கும்போது பணி சார்ந்து என்னென்ன கனவுகள் இருந்தன? அரசு வேலைக்குச் சென்றதற்கு நிர்ப்பந்தம் மட்டுமே காரணமா அல்லது எழுத்து – பிழைப்பு இரண்டையும் பிரச்சினையின்றி அமைத்துக்கொள்வதற்கு இதுவும் ஒரு திட்டமா?

தஞ்சாவூரில் கல்லூரியில் படிப்பதாக பாவனைதான் செய்து கொண்டிருந்தேன். நானே என் முயற்சியில் சேர்ந்திருந்த ஆங்கில இலக்கியத்திலேயே இருந்து படித்திருந்தால் எனக்குக் கனவுகள் இருந்திருக்கும். பேராசிரியராகி இருப்பேன். ஆனால் பி.எஸ்ஸி. இயற்பியலுக்கு வந்தவுடனேயே கல்லூரிப் படிப்பு எனக்கு இல்லை என்று தெரிந்துவிட்டது. ஆக, ஒரே வழி போட்டித் தேர்வுகள்தான். தமிழ்நாடு சர்விஸ் கமிஷன் தேர்வில் தேர்வு பெற்று சிறைத்துறைக் கண்காணிப்பாளர்

அலுவலகத்துக்கு வந்து விட்டேன். 10, *Ormes Road*, கீழ்ப்பாக்கம். அந்த சாலை முடிந்து இடதுபுறம் புரசைவாக்கம் திரும்பும் வீதியின் வலப்பக்கத்தில் சாந்தி மேன்ஷன் என்ற தங்கும் விடுதி இருந்தது. அதே தெருவின் இன்னொரு முனையில் சட்டக்கல்லூரி மாணவர் விடுதி இருந்தது.

ஒரு ஆண்டு சிறைத்துறைக் கண்காணிப்பாளர் அலுவலகத்தில் வேலை பார்த்தேன். ஆறு நாள் வேலை. என் சூப்பரிண்டெண்டண்ட் அண்ணாசாமி என்னிடம் பண்ணையார் மாதிரி நடந்து கொள்வார். சிறைச்சாலைகளில் வாங்கக் கூடிய பீடி மற்றும் மளிகைச் சாமான்களுக்கு சிறைக் கண்காணிப்பாளர் சென்னை தலைமையலுவலகத்துக்கு எழுதி அனுமதி கேட்பார். வாங்கியவற்றின் பட்டியல் அனுப்புவார். அதற்கெல்லாம் அனுமதி தரும் கடிதங்களைக் கையால் எழுதும் குமாஸ்தா வேலை என்னுடையது. மகளிர் சிறைச்சாலை என்றால் சானிட்டரி நாப்கின்களும் பட்டியலில் சேரும்.

மகளிர் சிறைக் கண்காணிப்பாளர் அவர்களுக்கு,

- ஒன்பதாவது நினைவூட்டுக் கடிதம்.

(ஒன்பதாவது நினைவூட்டுக் கடிதத்துக்கு முன்பாக எந்தெந்தத் தேதிகளில் நினைவூட்டுக் கடிதங்கள் அனுப்பப்பட்டுள்ளன என்ற தேதி விவரம் வரிசைக்கிரமமாக எழுத வேண்டும்.)

தாங்கள் இன்ன தேதியில் தங்களின் சிறைவாசிகளுக்குத் தேவையான சானிட்டரி நாப்கின்கள் 569 வாங்கியதற்கான ரசீது வகையறாக்களை இன்னும் அனுப்பித்தரவில்லை. விரைவில் அனுப்பித் தரும்படி கேட்டுக் கொள்ளப்படுகிறீர்கள்.

கையொப்பம்

சிறைத்துறைக் கண்காணிப்பாளருக்காக

சி. அண்ணாசாமி

இப்படியான கடிதங்களை காலை பத்து மணியிலிருந்து மாலை ஐந்து மணி வரை எழுதிக்கொண்டே இருப்பதுதான் வேலை. இடையில் பதினோரு மணிக்குக் காஃபி வரும். பத்து நிமிடம்

இடைவேளை. வெளியே போக முடியாது. உள்ளேயேதான். அதற்காக இருக்கையிலிருந்தே குடிக்க வேண்டியது இல்லை. அதற்கென்று ஒரு சிறிய தனி அறை இருக்கும். அங்கே போய் அரட்டை அடித்தபடி குடிக்கலாம். ஆனால் கிசுகிசுவென்றுதான் அரட்டை அடிக்க முடியும். ஐ.ஜி. அவருடைய சேம்பரில் இருந்தால் முழு அலுவலகத்திலும் செருப்பு சப்தம்கூட கேட்காதபடிதான் நடக்க வேண்டும். மகாராஜாக்களின் தர்பார் மாதிரியேதான்.

மதியம் ஒரு மணியிலிருந்து இரண்டு வரை உணவு இடைவேளை. நான் கொஞ்சம் நடந்து வந்து சாந்தி மேன்ஷனுக்குப் பக்கத்திலிருந்த ஒரு மெஸ்ஸில் சாப்பிட்டுவிட்டுப் போவேன். அலுவலகத்தில் எனக்கு ஒரு நண்பரும் இல்லை. சக ஊழியர்களைப் பார்த்தால் எனக்கு மனநோயாளிகளைப் போல் தோன்றும். அண்ணாசாமி ஒரு சைக்கோபோல் நடந்து கொள்வார். ஆனால் ஐ.ஜி.யிடம் பம்முவார். ஒவ்வொரு நிமிடமும் அவரை எனக்கு அடிக்க வேண்டும்போல் தோன்றும்.

இத்தனை ஆண்டுகள் ஆகியும் நான் என்னுடைய சிறைத்துறை அனுபவங்களை எழுதவில்லை. அப்போது நான் அச்சு அசலாக ஜெயகாந்தனைப் போலவே தலைமுடி வைத்திருந்தேன். ஒருநாள் என்னை அலுவலக மாடியில் பார்த்து விட்ட ஐ.ஜி. (பொன். பரமகுரு) "இது கல்லூரி அல்ல; உடனடியாக முடியை வெட்டிக்கொள்ள வேண்டும்" என்று ஆங்கிலத்தில் சொன்னார். ஆனாலும் நான் வெட்டவில்லை. அவரும் நான் வெட்டினேனா என்று பார்க்கவில்லை.

ஒரு ஆண்டு ஆனதும் என்னை பயிற்சிக்காக மதுரை போகச் சொன்னார்கள். பதினைந்து நாளோ ஒரு மாதமோ, ஞாபகம் இல்லை. அந்தப் பயிற்சிக்குப் போனால் நான் வேலையை ராஜினாமா செய்ய முடியாது. ராஜினாமா கேட்டால் தராமல், ஏன் ராஜினாமா செய்கிறாய் என்று காரணம் கேட்டு அலைக்கழித்து, நாம் எதன் பொருட்டு ராஜினாமா கேட்கிறோமோ அந்தக் காரியமே நடக்கவிடாமல் செய்து, நம் வாழ்வையே சிதைத்துவிடுவார்கள். சிறைத்துறை

அலுவலகத்தில் என்னுடைய ஒரு சான்றிதழைக்கூட அப்போது நான் கொடுத்திருக்கவில்லை. பயிற்சியின்போதுதான் கொடுக்க வேண்டும். கொடுத்துவிட்டால் வாழ்க்கை காலி. ஆயுள் முழுவதும் சிறைத்துறையிலேயே சானிட்டரி நாப்கின் மற்றும் பீடி கணக்கு எழுத வேண்டும்.

அரசுப் பணிக்கு ஏன் வந்தேன் என்ற கேள்விக்கே அப்போது இடம் இருக்கவில்லை. ஏனென்றால், எனக்கும் என் தம்பி தங்கைக்கும் வேறு வாய்ப்பே இல்லை. அரசுப் பணி ஒன்றுதான் வீட்டில் உள்ளவர்களின் பட்டினியைப் போக்குவதற்குக் கிடைத்த ஒரே வழியாக இருந்தது.

யோசித்தேன். ஜான் ஜெனே மாதிரி ஆக நினைத்து இப்படி காஃப்காவின் கரப்பான் பூச்சியாக மாறிவிட்டேனே என்று வருந்தினேன். ஆனால் ஒருபோதும் தோல்வியை ஏற்றுக்கொண்டு அடிபணியும் மனநிலை உள்ளவன் அல்ல நான். ஏற்கனவே தில்லி நிர்வாகத்தில் வேலையில் சேர்வதற்காக ஸ்டாஃப் செலக்‌ஷன் கமிஷனின் ஸ்டெனோ தேர்வு எழுதியிருந்தேன். அதில் தேர்வாகி வேலைக்கான நியமன உத்தரவும் வந்து விட்டதால் சிறைத்துறையில் சொல்லிக்கொள்ளாமலேயே தில்லிக்குப் போய்விட்டேன். சொல்லியிருந்தால் விட்டிருக்க மாட்டார்கள்.

சான்றிதழ்கள் அனைத்தும் என்னிடமே இருந்ததால் நான் தில்லிக்கு ஓடுவது எளிதாக இருந்தது. சான்றிதழ்கள் சிறைத்துறையில் இருந்திருந்தால் அண்ணாசாமி என் வாழ்க்கையைச் சிதைத்திருப்பார். என் வீட்டுக்கு எத்தனையோ மிரட்டல் தந்திகள் போயிருக்கின்றன. எதற்கும் கவலைப்படாதீர்கள் என்று சொல்லிவிட்டேன்.

தில்லிக்குச் செல்ல வேண்டும் என்றே ஸ்டாஃப் செலக்‌ஷன் கமிஷன் தேர்வை எழுதினேன். யூனியன் பப்ளிக் சர்விஸ் கமிஷன் தேர்வுதான் பொதுவாக எல்லா தென்னிந்தியர்களும் எழுதுவது. எனக்கு மட்டுமே தில்லிக்குச் செல்வது அப்போதைய கனவாக இருந்தது. காரணம், தில்லியில்தான் க.நா. சுப்ரமணியம், இந்திரா பார்த்தசாரதி, கி. கஸ்தூரி ரங்கன்

(கணையாழி ஆசிரியர்), தி. ஜானகிராமன், ஆதவன், வெங்கட் சாமிநாதன் போன்ற பலரும் இருந்தார்கள். ஆனால் இந்த எழுத்தாளர்களையெல்லாம் சந்திப்பதற்குப் பதிலாக அங்கே எனக்கு வெங்கட் சாமிநாதனின் அறிமுகத்தில் மண்டி ஹவுஸில் உலக சினிமா, உலக இசை, நாடகம், நாட்டியம், ஓவியம் என்று ஒட்டு மொத்த கலாச்சார இயக்கமும் பரிச்சயம் ஆயிற்று. அதுதான் என் இலக்கிய வாழ்வின் திருப்பு முனை.

நான் விரும்பிக் கேட்டதே தில்லி நிர்வாகம்தான் என்பதால் என்னைப் படு லோக்கலான சிவில் சப்ளைஸ் துறையில் ஸ்டெனோவாக நியமித்தார்கள்.

தில்லி போனது பெரிய கதை. தஞ்சாவூரில் வெங்கடேச பெருமாள் கோவில் தெருவில் பெரியம்மா வீட்டில் இருந்து (நூலகங்களில்) படித்துக் கொண்டிருந்தபோது எனக்கு அன்னபூரணி, பாகீரதி என்ற இரண்டு பெண்களின் நட்பு கிட்டியது. அதை என் பாக்கியம் என்றே சொல்ல வேண்டும். அந்தப் பிராந்தியத்தின் கனவுக்கன்னியாகத் திகழ்ந்தாள் அன்னபூரணி. தஞ்சாவூரில் பிரபலமான ஒரு பள்ளியின் தலைமை ஆசிரியரின் பெண். நானும் நண்பர்களும் தெருவோரத்தில் நின்றபடி அவளைப் பார்த்துக் கொண்டிருப்போம். அவளோ எங்கள் பக்கமே திரும்ப மாட்டாள்.

தஞ்சாவூர் பெண்கள் கல்லூரியில் ஜியாலஜி படித்தாள். ஒருநாள் மாவட்ட அளவிலான ஆங்கிலப் பேச்சுப் போட்டியில் அவளும் நானும் சந்திக்க நேர்ந்தது. அவள் முதல் பரிசு. நான் இரண்டாம் பரிசு. பேசியதை வைத்துப்பார்த்தால் எனக்குத்தான் முதல் பரிசு கிடைத்திருக்க வேண்டும். ஆனால் ஜனநாயகத்துக்கு எதிராகப் பேசியதால் (அப்போது நான் ஆயுதப் புரட்சியின் ஆதரவாளன்!) இரண்டாவதாகப் போய் விட்டேன். அன்று இரவே அன்னபூர்ணி வீட்டில் எனக்கு விருந்து. விருந்து முடிந்ததுமே என் காதலைத் தெரிவித்தேன். தாமதமாக வந்து விட்டாய் ரவி (அறிவழகன் என்ற பெயரை நான் பயன்படுத்துவதில்லை), நான் என் மாமன் மகனைக் காதலிக்கிறேன் என்றாள். கூடவே, என் தங்கையைக் கேட்டுப்

பார் என்று யோசனையும் சொன்னாள். மறுநாளே தங்கை பாகீரதியிடம் என் காதலைத் தெரிவித்தேன். அவளும் மறுத்து விட்டாள். ஆனால் ஒன்று சொன்னாள், நீ ரொம்ப நல்ல பையனாக இருக்கிறாய், எங்கள் இருவருக்கும் நீ நண்பனாக இரு.

இப்போதுதானே மனுஷ்ய புத்திரன் பாய் பெஸ்டி கவிதை எழுதுகிறார். நான் 1974இலேயே இரண்டு பெண்களுக்கு பாய் பெஸ்டியாக இருந்திருக்கிறேன். அதன் பிறகு இருவரும் என் குடும்ப நண்பர்களாக ஆகிவிட்டார்கள். என் தங்கைக்கு சென்னையில் அரசுப் பணிக்கான உத்தரவு வந்ததும், சென்னையில் தங்குவதற்கு அவர்கள் இருவரும்தான் உதவினார்கள். அவர்கள் வீட்டில்தான் தங்கி என் தங்கை வேலைக்குப் போனது.

அது மட்டும் அல்ல; ஸ்டாஃப் செலக்ஷன் கமிஷனின் ஸ்டெனோ தேர்வுக்கு நாமேதான் டைப்ரைட்டரும் எடுத்துப் போக வேண்டும். தஞ்சாவூரைத்தான் செண்டராகத் தேர்வு செய்திருந்தேன். அந்த டைப்ரைட்டரை ஒரு இன்ஸ்டிட்டியூட்டிலிருந்து எனக்காக வாங்கிக் கொடுத்தவர்கள் அனுவும் பூமாவும் (பாகீரதியின் செல்லப் பெயர் பூமா.) யார்தான் இப்படி இரண்டு பூலோக ரம்பைகள் வந்து டைப்ரைட்டர் கேட்டால் அதுவும் தஞ்சாவூரின் பிரபலமான பள்ளியின் தலைமை ஆசிரியரின் புத்திரிகள் கொடுக்க மறுப்பார்கள்?

முதல் முயற்சியிலேயே தேர்வாகி விட்டேன். (அப்போது எனக்கு எல்லா போட்டித் தேர்வுகளுமே தூசு மாதிரி இருந்தன! ஒருமுறை அனு சொன்னாள், நீங்கள் எழுதும் கடிதங்கள் புரியவே மாட்டேன் என்கிறது என்று!) அனு என்னை தில்லியில் உள்ள அவளுடைய இன்னொரு மாமா பையனோடு கோர்த்து விட்டாள். பட்டாபி ராமன். பட்டாபியே பஹாட்கஞ்ஜ் ரயில் நிலையம் வந்து என்னை சரோஜினி நகரில் உள்ள தன் வீட்டுக்கு அழைத்துப் போனார். முதல் நாள் பட்டாபி வீட்டில் சாப்பிடும்போது பட்டாபியின் தந்தை (அனுவின் அம்மாவின் தமையன்) “நீங்கள்ளாம் சாப்பிடுங்கோ, நான் ஷௌத்ராளோடு

சாப்பிட மாட்டேன், கடைசியா சாப்பிட்டுக்கிறேன்" என்று வெகு சகஜமாக சொன்னபோது நான் அடைந்த அதிர்ச்சியை எப்போதும் மறக்க மாட்டேன். அதுநாள் வரை சாதி ரீதியாக என்னை யாருமே பார்த்ததில்லை.

ஒரே மாதத்தில் பட்டாபி சரோஜினி நகரை அடுத்து இருந்த நேத்தாஜி நகரில் ஒரு கட்வாலி வீட்டில் எனக்கு ஒரு அறை பிடித்துக் கொடுத்தார்.

சிறைத்துறை என்ற கொடூரமான சித்ரவதைக் கூடத்திலிருந்து சொர்க்கத்தில் தூக்கிப்போட்டதுபோல் இருந்தது சிவில் சப்ளைஸ். தில்லியில் உள்ள பொதுமக்கள் அனைவருக்கும் ரேஷன் கார்டு வழங்கும் வேலை. ஸ்டெனோ என்பதால் என் அதிகாரி போகும் இடமெல்லாம் போக வேண்டும்.

தில்லியின் அலுவலகக் கலாச்சாரமே வேறு விதமாகவும் நம்ப முடியாததாகவும் இருந்தது. ஒரே ஒரு கடிதத்தை டிக்டேஷன் எடுத்து தட்டச்சு செய்து கொடுத்தால் வாவ், வாவ் என்று சொல்லியபடி அதிகாரி அன்றைய தினம் மாலை பியர் வாங்கித் தருவார். ரெண்டு கடிதம் அடித்துக் கொடுத்தால் வீட்டுக்கே அழைத்துப் போய் விஸ்கி கொடுத்து விருந்தும் கொடுப்பார். விஸ்கியை கிளாஸில் ஊற்றித் தருவது அவர் மனைவி! ஒரு முக்கியமான விஷயம். தில்லி நிர்வாகத்தில் அப்போது ஒரு தமிழர் கூடக் கிடையாது. நான் மட்டுமே. ஏனென்று முன்பே சொன்னேன். தமிழர்கள் யு.பி.எஸ்.ஸி.தான் எழுதுவார்கள். அதற்கு மத்திய அரசுப் பணிதான் கிடைக்கும். ஸௌத் ப்ளாக் என்பார்கள். அங்கேயெல்லாம் முழுக்க தமிழர்கள்தான்.

தமிழர்கள் என்றால் தமிழ் பிராமணர்கள். தமிழ்நாட்டிலிருந்து வரும் அத்தனை பேருமே பிராமணர் என்று நினைத்துக் கொண்டிருந்தார்கள் தில்லிக்காரர்கள். என்னிடம் ஒரு பஞ்சாபி கேட்டான், எப்படி வெறும் தயிர் சாதம் மட்டுமே சாப்பிடும் நீங்கள் குழந்தை பெற்றுக் கொள்கிறீர்கள் என்று. நான் பதிலுக்கு படு லோக்கல் ஹிந்தியில் "உன் தொப்பைக்குக் கீழே உன்னால் பார்க்க முடியாது. உன் தொப்பையின் முனையை உன் கையால் தொட முடியாது. அப்படிப்பட்ட

நீயே பெற்றுக்கொள்ளும்போது நாங்கள் பெற்றுக்கொள்ள முடியாதா, பெஹன் தி லண்ட்?" என்று கேட்டேன். என் பஞ்சாபி வசையைக்கேட்டு மிரண்டுபோன அவன் ஒருக்கணம் சுதாரித்துக் கொண்டு, நீ ஒரு வித்தியாசமான மதறாஸி என்றான். ஒருவனின் சகோதரியைக் குறிப்பிடும் அந்த வசையை அதுவும் பஞ்சாபியில் (பெஹன்சூத் என்றால் ஹிந்தி; பெஹன் தி லண்ட் என்றால் பஞ்சாபி) உபயோகப்படுத்திவிட்டால் நீங்கள் பக்கா தில்லிவாசி என்று பொருள். என் தில்லி வாழ்வில் ஒரு தமிழன் கூட அந்த வசையைப் பயன்படுத்தி நான் கேட்டதில்லை. அந்த வசை இல்லாவிட்டால் நீங்கள் பத்து ஆண்டுக் காலம் சிவில் சப்ளைஸில் குப்பை கொட்ட முடியாது.

எந்தத் துறை மாற்றமும் இல்லாமல் ஒரே அலுவலகத்தில் பத்தாண்டுக் காலம் இருந்தது நான் மட்டுமே. தாதா மாதிரி வாழ்ந்தேன். தில்லியில் என்னுடைய நண்பர்கள் அத்தனை பேருக்கும் ரேஷன் கார்டு வழங்கியிருக்கிறேன். சி.பி.ஐ.யில் வேலை பார்த்த வெங்கட் சாமிநாதனுக்கு உட்பட. உள்துறை அலுவலகத்தில் பாதுகாவலர்கள் எனக்கு சல்யூட் அடித்து உள்ளே விடுவார்கள். ஏனென்றால், கே. பெண்ணேஸ்வரனுக்கு உள்துறையில்தான் பணி. அவர் என் நெருக்கமான நண்பர். அவர் மூலமாக அங்கே உள்ள நண்பர்களுக்கெல்லாம் ரேஷன் கார்டு ஏற்பாடு செய்துகொடுத்திருக்கிறேன்.

ஏற்றுமதி இறக்குமதித் துறையிலிருந்து திடீரென்று கபூர் என்ற டெபுடி செக்ரடரி என்னை அழைப்பார். தொலைபேசியை எடுக்கும் பஞ்சாபிப் பெண் காமினி கண்கள் விரிய என்னிடம் கொடுப்பாள். நான் பேசி முடித்ததும் "டெபுடி செக்ரடரியையெல்லாம் உங்களுக்கு எப்படித் தெரியும் ரவிஜி?" என்று ஆச்சரியப்படுவாள். எல்லாம் ரேஷன் கார்டு செய்யும் மாயம் என்பேன். கபூரின் டிரைவருக்கோ, சமையல்காரருக்கோ, மனைவியின் உறவினர்களுக்கோ ரேஷன் கார்டு தேவைப்படும்.

"நான் உன்னிடமிருந்து உதவி பெற்றுக்கொண்டே இருக்கிறேன், நீ என்னிடமிருந்து எதுவுமே கேட்பதில்லை. நான் வேலை செய்யும் துறையின் முக்கியத்துவமாவது உனக்குத் தெரியுமா

ரவி?" என்று அடிக்கடி கேட்பார் கபூர். மாதம் ஒரு ரேஷன் கார்டாவது அவருக்கு செய்துகொடுப்பேன். பிரதிபலனாக என்ன கேட்பேன் தெரியுமா? எப்போதாவது சிரி ஃபோர்ட் ஆடிட்டோரியத்தில் நடக்கும் கலைவிழாக்களுக்கான அழைப்பிதழ்!

அதேபோல் இன்னொருத்தர் கல்வித் துறையின் ஜாயிண்ட் செக்ரட்டரி. அவரது வரவேற்பறையில் நாலைந்து தலைகள் தென்படும். அதெல்லாம் யார் தெரியுமா என்று கேட்பார். எல்லாம் பெரும் பெரும் மருத்துவக் கல்லூரிகளின் முதலாளிகள். அவரும் நானும் பிரகதி மைதானில் போய் சங்கீதக் கச்சேரி கேட்போம். இண்டியன் காஃபி ஹவுஸில் காஃபி குடிப்போம். அதோடு சரி. அவர் ஒரு காந்தியவாதி!

அப்போதெல்லாம் ரேஷன் கார்டு வாங்குவது ஒரு சி.பி.ஐ. அதிகாரிக்கே கடினமாக இருந்தது. கொடுக்காவிட்டால் ரெய்ட் வருவோம் என்று மிரட்டினால்கூட கொடுக்கமாட்டார்கள் என்று சொல்வார் சி.பி.ஐ.யில் டெபுடி செக்ரட்டரியாகப் பணி புரிந்த வெங்கட் சாமிநாதன். அதை வாங்குவதற்கு அத்தனை பிரச்சினைகள் இருந்தன. உதாரணமாக, நீங்கள் ஒரே இடத்தில் ஐந்து ஆண்டுகள் தங்கியிருக்க வேண்டும். அதற்கான ரசீது வேண்டும். உங்களை வாடகைக்கு அமர்த்தியிருக்கும் வீட்டுக்காரர் உங்களுக்கு எப்படி ரசீது கொடுப்பார்? அவர் குடி வைத்திருப்பதே சட்டத்தை மீறிய செயல் ஆயிற்றே? ஆக, அப்போதெல்லாம் ரேஷன் கார்டு என்பதே சாத்தியமில்லாத ஒன்றாக இருந்தது. அப்போது ஒருவரின் அடையாள அட்டையே பாஸ்போர்ட்டும் ரேஷன் கார்டும் மட்டும்தான். அதனால்தான் ரேஷன் கார்டுக்கு அப்போது அவ்வளவு முக்கியத்துவம்.

ஆனால் என் இன்ஸ்பெக்டர் வெறுமனே கையொப்பம் இட்டால் ரேஷன் கார்டு கிடைத்துவிடும். சென்னையில் உள்ள பல நண்பர்களுக்குக்கூட தில்லியிலிருந்து ரேஷன் கார்டு வாங்கிக்கொடுத்திருக்கிறேன்.

எப்படி?

இந்தியா முழுவதும் ஒரு சட்டம் உண்டு. உங்கள் ரேஷன் கார்டை உங்கள் பகுதியில் சமர்ப்பித்து விட்டால் சரண்டர் சர்ட்டிஃபிகேட் தருவார்கள். அதை நீங்கள் இந்தியாவில் எங்கே கொடுத்தாலும் உங்களுக்கான ரேஷன் கார்டு எந்தத் தடங்கலும் இல்லாமல் கிடைக்கும். உங்களுக்கு சென்னையில் ஒரு ரேஷன் கார்டு வேண்டும். இங்கே சென்னையில் ரேஷன் கார்டு வாங்குவது கஷ்டம். தில்லியில் என் இன்ஸ்பெக்டரிடமிருந்து ஒரு சரண்டர் சர்ட்டிஃபிகேட் வாங்கி உங்களுக்கு அனுப்புவேன். அதைக் காண்பித்தால் இங்கே தமிழ்நாட்டில் ரேஷன் கார்டு கொடுத்து விடுவார்கள். இப்போது எப்படி இருக்கிறது என்று எனக்குத் தெரியாது. நான் சிவில் சப்ளைஸில் 1978இலிருந்து 1988 வரை இருந்தேன். ராஜ வாழ்க்கை.

அலுவலகத்தில் புகை பிடிக்கும் பழக்கம் உள்ளவர்கள் தங்கள் இருக்கையிலேயே சாம்பல் கிண்ணத்தை வைத்திருப்பார்கள். அதிகாரி வந்து ஏதாவது அலுவல் ரீதியாகக் கேட்டால் சிகரெட்டை மரியாதையாக சாம்பல் கிண்ணத்தில் வைத்து விட்டு பதில் சொல்வார்கள். தமிழ்நாட்டில் இருப்பது போன்ற அடிமைத்தனம் அங்கே கிடையாது. ஆனால் தமிழ்நாட்டு அதிகாரிகள் அங்கே வந்தால் அந்த அடிமைத்தனத்தை எதிர்பார்ப்பார்கள்.

என்னுடைய தில்லி அலுவலக வாழ்க்கை பற்றி எக்ஸைல் என்ற நாவலில் நூறு பக்கங்கள் எழுதியிருக்கிறேன். ஆனால் அதில் கூட இப்போது எழுதியுள்ள விவரங்கள் இல்லை. இப்படி, சொல்வதற்கு ஏராளம் இருக்கிறது.

ஆனால் தமிழ்நாட்டுக்கு மாற்றலில் தபால் துறைக்கு வந்த போது மீண்டும் அடிமைத்தளையில் மாட்டிக்கொண்டேன். அது பற்றித் தனியாக ஒரு நாவலே எழுதியிருக்கிறேன். ராஸ லீலா.

எல்லாம் லௌகீக வாழ்வுக்காகத்தான். சிறைத்துறையில் சம்பளம் 480 ரூ. அதில் 250 ரூபாயை வீட்டுக்கு அனுப்புவேன். தில்லியில் சம்பளம் 560 ரூ. அதிலும் அதே தொகையைத்தான் அனுப்ப முடிந்தது. புதைமணலில் மாட்டிக்கொண்டது

போல் இருந்தது எங்கள் குடும்பம். வறுமை. அதற்காகத்தான் வேலையில் சேர நேர்ந்தது. இருபது ஆண்டுகளுக்குப் பிறகு வேலையை விட்டுவிட்டேன்.

உங்கள் இயல்புக்கு அரசு இயந்திரத்தோடு எப்படி பொருத்திக்கொண்டீர்கள்? முதல் நாள் அரசுப் பணி அனுபவம் எப்படி?

அரசு அலுவலுக்குப் பொருந்தவே பொருந்தாத ஆள் நான். ஏனென்றால், சாதாரணமாக ஒரு லௌகீக வாழ்வே எனக்குப் பெரிதும் அந்நியமாக இருக்கும். சராசரி மனிதர்களில் பெரும்பாலானவர்கள் மனநோய் விடுதியிலிருந்து தப்பி வந்தவர்களைப்போல் இருக்கிறார்கள். உதாரணமாக, இன்று ஒரு இடத்தில் திருப்பாவை உபந்நியாசம் கேட்கப் போயிருந்தேன். ஒருவர் தன் பதவியைச் சொல்லிவிட்டு என்னை நெருங்கிப் பேச ஆரம்பித்தார். ஆரம்பிக்கும்போதே என்னிடம் “பெரியவாச்சான் பிள்ளை என்று ஒருவர் இருந்தார்...” என்றார். “ஒரு நிமிஷம், அவசரமாக ரெஸ்ட் ரூம் போய் விட்டு வந்து விடுகிறேன்...” என்று சொல்லித் தப்பி விட்டேன். கனவான்களே இந்த நிலையில் இருக்கிறார்கள் என்றால் சாமானியர்களைப் பற்றிச் சொல்லவே தேவையில்லை.

ஆனால் தில்லி பரவாயில்லை. இனவாதம் தவிர அங்கே மற்ற எதுவும் பிரச்சினை இல்லை. தில்லியில் அரசுப் பணியில் இருந்தது அரசுப் பணி மாதிரியே தெரியவில்லை. ஏதோ கல்லூரிக்குப் போய் வருவதுபோல்தான் இருந்தது. தில்லியின் வடக்குப் பகுதியில்தான் சிவில் சப்ளைஸ் அலுவலகம். வடக்குப் பகுதியை தில்லி வாழ் தமிழர்கள் அறியவே மாட்டார்கள். அது பஞ்சாபிகளின் பகுதி. சுருக்கமாகச் சொன்னால், தில்லி என் வாழ்வின் பொற்காலம்.

இதுதான் அரசுப் பணி என்று உணரவைத்த முதல் அனுபவம் ஒன்று...

நான் தில்லி சிவில் சப்ளைஸில் பணி புரிந்தபோது தில்லியின் சிவப்பு விளக்குப் பகுதியான ஜி.பி. ரோடு வாழ் மக்களுக்கு நானும் என் அதிகாரி குல்லரும் போய் ரேஷன் கார்டு

விநியோகித்தது வாழ்வில் மறக்க முடியாத அனுபவம். இப்படியே அந்தப் பத்து ஆண்டுகளும் அந்த வேலையும் முழுக்க முழுக்க சாகசமான வாழ்க்கையாகவே இருந்தது. நான் எடுத்த மோசமான முடிவுகளில் ஒன்று, தமிழ்நாடு தபால் துறைக்கு மாற்றிக் கொண்டு வந்தது.

அதிகாரிகளின் ஷூ லேஸைக் கட்டி விடுவது தவிர மற்ற அத்தனை வேலையும் செய்ய வேண்டியிருந்தது. அதிலும் பெண் அதிகாரிகளிடம் வேலை செய்தது நரக அனுபவம். அதிலும் திருமணம் ஆகாத பெண் அதிகாரிகள் மனப்பிறழ்வு கொண்டவர்களாகவே இருந்தனர். ஒரு பெண் அதிகாரியிடம் ஒரு ஆண்டு வேலை செய்தேன். ஒரு ரூபாயிலிருந்து நூறு ரூபாய் வரை உள்ள கசங்கின நோட்டுகளைக் கொண்டு வந்து கொடுத்து எண்ணி, அதை வங்கியில் கட்ட சொல்வார். மதுபான விடுதி ஏதாவது நடத்துகிறாரா என்று தோன்றும். தினமும் நடக்கும் அந்தக் கூத்து.

டெல்லியில் உங்கள் ஒருநாள் அன்றாடம், சமையல் – சாப்பாடு – அலுவலகம் – கேளிக்கை – வெளிச்சுற்றல் – நண்பர்கள்... விவரியுங்களேன்...

காலை நேரத்தில் படிக்க முடியாது. அலுவலகம் கிளம்ப வேண்டும். அலுவலகத்துக்கு என்று கிளம்பி விட்டு செண்ட்ரல் செக்ரடேரியட் நூலகம் சென்ற நாட்கள்தான் அதிகம். நூலகம் என்றால் முழுநாள் படிப்பு, நோட்ஸ் எடுத்தல், இத்யாதி. மாலை நேரங்கள் எப்போதுமே ஒரே மாதிரிதான் இருக்கும். ஆறு மணிக்கு மண்டி ஹவுஸில் கூடுவோம். நான், வெங்கட் சாமிநாதன், செ. ரவீந்திரன். ஒருநாள் கூபாவிலிருந்து வரும் நவீன நாடகம் அல்லது நவீன நடன நிகழ்ச்சி. மறுநாள் ருஷ்யாவின் பிரபலமான பாலே நிகழ்ச்சி. மறுநாள், கஸ்தூர்பா காந்தி சாலையில் உள்ள ஹங்கேரிய மையத்தில் சினிமா. அல்லது, அதே சாலையின் ஆரம்பத்தில் கனாட் ப்ளேஸ் அருகில் உள்ள மாக்ஸ் ம்யுல்லர் பவனில் சினிமா. மறுநாள் இந்தியா இண்டர்நேஷனல் செண்டரில் உலக சினிமா அல்லது மஹாராஷ்ட்ரா ரங்காயன் தியேட்டரில் தில்லி

ஃபில்ம் சொஸைட்டி திரையிடும் உலக சினிமா. மறுநாள் ப்ரகதி மைதானில் உள்ள காதம்பரி தியேட்டரில் டாகர் சகோதரர்களின் த்ருபத் இசை. அல்லது, மண்டி ஹவுஸில் கங்குபாய் ஹங்கலின் இசை. இப்படியே வாரம் ஐந்து நாளும் ஏதாவது கலை நிகழ்ச்சி இருந்துகொண்டே இருக்கும். ஒரே நாளில் இரண்டு மூன்று நிகழ்ச்சி இருக்கும் என்பதால் தேர்ந்தெடுத்துத்தான் செல்வோம். சனிக்கிழமை கரோல் பாக் அஜ்மல் கான் ரோட்டில் உள்ள செ. ரவீந்திரனின் வீட்டில் மதுபான சந்திப்பு. மாலை ஏழு மணிக்கு சந்தித்தால் நள்ளிரவு வரை போகும். பிறகு நைட் பஸ் பிடித்து வீடு போய்ச் சேர்வோம். ஞாயிறு மட்டுமே வீடு தங்கல். கோடைக் காலத்தில் கலாச்சார நடவடிக்கைகள் கொஞ்சம் கம்மியாக இருக்கும்.

ஒரு குளிர்கால இரவில் ரவீந்திரன் வீட்டில் முதல் முதலாக ருஷ்ய பானமான வோட்கா எனக்கு அறிமுகம் ஆனது. நள்ளிரவில் அஜ்மல்கான் ரோட்டில் நடந்து வந்து கொண்டிருந்தபோது திடீரென்று தரையில் மண்டியிட்டு அமர்ந்து "தஸ்தயேவ்ஸ்கியையும் வோட்காவையும் கொடுத்த ருஷ்யாவுக்கு வந்தனம்" என்று சொல்லிக்கொண்டே அந்த மண்ணை முத்தமிட்டபடியே இருந்தேன். யாராலும் என்னை எழுப்ப முடியவில்லை. அந்தக் குளிரும் வோட்காவும் அந்த அஜ்மல்கான் ரோட்டை எனக்கு செயிண்ட் பீட்டர்ஸ்பர்க் போல் காண்பித்துவிட்டது.

வெங்கட் சாமிநாதனோடு மூன்று ஆண்டுகளில் பிரிவு ஏற்பட்டு விட்டது. கே. பெண்ணேஸ்வரரோடு சில ஆண்டுகள், மௌனியின் நண்பரான மோகன் என்ற இளைஞரோடு சில ஆண்டுகள் என்று பிரமாதமாகப் போனது தில்லி வாழ்க்கை. வட இந்திய நண்பர்கள் என்று யாரும் இல்லை. இன்னொரு முக்கியமான விஷயம், தில்லி இலக்கிய நண்பர்கள் யாருடனும் எனக்கு சரியாக ஒட்டவில்லை. காரணம், அவர்கள் நான் எழுதுவதை மதிக்கவில்லை. இதெல்லாம் எழுத்தா என்று முகச்சுளிப்புடன் பார்த்தார்கள்.

சமையல் மற்றும் சாப்பாட்டைப் பற்றிச் சொன்னால் தில்லி எனக்கு சொர்க்கம். நான் அங்கே இருந்த பத்து ஆண்டுகளும் மதிய உணவு எங்கள் அலுவலகத்தில் இருந்த டோக்ராவின் கேண்டீனில்தான் நடந்தது. தந்தூரி ரொட்டியும் தொட்டுக் கொள்ள ஏதாவது சப்ஜி அல்லது கறிக் குழம்பும். காலையில் அங்கே இருந்த மிகவும் புகழ் பெற்ற ஐ.பி. காலேஜ் என்று அழைக்கப்பட்ட இந்திரப் பிரஸ்தா (பெண்கள்) கல்லூரிக்கு அருகே இருந்த சந்தன் சிங் டீக்கடையில் டோஸ்ட் பண்ணி வெண்ணெய் தடவிய ப்ரெட்டும் தொட்டுக்கொள்ள கொண்டைக் கடலைக் கறியும் சாப்பிடுவேன். அந்த இரண்டு உணவையும் போல் அதற்குப் பிறகு நான் எங்குமே சாப்பிட முடிந்ததில்லை. டோக்ரா கேண்டீன் தந்தூரி ரொட்டியை நான் சென்னை வந்த பிறகு ரொம்பவே இழந்து விட்டேன். இரவு உணவு ஏதாவது ரசம் சாதம்தான். ஆக மொத்தத்தில் தில்லியில் நான் சமைக்க வேண்டிய அவசியமே ஏற்படவில்லை. ஆனால் சென்னையில் என்னுடைய பெரும்பகுதி நேரம் சமையலிலேயே செலவாகிறது. என்னால் மிக அதிக அளவில் எழுத முடியும். எழுத விஷயமும் இருக்கிறது. ஆனால் சமையலிலும் பூனை வளர்ப்பிலும் என் பெரும் பகுதி நேரம் போய் விடுகிறது என்பது பற்றிய வருத்தம் எனக்கு எப்போதுமே உண்டு.

ஒரு நகரமாக டெல்லியை எப்படிப் பார்க்கிறீர்கள்; சர்வதேச கண்ணோட்டத்துடன்...

எனக்கு சென்னை பிடிக்கவில்லை. சென்னையில் எதுவுமே என் மனதுக்கு உகந்ததாக இல்லை. மைலாப்பூர் மட்டும் கொஞ்சம் விதிவிலக்காக உள்ளது. மைலாப்பூரில்தான் ஓரளவு சுமாரான இட்லியும் ஓரளவு சுமாரான காஃபியும் கிடைக்கிறது. மற்றபடி சென்னை எனக்கு உவப்பான நகரம் இல்லை. இந்தியாவிலேயே எனக்குப் பிடித்த நகரம் ஹைதராபாத்தான். பத்து ரூபாய்க்கு நீங்கள் சொர்க்கத்தில் மட்டுமே கிடைக்கக்கூடிய தேநீரை சாலையோரத்தில் பருகலாம். ஒரு ஐரோப்பிய பப் அளவுக்கு அசத்தலான பப்பையும் ஹைதராபாதில் அனுபவிக்கலாம். சென்னையைப்போல் அங்கே உள்ள பப்களில் மாட்டை விரட்டுவதுபோல் விரட்டி அடிக்க மாட்டார்கள்.

தில்லியில் நான் மதுபான விடுதிக்கே சென்றதில்லை. ரவீந்திரன் வீட்டிலும் தூதரகங்களிலும்தான் மது அருந்துவது. அக்காலத்தில் தூதரகங்களில் சினிமா முடிந்த பிறகு மதுபான விருந்து உண்டு. மது வெள்ளமாக ஓடும். சில சர்தார்ஜீக்கள் இரண்டு கையிலும் இரண்டு கோப்பைகளை வைத்திருப்பார்கள். எவ்வளவு கேட்டாலும்தான் கொடுக்கிறார்களே சர்தார்ஜீ என்று கேட்டால், ஒன்று முடிந்ததும் இன்னொன்றுக்காகக் காத்திருக்க வேண்டாம் இல்லையா பாபுஜீ என்பார். இப்போதெல்லாம் அந்தத் தூதரகங்களில் சமோசாவும் டீயும் கொடுக்கிறார்கள். இந்தியாவுக்கு வந்தால் ஐரோப்பியரும் இந்தியராகி விடுகிறார்கள் போல.

தில்லி இந்த மாபெரும் தேசத்தின் தலைநகரமாக விளங்குவதால் எல்லா தேசங்களின் கலாச்சார நிகழ்வுகளையும் அங்கே அனுபவம் கொள்ள முடிந்தது. நான் எந்த நிலத்துக்கும், எந்தக் கலாச்சாரத்துக்கும் சொந்தமில்லாத காற்றில் அலையும் சிறகு போல் வாழ்வதற்கும் எழுதுவதற்குமான அடித்தளத்தை அமைத்தது தில்லியில் எனக்கு நேர்ந்த, நான் அனுபவித்த சர்வதேசக் கலாச்சாரப் பரிச்சயம்தான்.

இப்போதைய தில்லி மெட்ரோ ரயில் காரணமாக ஒரு ஐரோப்பிய நகரத்தைப்போல் மாறிவிட்டது. தில்லி பரந்து விரிந்த நகரம். அந்த நகரத்தின் நான்கு மூலைகளிலும் வாழ்ந்திருக்கிறேன். தில்லியைச் சேர்ந்த ஒருவர்கூட அப்படி நான்கு பகுதிகளிலும் வாழ்ந்திருப்பது சாத்தியம் இல்லை. யமுனை நதியைக் கடந்ததும் வரும் கிழக்கு தில்லிக்கும் அரசு அலுவலர்கள் வசிக்கும் தெற்கு தில்லிக்கும் சம்பந்தமே இல்லை. அதேபோல் ஜனக் புரி போன்ற மேற்கு தில்லிப் பகுதிக்கும் அலிப்பூர் போன்ற வடக்கு தில்லிப் பகுதிக்கும் துளிக்கூட சம்பந்தம் இல்லை.

நான் கிழக்கு தில்லியில் உள்ள மயூர் விஹாரில் வசித்தபோது என் வீடு இருந்த பகுதிக்கு நேர் எதிரே இருந்தது திர்லோக்புரியின் இருபத்தேழாவது ப்ளாக். அங்கே இருந்த குருத்வாராவில் வைத்துத்தான் 2000 சீக்கிய ஆண்கள் உயிரோடு

கொளுத்தப்பட்டார்கள். கொளுத்தப்பட்டவர்களில் ஒரு பெண் கூட இல்லை என்பது சமூகவியல் ஆய்வுக்குரிய விஷயம். அந்தத் துர்சம்பவத்தை நான் நேரில் பார்க்க நேர்ந்தது.

தில்லிபோல் சபிக்கப்பட்ட நகரம் இந்த உலகில் எதுவும் இல்லை. வரலாறு நெடுகிலும் தில்லியில் மனிதப்படுகொலைகள் நடந்த வண்ணமே இருக்கின்றன. 17 டிசம்பர் 1398 அன்று தில்லியில் நுழைந்த தைமூரின் ராணுவம் ஒரு லட்சம் ஹிந்துக்களைக் கொன்றது. (என்னுடைய ஔரங்ஸேப் நாவலில் அது பற்றிய விவரம் விரிவாக இருக்கிறது.) 1739இல் பர்ஷிய மன்னன் நாதிர் ஷா தில்லிமீது படையெடுத்து வந்தான். 30000 தில்லிவாசிகள் கொல்லப்பட்டார்கள். கொல்லப்பட்டவர்கள் சிப்பாய்கள் அல்ல. தில்லியில் வசித்த பொதுமக்கள். ஆண் பெண் குழந்தை என்ற பேதமில்லாமல் எல்லோரையும் கொன்று குவித்தான் நாதிர் ஷா. இப்படி தில்லியில் நடந்த மனிதப் படுகொலைகளின் பட்டியல் மிகவும் நீளமானது. தில்லி மண்ணில் அந்த அப்பாவிகளின் குருதி தோய்ந்திருக்கிறது. தில்லி காற்றில் அந்த அப்பாவிகளின் அலறல் நிரம்பியிருக்கிறது.

அந்த வகையில் தில்லி எனக்குப் பலவகையான அனுபவங்களைக் கொடுத்துக்கொண்டே இருக்கிறது. இன்னொன்றைச் சொல்ல மறந்துபோனேன். என் காலத்திலும் சரி, இப்போதும் சரி, தில்லி பெண்களுக்குப் பாதுகாப்பற்ற நகரமாகவே இருந்து வருகிறது. இதற்கும் தில்லியின் பூர்வீகவாசிகளுக்கும் சம்பந்தமே இல்லை. கிராமத்திலிருந்து தில்லிக்குப் புலம் பெயர்ந்து வந்த உதிரிப் பாட்டாளி வர்க்கத்தினர்தான் அதற்குக் காரணம். நிர்பயா சம்பவத்தில் ஈடுபட்டவர்களின் ஊர் விவரங்களைப் பார்த்தால் நான் சொல்வது புரியும்.

(தில்லியில் சிவில் சப்ளைஸில் பணி புரிந்தபோது நண்பர்களுக்கு நான் ரேஷன் கார்டு வாங்கிக் கொடுத்தது பற்றி நிறைய விஷயங்களை மறந்து விட்டேன். அருஞ்சொல்லில் இந்த நேர்காணலின் இரண்டாம் பகுதி வெளியானதும் என் தில்லி நண்பர் கே. பெண்ணேஸ்வரன் தன் ஃபேஸ்புக் பக்கத்தில் பின்வருமாறு எழுதியிருக்கிறார்:

பேராசிரியர் செ. ரவீந்திரன் மற்றும் வெங்கட் சாமிநாதன் மூலம் எங்களுக்கு சாரு நிவேதிதா அறிமுகம் ஆனார். இந்த அறிமுகத்துக்கு முன்பே அவருடைய எழுத்துக்கள் மூலம் நான், என் நண்பர்கள் சுரேஷ், விஜய ராகவன் ஆகியோர் அவரை அறிந்திருந்தோம். அவரை சந்திக்க வேண்டும் என்று ஆவலாக இருந்தோம்.

ரவீந்திரனின் கரோல் பாக் வீடு அந்தக் காலத்தில் எங்களுக்கு மடம். ஞாயிற்றுக்கிழமை மாலைகள் அது எங்கள் மதுக்கூடம்.

நிறைய குடிப்போம். நிறைய பேசுவோம். நிறைய சண்டை போடுவோம்.

ரவீந்திரன் புதுப்புது புத்தகங்களாக எங்களுக்கு அறிமுகப்படுத்துவார். பல நாடகப்பிரதிகளை எனக்குக் கொடுத்திருக்கிறார்.

எங்கள் யதார்த்தா நாடக ஒத்திகைகளுக்கு சாரு மாலை நேரங்களில் தொடர்ச்சியாக வருவார். எந்த ஈகோவும் பார்க்க மாட்டார். பின்னால் நின்று கொண்டிருப்பார். திடீரென்று திரும்பிப் பார்த்தால் கையில் தேனீர்க்கோப்பையுடன் நிற்பார். “முதல்ல சாப்பிடுங்க கேபி” என்று வற்புறுத்துவார்.

ரொம்பவும் கூச்சமாக இருக்கும். மோகன் என்று எங்களுக்கு ஒரு நண்பர். எஞ்சினியர்ஸ் இந்தியா நிறுவனத்தில் பெரிய பதவியில் இருந்தார். அவரும் சாருவும் எங்களை எங்கள் ஒத்திகை நேரங்களில் குழந்தைகளைப் பார்த்துக்கொள்வதைப் போல அன்பு செலுத்தியிருக்கிறார்கள்.

மிகவும் மிருதுவான குரலில் அன்பு ததும்பப் பேசும் சாருவை எங்கள் யதார்த்தா நண்பர்கள் அனைவருக்கும் மிகவும் பிடித்துப் போயிற்று.

இது ஒருபுறம் இருக்க, சாரு சொல்லியிருப்பதைப்போல என்னுடைய உள்துறை அமைச்சகத்தின் நண்பர்களுக்கு மட்டும் அல்ல, எனக்குத் தெரிந்த எல்லோருக்கும் தெருவில் போகிற வருகிறவர்களுக்கெல்லாம்கூட அவர் ரேஷன் கார்டு செய்து கொடுத்திருக்கிறார்.

அப்போதெல்லாம் எங்களுக்கு தில்லியில் அரசு வீடு ஒதுக்கப்படாத நேரம். ஏதாவது ஒரு அரசுக் குடியிருப்பில் சட்ட விரோதமாக சப்-லெட்டிங் முறையில் வாடகைக்கு இருப்போம். அந்த வீட்டின் முகவரியை எங்கள் முகவரியாக நாங்கள் யாருக்குமே தர முடியாது. தில்லியில் அப்போது மத்திய அரசு உத்தியோகத்தில் இருந்த தமிழ்நாட்டைச் சேர்ந்த பல ஊழியர்களின் நிலையும் இதேதான். அதனால் அந்த முகவரியைக் கொடுத்து ரேஷன் கார்டு வாங்குவது சாத்தியமே இல்லாத விஷயம்.

இன்னொன்று, அப்போது தில்லியில் சர்க்கரை கடைகளில் கிடைக்காது. கிடைத்தாலும் யானை விலை. ரேஷன் கடைகளில் மட்டும்தான் சர்க்கரை கிடைக்கும். இதுவும் தவிர, ஓட்டுநர் உரிமம் வாங்க வேண்டுமானால் ரேஷன் கார்டைக் காண்பிக்க வேண்டும். இப்படி எல்லா காரியத்துக்குமே அடிப்படையாக இருந்தது ரேஷன் கார்டுதான்.

இந்த நிலையில் எங்களுக்கு ஆபத்பாந்தவனாக வந்தவர் சாரு. ஒருநாள் மடத்தில் எங்கள் சிரமம் குறித்துப் பேச்சு வந்தபோது சாரு தானாக முன்வந்து, "இது என்ன பெரிய வேலை கேபி? நான் அந்த இலாகாவில்தான் இருக்கிறேன்" என்றவர் தன் ஜோல்னா பையிலிருந்து ரேஷன் கார்டு விண்ணப்பத்தை எடுத்துக் கொடுத்தார். *(உண்மைதான், அந்தக் காலத்தில் எப்போதுமே என் ஜோல்னாப்பையில் ரேஷன் கார்டு விண்ணப்பத்தை வைத்திருப்பேன் -சாரு).*

"இதை நிரப்பி ரெண்டு ஃபோட்டோவோட நாளைக்குக் கொடுங்க" என்றார்.

அடுத்த நாள் காலையில் நான் சற்றும் எதிர்பாராத விதமாக அவரே என் வீட்டுக்கு வந்து "என்ன கேபி, ஃபார்ம் ஃபில்லப் பண்ணிட்டீங்களா?" என்று கேட்டு நின்றார்.

அவசர அவசரமாக அந்த விண்ணப்பப் படிவத்தைப் பூர்த்தி செய்து அவரிடம் கொடுத்தேன். அன்று மாலையே நம்புங்கள் - அன்று மாலையே எங்கள் வீட்டுக்கு ரேஷன் கார்டுடன் அவரே வந்தார். ஜோல்னா பையிலிருந்து என் ரேஷன் கார்டை

எடுத்துக் கொடுத்தார். எங்களால் நம்ப முடியவில்லை. இன்ப அதிர்ச்சியாக இருந்த்து. இப்போது இதை மிகச் சாதாரணமாக எழுதினாலும் அந்த நேரத்தில் அந்த ரேஷன் கார்டின் அருமை எங்களுக்கு மட்டும்தான் தெரியும்.

அடுத்ததுதான் அவருக்கு வந்தது சோதனை.

எங்கள் வட்டத்தில் ஒவ்வொருவராக அவரிடம் விண்ணப்பம் பெற்று ரேஷன் கார்டுகள் பெற்றுக் கொள்ள ஆரம்பித்தார்கள்.

உள்துறை அமைச்சகத்தில் என்னோடு பணிபுரிந்த பல தமிழ் நண்பர்களுக்கும் கேட்டுக் கேட்டு ரேஷன் கார்டு செய்து கொடுத்தார் சாரு.

மட்த்துக்கு ஞாயிற்றுக்கிழமை மாலைகளில் வரும்போது ஒரு கத்தை ரேஷன் கார்டு விண்ணப்பங்கள் கொண்டு வந்து கொடுப்பார். நண்பர்கள் பூர்த்தி செய்து கொடுத்த ஓரிரு நாட்களில் அவர்களுக்கு ரேஷன் கார்டு கிடைத்தது.

மிகுந்த நன்றியுடன் இதை நான் பதிவு செய்ய வேண்டும். தில்லியில் அலுவலக ரீதியாக முகவரி இல்லாத என் போன்றவர்களுக்கு முகவரி ஏற்படுத்திக்கொடுத்தவர் சாரு என்றால் மிகையாகாது.

அப்போதெல்லாம் ரேஷன் கார்டு செய்துகொள்வதற்கு மிகுந்த லஞ்சம் கொடுக்க வேண்டும். அதிலும் சரியான ஆளைப் பிடிக்க வேண்டும். அவன் ஏமாற்றாமல் இருக்க வேண்டும். அவன் பின்னால் தெருத்தெருவாக அலைய வேண்டும். இது போன்ற சிரமங்கள் எதுவும் இன்றி எங்களில் பலருக்கும் உட்கார்ந்த இட்த்தில் இலவசமாக ரேஷன் கார்டு கிடைக்கச் செய்தவர் சாரு.

இதில் அவர் சம்பாதிக்க வேண்டும் என்று நினைத்திருந்தால் அவரால் எளிதாக தில்லியிலும், சென்னையிலும், புதுச்சேரியிலும் தலா இரண்டு வீடு வாங்கியிருக்க முடியும். ஆனால் இப்படி உதவுவதில் அவருக்கு ஏதோ இன்பம் இருந்திருக்கிறது. அந்த இன்பம் ஒன்றுக்காகவே அவர் நண்பர்களைத் தேடித் தேடி இப்படி உதவியிருக்க வேண்டும் என்று தோன்றுகிறது.

3

உங்கள் படைப்புகளை மட்டுமல்லாமல் உங்கள் வாழ்க்கையையும் கிட்டத்தட்ட மேலை நாட்டுப் படைப்பாளிகள், அறிவுஜீவிகள் பாணியில் அமைத்துக்கொண்டிருக்கிறீர்கள். ஒரு வகையில் இது பிரெஞ்சுப் படைப்பாளிகள், தத்துவ அறிஞர்கள் ஆகியோரின் வழியிலானது என்று சொல்லலாமா?

சாருவின் வாழ்க்கை, எழுத்து இரண்டையும் வைத்துப் பார்த்தால் சாரு ஒரு மரபார்ந்தவரா அல்லது புதுமையரா? பாலியல் மீறல்கள், பிறழ்வுகள் என்று சமூகம் சொல்லும் விஷயங்கள் தொடர்பான எழுத்து, ஹிப்பிகள் போன்ற வாழ்க்கை ஒரு பக்கம் என்றால் இன்னொரு பக்கம் சூஃபித்துவம், சித்தர்கள் என்று ஆன்மீகம். முந்தைய கேள்வியின் அடிப்படையில் இதனைப் பார்த்தால் சாருவைப் புரிந்துகொள்ள முடியவில்லை.

நான் மிக இளம் வயதிலேயே என்னை மற்றவர்களிடமிருந்து வித்தியாசமானவன் என்று உணர்ந்து கொண்டதாலும், அந்த வயதிலேயே நான் வருங்கால எழுத்தாளன் என்று அறிந்துகொண்டு விட்டதாலும் என்னால் நான் வாழும் சமூகப் பிரஜைகளோடு ஒத்துப்போக முடியாமல் போனது. முக்கியமான காரணம், மதிப்பீடுகள் குறித்த மாறுபட்ட

கருத்துகள்தான். முப்பது ஆண்டுகளுக்கு முன் என் தங்கை வீட்டுக்கு முதல்முறையாகப் போனேன். கவனியுங்கள், முதல் முறை. அப்போது என் வயது நாற்பது. அந்தத் தங்கையின் திருமணத்துக்கும் நான் செல்லவில்லை. விசேஷம், துக்கம் எதிலும் நான் கலந்துகொள்ளும் பழக்கம் இல்லாதவனாக இருந்தேன். என் தங்கை என்னிடம் கேட்ட முதல் கேள்வி: "இன்னம் வீடு கட்டலியாண்ணே?"

"இல்லியே" என்றேன்.

"டீவிலேல்லாம் வர்றீங்க, பெரிய ஆளா போய்ட்டீங்க, ஏன் இன்னும் வீடு கட்டல? சீக்கிரம் கட்டுங்கண்ணே."

அந்தத் தருணத்தில் நான் மிகவும் அருவருப்பாக உணர்ந்தேன். இந்த உறவு பந்தம் பாசமெல்லாம் ஒரு கலைஞனுக்கு ஆகாது என்பதைக் கண்டுகொண்டேன். ஆனால் இது எல்லாமே வேறு யாரையோ பார்த்து அமைத்துக்கொண்டதல்ல. வேறு யாருடைய பாதிப்பினாலும் செல்வாக்கினாலும் நடந்தது அல்ல.

இதற்கு நான் சில உதாரணங்களைத் தர வேண்டும். மே 1992இல் மதுரையில் நடந்த நாடக விழாவில் நான் ரெண்டாம் ஆட்டம் என்ற நாடகத்தை இயக்கி நடித்தேன். பார்வையாளர்களாக இருந்த நாடக அறிஞர்களும் பேராசிரியர்களும் நாடகத்தின் இடையிலேயே ரௌடிகளைப்போலவும் பொறுக்கிகளைப் போலவும் மாறி, என்னையும் நடிகர்களையும் தாக்கி, நாடகத்தில் பயன்படுத்தப்பட்ட பொருட்களையும் அடித்து நொறுக்கினார்கள். என் நண்பர்கள் என்னைச் சுற்றி பாதுகாப்பு வளையம் போட்டிருந்தும் வளாகத்திற்கு வெளியே வந்தால் உதைப்போம் என்றார்கள்.

அத்தனை அதீதமாக அவர்கள் கோபம் கொள்ளும் அளவுக்கு அந்த நாடகத்தில் நான் செய்த காரியம் என்ன? நாடகத்தின் தொடக்கத்தில் நாடகத்தின் இயக்குனரான நான் மேடையில் தோன்றி ஒரு முழு சிகரெட்டையும் சாவகாசமாகப் புகைத்து முடிக்கிறேன். (நான் புகை பிடிக்கும் பழக்கம் உள்ளவன் அல்ல!) எனக்கு நாடகத்துக்கான மனநிலை வருவதற்காக எல். சுப்ரமணியம் இசையை ஒலிக்கச் செய்கிறேன்.

அடுத்த காட்சியில், சிதம்பரம் பத்மினி சிதம்பரம் காவல் நிலையத்தில் பலாத்காரம் செய்யப்பட்ட காட்சி. எல்லாமே தத்ரூபச் சித்தரிப்பு அல்ல; பாவனைகள் (*mime*)தான். அது பார்வையாளர்களுக்குப் பிரச்சினை அல்ல. ஆனால் பின்னணி இசை சுப்ரபாதம். அதுதான் பிரச்சினையாக இருந்தது மேட்டுக்குடிப் பார்வையாளர்களுக்கு.

இது எல்லாம்தான் பார்வையாளர்களைத் துன்புறுத்தியது. இப்படி ஒரு நாலு காட்சிகள் பலத்த எதிர்ப்புக்கு இடையேயும் கோஷங்களுக்கு இடையேயும் நிகழ்த்தப்பட்டன. பிறகுதான் நான் தாக்கப்பட்டேன்.

பார்வையாளர்கள் ஏன் ஆவேசமடைந்தார்கள்? அவர்கள் எதையெல்லாம் புனிதம் என்று நினைத்தார்களோ அந்தப் புனிதம் அனைத்தும் அங்கே அவமதிக்கப்பட்டது. அதனால் அவர்கள் எதிர்த்தாக்குதலில் இறங்கினார்கள். *You are insulting the theatre* என்று கத்திக்கொண்டே அவர்கள் என்னைத் தாக்கினார்கள். அந்த வார்த்தைகளை நான் ஆயுள் உள்ளவரை மறக்க மாட்டேன். தியேட்டர் என்ற கலை வடிவத்தை நான் அவமதித்தேன். ஏனென்றால், அந்த நாடக வளாகத்தில் புகை பிடிப்பதற்குத் தடை என்றார்கள்.

நானோ வால்ட்டேரின் வாரிசு. "நீ சொல்வதை நான் முற்றாக மறுக்கிறேன். ஆனால் அந்தக் கருத்தை நீ சொல்வதற்கு உனக்கு இருக்கும் உரிமைக்காக நான் என்னுடைய உயிரையும் கொடுப்பேன்."

எனக்குப் புகைப் பழக்கம் இல்லை. ஆனால் தடை என்றதும் நான் சிகரெட்டோடு மேடை ஏறினேன்.

குத்து விளக்கு ஏற்றி நாடக விழா ஆரம்பித்தார்கள். நான் பாலியல் பலாத்காரக் காட்சியில் சுப்ரபாதம் போட்டேன்.

புரியும் என்று நினைக்கிறேன். என்னுடைய நாடகம் அங்கே அந்த விழாவில் நடந்த நிகழ்ச்சிகள் அனைத்துக்கும் எதிர்ப்பாக, மாற்றாக உருவானது.

ஏதோ நான் காமாசோமா என்று நாடகம் போட்டு அடி வாங்கி விட்டேன் என்றே நண்பர்களும் நினைத்தார்கள். யாருக்கும் என் நாடகப் பின்னணி புரியவில்லை. நான் தில்லியில் உலக நாடகங்கள் பலவற்றையும் பார்த்தவன். சர்வதேச அளவில் நாடகக் கலை எப்படி இருந்துகொண்டிருக்கிறது என்பதை நேரடியாகப் பார்த்து அறிந்தவன். *TDR* என்று அழைக்கப்படும் *The Drama Review* என்ற உலகப் புகழ் பெற்ற நாடக இதழின் நீண்டகால வாசகன்.

இந்தப் பின்னணியின் காரணமாக, நான் இயக்கிய நாடகத்தின் கோட்பாடு மற்றும் வடிவம் பற்றிய ஆய்வில் இறங்கினேன். பிறகுதான் தெரிந்தது, நான் இயக்கியது ஃபோரம் தியேட்டர் *(Forum theatre)* என்ற வடிவம் என்றும், அதைக் கண்டுபிடித்தவர் ப்ரஸீலைச் சேர்ந்த அகஸ்தோ போவால் *(Augusto Boal)* என்பதும். உடனேயே அகஸ்தோ போவாலின் ஃபோரம் தியேட்டர் என்ற நூறு பக்க நூலைத் தமிழில் மொழிபெயர்த்தேன்.

இப்படித்தான் என் வாழ்க்கை முழுவதும் நடந்தது. என் கதைகளை நானே கண்டுபிடித்த ஒரு வடிவத்தில் எழுதுவேன். பிறகுதான் தெரியும், அமெரிக்காவில் வில்லியம் பர்ரோஸ் என்பவரும் அதேபோல் எழுதுகிறார் என்று.

இப்படித்தான் அமைந்தது என் எழுத்தும் வாழ்வும். என் போக்கில், என் இயல்பில் செய்யும் ஒரு செயலுக்கு உலக இலக்கியத்திலும் உலக சினிமாவிலும் இணையாக சில படைப்புகள் இருந்தன, அவ்வளவுதான். முக்கியமாக ஐரோப்பிய சினிமா.

உங்கள் கேள்விக்கான என்னுடைய பதிலை ஒரு தமிழ் மனதால் புரிந்துகொள்வது சற்று கடினம். நாற்பது ஆண்டுகளுக்கு மேலாக நான் சொல்லி வருகிறேன், *schizoid state* என்ற ஒருவிதமான மனப்பிறழ்வு நிலையை கலையாக மாற்றுவதே எழுத்து. மஹாபாரதத்தை அதற்கு மிகச் சிறந்த உதாரணமாகக் கூறலாம். எப்படி என்று நான்தான் ஔரங்ஸேப்... நாவலில் விவரித்திருக்கிறேன். ஐரோப்பிய உதாரணம் என்றால், வான்கோவைச் சொல்லலாம். வான்கோ காதலித்த வேசி

ஒருத்தி "உன் காதலை நிரூபிக்க உன் காதை வெட்டித் தருவாயா?" என்று கேட்க, தன் அறைக்குத் திரும்பிய வான்கோ வலது காதை வெட்டி அவளுக்கு அனுப்பிவைத்தான். இரவு முழுவதும் ரத்த வெள்ளத்தில் கிடந்த அவனை மறுநாள் காலையில் அந்த அறைக்கு வந்த பணியாளர் ஒருவர் பார்த்து மருத்துவமனையில் சேர்த்ததால் பிழைத்தான். வான்கோவின் ஓவியங்கள் அனைத்தும் *schizoid* மனோநிலை கலையாக மாறியதன் சாட்சிகளே ஆகும்.

ஆனால் இது தனி மனித மனப்பிறழ்வு அல்ல. சமூகத்தின் மனப்பிறழ்வு. இது பற்றி மேலும் தெரிந்து கொள்ள விரும்புபவர்கள் மிஷல் ஃபூக்கோ *(Michel Foucault)* எழுதிய *Madness and Civilization: A History of Insanity in the Age of Reason* என்ற நூலை வாசிக்கலாம். அல்லது, கோபி கிருஷ்ணன் எழுத்து பற்றிய என்னுடைய நீண்ட உரையைக் கேட்கலாம். அதில் ஃப்ரெஞ்ச் எழுத்தாளர்களான ஜெரார் தெ நெர்வால் *(Gérard de Nerval)* மற்றும் அந்தோனின் ஆர்த்தோ *(Antonin Artaud)* இருவரும் சமூகம் தன்னுடைய மனநோயை இவர்களின் மீது ஏற்றி இவர்களை மனநோய்க்கொட்டடியில் அடைத்துச் சித்ரவதை செய்தது பற்றி விளக்கியிருக்கிறேன்.

இப்போது நான் குறிப்பிட்ட சமூக மனப்பிறழ்வு, தனிநபர் மனப் பிறழ்வு, *schizoid state* கலையாக மாறும் விந்தை ஆகியவற்றைக் குறித்து தமிழில் லா.ச.ரா.வின் ஜனனி, எம்.வி. வெங்கட்ராமின் காதுகள், நகுலனின் நவீனன் டைரி போன்ற படைப்புகள் மூலம் ஒரு தேர்ந்த வாசகர் அறிந்து கொள்ள முடியும்.

நான் ஒரு ஐரோப்பியனைப் போல் வாழ்ந்து கொண்டிருக்கிறேன் என்று பலமுறை சொல்லியிருக்கிறேன்தான். ஆனால் அந்த வாழ்முறை ஐரோப்பாவிடமிருந்து பெற்றதல்ல. என்னை ஒத்தவர்கள் அந்த ஐரோப்பிய நிலப்பகுதியில் வாழ்கிறார்கள் என்பதைக் கண்டுகொண்டதால் அப்படிச் சொல்லப்பட்டது. மேலும், கருத்துச் சுதந்திரம், மனிதனை மனிதன் அடிமைப்படுத்தாத சமத்துவ மனோபாவம் போன்ற கோட்பாடுகளை நாம் ஐரோப்பாவிடமிருந்துதான்

பெற்றோம் என்பதை நான் மறுக்கவில்லை. இருந்தாலும் அந்த வாழ்க்கை முறைக்கான மூலகங்கள் இந்திய மண்ணிலிருந்தும் பெறப்பட்டது என்பதை கவனத்தில் கொள்ள வேண்டும். குறிப்பாக பக்தி இலக்கியம். வல்லீர்கள் நீங்களே நானேதான் ஆயிடுக என்ற ஆண்டாளின் வரிகள். நீங்களே வல்லவர்கள். பிழை செய்தவள் நானாகவே இருக்கட்டும். இந்த மனோபாவம் இந்தியாவினுடையது. கீழைத்தத்துவத்தின் சாரம் இது.

இன்னொரு முக்கிய விஷயம் என்னவென்றால், உங்களுடைய இந்தக் கேள்விக்கு எத்தனை பதில் சொன்னாலும் அது முழுமையானதாகத் தோன்ற மாட்டேன் என்கிறது. எப்படி எப்படியெல்லாம் நான் இந்திய வாழ்க்கைமுறையிலிருந்து மாறுபடுகிறேன்?

இருபத்தைந்து வயதில் நான் ஒரு குழந்தையோடு இருந்த பெண்ணோடு வாழ ஆரம்பித்தேன். சட்டப்படி பதிவு செய்யாத வாழ்க்கை. *Live-in relationship.* அந்தச் செயலின் மூலம் மரபான குடும்பம் குறித்த அத்தனை நடைமுறைகளையும் உடைத்தேன். அந்த ஆண்டு 1980. இதை ஒரு உதாரணத்துக்காகக் கூறுகிறேன். ஆனால் இப்படி ஒரு வாழ்க்கையைத் தேர்ந்தெடுத்ததற்கு சார்த்தரும் ஸிமோன் தெ பூவாவும் *(Simone de Beauvoir)* வாழ்ந்த முறை உத்வேகமாக அமைந்தது என்று சொல்ல முடியாது. அப்போது ஐரோப்பாவில் மிகப் பிரபலமாக இருந்த வாழ்வு அவர்களுடையது. 1929இல் பூவாவும் சார்த்தரும் தங்கள் உறவை உலகுக்கு அறிவித்தார்கள். திருமணம் செய்துகொள்ளவில்லை. ஒரே வீட்டில் வாழவில்லை. ஆனாலும் அவர்கள் இருவரும் சார்த்தரின் மரணம் வரை (1980) உறவில் இருந்தார்கள். ஆனால் இது எதுவுமே எனக்கு முன்னுதாரணமாக இல்லை என்பதைத்தான் நான் வலியுறுத்த விரும்புகிறேன். நான் இயல்பிலேயே அப்படித்தான் இருந்தேன்.

காரணம், நான் படித்த லா.ச.ரா., எம்.வி.வெங்கட்ராம், கு.ப.ராஜகோபாலன் போன்றவர்களின் படைப்புகள் குடும்பம் என்ற அமைப்பின் மீதான ஆழமான ஒவ்வாமையை எனக்குள் உருவாக்கியிருந்தன. கூடவே *R.D. Laing* எழுதிய *Sanity,*

Madness and the Family மற்றும் *The Politics of the Family* போன்ற நூல்களும் குடும்பம் என்ற அமைப்பு குறித்த அவநம்பிக்கைக்கு வித்திட்டன.

ஃப்ரெஞ்ச் எழுத்தாளர் குஸ்தாவ் ஃப்ளெபர் *(Gustave Flaubert)* பற்றி ஜான் பால் சார்த்தர் *The Idiot of the Family* என்ற ஒரு நூலை எழுத ஆரம்பித்தார். ஒரு தொகுதிக்கு ஆயிரம் பக்கங்கள் என்ற கணக்கில் நான்கு தொகுதிகளை எழுதி முடித்தார். நான்காவது தொகுதியை முடித்தபோதுதான் அவருக்குத் தோன்றியது, நாம் இன்னும் ஃப்ளெபர் பற்றி எழுதவே ஆரம்பிக்கவில்லை என்று. தன் பணியை அந்தக் கணமே கைவிட்டார். எனக்கும் உங்களுடைய இரண்டாவது கேள்வியைப் பார்க்கும்போது அப்படித்தான் தோன்றுகிறது. அத்தனை தூரம் சிலந்தி வலைப்பின்னலாக இருக்கிறது என் வாழ்வும் வாசிப்பும். எங்கே ஆரம்பம் எங்கே முடிவு என்று தெரியவில்லை. எது இவனை இப்படியெல்லாம் வாழுமாறு தூண்டியது, எதன் பாதிப்பு இது? ஒரு பக்கம் ஸீரோ டிகிரி நாவலில் இமயமலையில் மண்டியிட்டபடி ”சொல் அற்று நிற்கிறேன்” என்கிறான். இன்னொரு பக்கம் பாரிஸில் உள்ள பூங்கா ஒன்றில் ஒரு ஃப்ரெஞ்ச் பெண்ணை முத்தமிட்டபடி இதுவே வாழ்வின் பேரின்பம் என்கிறான்.

'மரபா புதுமையா? பாலியல் மீறலும் பிறழ்வுமா? சித்தர் மற்றும் சூஃபி மரபா?' என்ற உங்களின் இரண்டாவது கேள்விக்கு நானோ என்னை மிக நன்றாக அறிந்த அராத்துவோ ஒரு புத்தகம்தான் எழுத வேண்டும் என்று தோன்றுகிறது. எனவே நாம் அடுத்த கேள்விக்குச் செல்வோம்.

4

முழு நேர எழுத்தாளராக இருப்பது என்பது இந்தியாவில் மிகவும் கடினமான ஒரு தேர்வு. அதற்கு சமூகம், குடும்பம் என்று பெரிய ஒத்துழைப்பு இருக்க வேண்டும். ஆனால், இங்கே எழுத்தாளர்களுக்கும் அவர்களின் படைப்புகளுக்கும் சமூகம், குடும்பம், பொருளாதாரம் போன்ற எதுவும் சாதகமாக இல்லை அல்லவா? விருப்ப ஓய்வு வாங்கிவிட்டு முழு நேரம் எழுத்தில் இயங்குவது என்ற முடிவைப் பற்றி இப்போது எப்படி நினைக்கிறீர்கள்?

நான் விருப்ப ஓய்வு எடுக்கவில்லை. வேலையை ராஜினாமா செய்தேன். விருப்ப ஓய்வு எடுத்தால் ஓய்வூதியம் கிடைக்கும். ராஜினாமா செய்தால் எதுவும் கிடைக்காது. ஆனாலும் நான் ராஜினாமா செய்ததற்குக் காரணம், என்னை ஒரு ஐஏஎஸ் அதிகாரி இடியட் என்று திட்டினார். நான் எந்தத் தவறும் செய்திருக்கவில்லை. கோபத்தில் என்ன செய்வதென்று தெரியாமல் ஃபோனை எடுத்துத் தரையில் போட்டு உடைத்து விட்டேன். அவர் மீது விட்டெறிந்திருந்தால் நான் சிறையில் இருக்க நேரிட்டிருக்கும். அவர் இறந்திருக்கவும் வாய்ப்பு உண்டு. அதனால் அந்தச் சூழலிலிருந்து என்னைக் காப்பாற்றிக் கொள்ளவே நான் வேலையை ராஜினாமா செய்தேன்.

அப்போது அதே அலுவலகத்தில் மற்றொரு அதிகாரி இருந்தார். அவர் என் வாசகர். என் ராஜினாமா கடிதத்தைக் கிழித்தெறிந்து விட்டு ஆறு மாதம் முன்தேதியிட்டு விருப்ப ஓய்வுக்கு என்னிடமிருந்து விண்ணப்பம் வாங்கி அன்றைய தினமே விருப்ப ஓய்வு கொடுத்தார். விருப்ப ஓய்வு பெறுவற்கு ஆறு மாதம் முன்னதாக விருப்பம் தெரிவிக்க வேண்டும்.

ஆனால் இப்போது யோசிக்கும்போது அதற்கும் பத்தாண்டுகள் முன்பாகவே ராஜினாமா செய்திருக்க வேண்டும் என்று தோன்றுகிறது. என்ன செய்ய முடியும்? விதி வலியது. நான் வேலைக்கே போகாமல், விண்ணப்பமும் அனுப்பாமல் பராரியாகத் திரிந்துகொண்டிருந்தபோது ஒரு சோதிடர் என்னைப் பார்த்து நீங்கள் அரசு வேலையிலேயே நீடிப்பீர்கள் என்றும் அடுத்த மாதம் திருமணம் என்றும் சொன்னார். அதன்படியே நடக்கவும் செய்தது. அப்போது எனக்கு நாற்பது வயது. அது என் இரண்டாவது திருமணம்.

ஆனால் வேலையை விட்ட பிறகு என் நல்லூழ் வேலை செய்ய ஆரம்பித்தது. என் வாசகர்கள் எனக்கு உதவி செய்தார்கள். ஒருநாள் என் நைனா எனக்கு ஃபோன் செய்து நானும் அம்மாவும் உங்களைப் பார்க்க வருகிறோம் என்றார்கள். அவர்கள் எங்கள் இருவரையும் மூன்று ஆண்டுகளாக அழைத்து அழைத்துப் பார்த்து அலுத்துப் போய், அதன் பிறகுதான் அவர்களே வருவதாக முடிவுக்கு வந்தார்கள். அப்போது என் நைனாவின் வயது எண்பத்தைந்து. அம்மா எண்பது. மூன்று ஆண்டுகளாகப் பார்க்கவில்லை. நான் சென்னை சின்மயா நகர் வாசம். அவர்கள் தாம்பரம்.

வீட்டைப் பொருத்தவரை எந்தக் குடும்ப விஷயத்தையும் அவந்திகாவின் சம்மதம் இல்லாமல் நான் செய்வதில்லை. வீடு அவளுடைய இடம். அவள் "இப்போது வேண்டாம், அடுத்த வாரம் வரச் சொல்" என்றாள். "அடுத்த வாரம் வரை அவர்கள் உயிரோடு இருப்பார்களா என்பது சந்தேகம் ஆயிற்றே?" என்று அவந்திகாவிடம் கேட்டேன்.

"நான் எதாவது சொன்னால் அதில் அர்த்தம் இருக்கும் என்பதை நம்பு. வீட்டில் அரிசி இல்லை. பணமும் இல்லை. நகை எல்லாவற்றையும் அடகு வைத்தாயிற்று. அவர்கள் வந்தால் ஒரு மட்டன் குழம்பாவது பண்ணிப் போட வேண்டாமா? அடுத்த வாரம் வரச் சொல், அதற்குள் எதுவும் நடக்காது" என்றாள்.

இதை அப்படியே என் இணையதளத்தில் எழுதினேன். அந்த மாதத்திலிருந்து மாதாமாதம் பத்து கிலோ அரிசியை எனக்குக் கொடுத்துக் கொண்டிருந்தார் தமிழ் ஸ்டுடியோ அருண். பல ஆண்டுகள் அவருடைய உதவி எனக்குக் கிடைத்தது. அப்போது அவர் ஒரு இயற்கை அங்காடி வைத்திருந்தார். ஒரு நண்பர் என் வீட்டு வாடகையைக் கொடுத்தார். ஒரு தோழி என் தொலைபேசிக் கட்டணத்தைக் கட்டினார். ஒருவர் எனக்கு செல்லுமிடமெல்லாம் விமான டிக்கட் எடுத்துக்கொடுத்தார். இப்படித்தான் ஓடியது வாழ்க்கை. இப்போதும் இப்படித்தான் ஓடிக் கொண்டிருக்கிறது.

மூன்று லட்சம் பிரதிகள் விற்றுக் கொண்டிருந்த பத்திரிகை ஆயிரம் வார்த்தைகள் கொண்ட படைப்புக்கு ஐநூறு ரூபாய் சன்மானம் கொடுத்தால் எழுத்தாளன் இப்படித்தானே பிச்சை எடுக்க வேண்டும்? அதுதான் தமிழ்நாட்டில் நடக்கிறது. இப்போது நான் ஐரோப்பியப் பத்திரிகைகளில் ஒரு வார்த்தைக்கு முப்பது ரூபாய் வாங்குகிறேன். ஒரு தமிழ் இணைய இதழில் ஒரு வார்த்தைக்குப் பத்து ரூபாய் வாங்கினேன். கொடுக்காவிட்டால் எழுதுவதில்லை என்று திட்டம் வைத்திருக்கிறேன்.

காஃப்கா நித்தியத்துவத்தை அடைய வேண்டும் என்று எழுதினார். எழுத்துக்கு நித்தியத்துவம் உண்டா? உங்களால் அதை அடைய முடியும் என்று நினைக்கிறீர்களா?

ஏற்கனவே அடைந்துவிட்டதாகவே நினைக்கிறேன்.

நான் மட்டும் அல்ல; ஒவ்வொரு எழுத்தாளனும் அப்படி நினைத்தே எழுதுகிறான். ஆனால் காலம் எதை வைத்துக் கொள்ளும், எதை ரத்து செய்யும் என்று யாருக்குத் தெரியும்?

ஆனால் யூகிக்கலாம். இருபத்தைந்து ஆண்டுகளுக்கு முன் நான் எழுதிய ஸீரோ டிகிரி இன்று ஒரு *cult classic* நிலையை எட்டியிருக்கிறது. ஹார்ப்பர் காலின்ஸ் புத்தக நிறுவனம் ஒரு தொகுப்பு நூலை வெளியிட்டது. ஐம்பது எழுத்தாளர்கள், ஐம்பது புத்தகங்கள். *Fifty Writers, Fifty Books.* அதாவது, இந்தியாவில் வெளியான ஐம்பது சிறந்த புத்தகங்கள், ஐம்பது சிறந்த எழுத்தாளர்கள். அதில் ஒன்று ஸீரோ டிகிரி. இனி இதை மாற்ற முடியாது. எனவே என் காலத்திலேயே என் எழுத்து நித்தியத்துவம் பெற்றுவிட்டது என்று நாம் பெருமைப்பட்டுக் கொள்ளலாம்.

ஆனாலும் நான் அப்படியெல்லாம் நினைத்து எழுதுவதில்லை. ஒரு பறவை பறப்பது போலவே எழுதுகிறேன். பறக்கிறதைத் தவிர பறவைக்கு வேறு சிந்தனை இருக்க முடியுமா?

மேஜிக்கல் ரியலிஸம் ஒரு அலையாக வீசியபோது நீங்கள் அந்தத் திசையைப் பெரிதும் பார்க்காதது ஏன்?

பொதுவாக எந்த இஸமும் என்னை ஈர்த்ததில்லை. கார்ஸியா மார்க்கேஸுக்கு நோபல் பரிசு கிடைத்ததால் மேஜிகல் ரியலிஸம் உலக அளவில் புகழ்பெற்றதே தவிர அதற்கென்று வேறு எதுவும் சிறப்பு இல்லை. மஹாபாரதத்தைவிட சிறந்த மேஜிகல் ரியலிஸப் படைப்பு உலக மொழிகளில் இருக்க சாத்தியம் இல்லை.

எனக்குப் பொதுவாகவே கிராமம் சார்ந்த எதிலுமே ஆர்வமோ ஈர்ப்போ இல்லை. மேஜிகல் ரியலிஸம் மிகவும் பழைய கதை சொல்லல் முறை. காலாவதியாகிவிட்ட எழுத்து வடிவம். அதை விட விஞ்ஞானப் புனைவுகள் எனக்குப் பிடித்தமானவையாக இருந்தன, நான் அந்தப் பாணியில் எழுதியிருக்காவிட்டாலும்.

எனக்கு மிகவும் பிடித்த எழுத்தாளரான மாரியோ பர்கஸ் யோசா *(Mario Vargas Llosa)* கிட்டத்தட்ட முப்பது நாவல்கள் எழுதியிருக்கிறார். பெருவைச் சேர்ந்தவர். அத்தனை நாவல்களையும் நான் இரண்டு முறை படித்திருக்கிறேன். ஒன்றுகூட மேஜிகல் ரியலிஸத்தில் எழுதப்பட்டது அல்ல.

எனக்குப் பிடித்த ட்ரான்ஸ்கிரஸிவ் எழுத்தாளர்களான வில்லியம் பர்ரோஸ் *(William Burroughs)*, ஜேக் கெரோவாக் *(Jack Keroac)*, ஆலன் கின்ஸ்பெர்க் *(Alan Ginsberg)*, கேத்தி ஆக்கர் *(Kathy Acker)* என்று யாருமே மேஜிகல் ரியலிஸ ஆட்கள் அல்ல. எனக்குப் பிடித்த ஃப்ரெஞ்ச் எழுத்தாளரான ஜார்ஜ் பெரக் *(Georges Perec)* போன்றவர்களும் மேஜிகல் ரியலிஸ எழுத்தாளர்கள் அல்ல.

மேஜிகல் ரியலிஸம் என்பது கீழ்நிலையில் உள்ள ஒரு இலக்கியப் பாணி. தமிழில் ஒருசிலர் அதைத் தூக்கிப்பிடித்ததை ஒரு இலக்கிய மோஸ்தர் என்றுதான் எடுத்துக்கொள்ள வேண்டும். அதனால்தான் அந்தப் பாணி இன்று யாராலும் சீந்துவாரற்று அழிந்து போனது.

இருபது ஆண்டுகளுக்கு முன்பு பின்நவீனத்துவம், பின் அமைப்பியல் என்றெல்லாம் பெரிய மோஸ்தராக இங்கே இருந்தது. உங்கள் எழுத்தில் பின்நவீனத்துவக் கூறுகள் இருப்பதாக அடையாளம் காணப்பட்டன. தற்போது அந்தக் கோட்பாடுகள் பற்றிய பேச்சே காணோம். அவையும் காலாவதி ஆகிவிட்டனவா?

ரியலிசம், மேஜிகல் ரியலிசம், க்யூபிசம், நேச்சுரலிசம், இமேஜிசம் போன்றவை இலக்கியத்தில் பலவகையான வகைகள் அல்லது பாணிகள். இப்படிப்பட்ட பாணிகள் ஒரு காலகட்டத்தோடு முடிவுக்கு வந்து விடும். ஆனால் பின்நவீனத்துவமோ அமைப்பியல்வாதமோ அப்படி அல்ல. அவை அறிதல் முறை சார்ந்த கோட்பாடுகள், கண்டுபிடிப்புகள். கார்ல் மார்க்ஸ் சில கோட்பாடுகளைக் கண்டுபிடித்துச் சொன்னார். மனிதனை மனிதன் சுரண்டக் கூடாது. மனிதர்கள் எட்டு மணி நேரம் வேலை செய்தால் போதும். இது போன்ற கண்டுபிடிப்புகள் மனித குலம் இருக்கும் வரை இருந்துகொண்டுதான் இருக்கும். புவியீர்ப்பு விசை என்ற கண்டுபிடிப்பைப் போன்றது இது. தரையிலிருந்து பொருட்கள் ஆகாயத்தை நோக்கி ஈர்க்கப்படும் வரை புவியீர்ப்பு விசைக்கான அர்த்தம் இருந்துகொண்டேதான் இருக்கும். அப்படிப்பட்ட கண்டுபிடிப்புதான் பின்நவீனத்துவம்.

பின்நவீனத்துவத்தின் முக்கியமான அம்சம், அதிகார அழிப்பு. இலக்கியத்தை எடுத்துக்கொண்டால் ஆசிரியரே (எழுத்தாளர்) பிரதியை நிர்ணயிக்கிறார், அவரே பிரதியைத் தீர்மானிக்கிறார். அவர் உருவாக்கும் சிருஷ்டி வாசகருக்குக் கையளிக்கப்படுகிறது. ஆசிரியரின் தரிசனத்தை வாசகர் உணர்கிறார். இம்மாதிரியான சிந்தனை முழுக்க முழுக்க நுகர்வோர் கலாச்சாரத்தைச் சேர்ந்தது என்கிறது பின்நவீனத்துவம். வாசகனுக்கு அத்தகைய சிருஷ்டியில் வேலையே இல்லை. எழுத்தாளரே அந்த வேலையை முழுமையாகச் செய்துமுடித்து அதன் விளைபொருளை வாசகருக்கு அளிக்கிறார். கிட்டத்தட்ட பிரசாதம் மாதிரி. அம்மாதிரி பிரதிகளைப் பொருத்தவரை படைப்பு (சிருஷ்டி) என்பது ஒரு முடிந்துபோன வஸ்து. பூரணம்.

அந்தப் பூரணத்தை, அந்தப் புனிதத்தை, அந்த சர்வாதிகாரத்தை உடைக்கிறது பின்நவீனத்துவம். நீ கண்டது தரிசனமே அல்ல, நீ மொழியால்தான் சிந்திக்கிறாய், அந்த மொழி என்பது ஒரு கிடங்கு. பல நூறு ஆண்டுகளாக, பல்வேறு வெளிப்புற சக்திகளால் உருவாகிக்கொண்டே வந்ததுதான் நீ "சிந்திக்கும்" மொழி. எனவே உன்னுடைய "தரிசனம்" உன்னால் மட்டுமே சிருஷ்டிக்கப்பட்டது அல்ல. அது புறக்காரணிகளால் உருவாக்கப்பட்டது.

உதாரணமாக, இப்படிப் பார்க்கலாம். ஒரு முக்கோணம் மற்றும் சுருள்சுருளான வளையம். முக்கோணத்தின் உச்சியில் இருப்பவரே எழுத்தாளர். கடவுள். தந்தை அல்லது குடும்பத் தலைவர். ஆசிரியர். ஹாஸ்டல் வார்டன். பிரின்ஸிபால். குருநாதர். சிறைக்கண்காளிப்பாளர். சர்வாதிகாரி. அவரிடமிருந்து பெறுபவர் கீழே இருக்கிறார். முக்கோணத்தின் உச்சியோடு பயணம் முடிவடைகிறது. சொல்லப்போனால் பயணமே இல்லை. முக்கோணம் சர்வாதிகாரத்தின் குறியீடு. ஆண்மையவாதத்தின் *(Phallocentrism)* குறியீடு. ஆண் காமத்தின் குறியீடு. ஆரம்பம். உச்சி. வீழ்ச்சி. வீழ்ச்சிக்குப் பிறகு ஆணிடம் ஒரு அசைவையும் பார்க்க முடியாது. சுருள் வளையம் அப்படி இல்லை. ஆரம்பம் இல்லை. முடிவு இல்லை. யாரிடமும்

அதிகாரம் இல்லை. மையம் இல்லை. எல்லா இடமுமே மையம்தான். உச்சந்தலையிலிருந்து உள்ளங்கால் வரை காமத்தின் மொக்குகள் நிரம்பியது பெண்ணுடல். முழுக்க முழுக்க ஜனநாயகப்படுத்தப்பட்ட ஒன்றின் குறியீடு சுருள் வளையம். பெண் காமம் ஆரம்பமும் முடிவும் இல்லாதது. மையமற்றது.

ஆக, பின்நவீனத்துவம் என்பது நம் சிந்தனைப்போக்கையே மாற்றி அமைக்கும் ஒரு அறிதல்முறையாகும். அதிகார மையத்தை இல்லாமல் ஆக்கி அதிகாரப் பரவலை முன்வைத்தது பின்நவீனத்துவம். இதை நாம் அரசியல்ரீதியாகவும் புரிந்து கொள்ளலாம். இந்திய அரசியலில் ஜனநாயகம் வந்த பிறகு மந்திரியின் பின்னே ஏன் இத்தனை வாகனங்கள்? அவர் என்ன மன்னரா?

காரணம், இந்தியர்களின் மனதில் இன்னமும் பின்நவீனத்துவ சிந்தனை பற்றிய புரிதல் இல்லை. இன்னமும் அவர்கள் அதிகாரத்துக்குப் பணிபவர்களாக, அடிமைகளாகவே இருக்கிறார்கள்.

ஆக, மார்க்ஸின் சிந்தனை மானுட வரலாற்றில் எப்படிப்பட்ட புரட்சியை செய்ததோ அதற்குத் தொடர்ச்சியான புரட்சியை செய்தது பின்நவீனத்துவம். மார்க்ஸீயம்கூட அதிகாரத்தில் அமர்ந்ததும் எப்படி சர்வ அதிகாரம் படைத்ததாக மாறியது என்பதைப் பார்த்தோம். பின்நவீனத்துவம் அந்த அதிகாரம் பற்றி அவதானிக்கிறது. அந்த அதிகாரத்தைக் கட்டுடைக்கிறது.

அமைப்பியல்வாதம் என்பது மேலே குறிப்பிட்டேன் அல்லவா, மொழிக் கிடங்கு என்று, அதை ஆய்வு செய்கிறது. மனித சிந்தனை என்பது தரிசனம் அல்ல. அதில் எக்கச்சக்கமான புறக்காரணிகள் இருக்கின்றன.

மேலும், அறிவு என்பது என்ன என்று ஆய்வு செய்தார்கள் அமைப்பியல்வாதிகள். மேற்கில்தான் அறிவுக்கான தேடலும் கண்டுபிடிப்புகளும் நிகழ்ந்தன என்பது மேற்குலகின் நம்பிக்கை. ஆஃப்ரிக்கர்கள் மூடர்கள், விஞ்ஞானத்துக்கு எதிரானவர்கள்

என்று மேற்குலகம் நம்பியது. ஆனால் எது அறிவு என்று கேட்டார் க்ளாத் லெவி ஸ்த்ராஸ் *(Claude Levi-Strauss)*. இந்தியர்கள் மரத்தையும் மண்ணையும் வணங்கினால் அது மடமை என்று நினைத்தார்கள் ஐரோப்பியர்கள். ஆனால் மரமும் மண்ணும்தான் சூழலியலின் அடிப்படை என்று பிற்பாடுதான் தெரிந்து கொண்டது மேற்கு உலகம். இப்படி நிறைய சொல்லிக்கொண்டு போகலாம்.

ஒரே வாக்கியத்தில் சொன்னால், பின்நவீனத்துவமும் அமைப்பியல்வாதமும் *literary styles* அல்ல. மனித அறிதல் முறையில் நிகழ்ந்த புரட்சிகரமான மாற்றங்கள். கண்டு பிடிப்புகள்.

காப்ரியேல் கார்ஸியா மார்க்கேஸ் தன்னுடைய தன்வரலாற்று நூலுக்கு 'Living to Tell the Tale' ('அந்தக் கதையைச் சொல்வதற்காக வாழ்தல்') என்று தலைப்பிட்டார். சாரு தன்னுடைய தன்வரலாற்று நூலுக்கு என்ன தலைப்பு வைப்பார்? அதற்கான காரணம் என்ன?

என்னைப் பற்றிய ஆவணப்படத்துக்கு த அவ்ட்ஸைடர் என்று தலைப்பு வைக்கப்பட்டிருக்கிறது. அந்நியன் என்றால் அது ஒரு தமிழ் சினிமாவை ஞாபகப்படுத்துவதால் அவ்ட்ஸைடர் என்று வைத்தோம். அந்தக் குறிப்பிட்ட தமிழ்ப்படத்தில் அந்நியன் என்றால் பைத்தியம் என்று வருகிறது. இந்த ஆவணப்படத்தில் அந்நியன் ஒரு வேற்றுக்கிரகவாசி.

நீங்கள் லூசிஃபர் என்ற வெப்சீரீஸ் பார்த்திருக்கிறீர்களா? அதில் வரும் லூசிஃபரை என் பிரதி பிம்பமாகவே கண்டேன். எனக்கு மிகவும் பிடித்த தொடர் அது. லூசிஃபர் நரகத்தின் காவலன். அவன் பூமிக்கு வர நேர்கிறது. இங்கே வந்து பார்த்தால் இந்த மனிதர்களின் பழக்கவழக்கங்களெல்லாம் அவனுக்கு வேடிக்கையாகத் தோன்றுகின்றன. ஒரு குழந்தையைப்போல் வெகுளியாக இருக்கிறான் அவன்.

அவன் ஒரு பெண்ணைக் காதலிக்கிறான். அதே சமயம் தினமும் பல்வேறு பெண்களோடு படுக்கிறான். அதன்

காரணமாகவே அவன் காதலை ஏற்க மறுக்கிறாள் நாயகி. லூசிஃபருக்கு அவளைப் புரிந்து கொள்ள முடியவில்லை. நான் மற்ற பெண்களோடு படுப்பதற்கும் உன்னைக் காதலிப்பதற்கும் என்ன சம்பந்தம் என்கிறான். ஆணாதிக்கவாதியாக அல்ல. உனக்குப் பிடித்தால் நீயும் செய்யலாமே என்பது போல.

ஒருநாள் அவன் ஆடை கசங்கியிருக்கிறது என்கிறாள் காதலி. உடனே ஒரு லாண்டரிக் கடைக்குப் போய் அங்கே தன் சட்டை கால்சராய் எல்லாவற்றையும் கழற்றி இஸ்திரி போட்டுத் தரச் சொல்லிக் கேட்கிறான். நாயகி மிரண்டு போகிறாள். உள்ளாடையோடு நிற்கும் லூசிஃபருக்கு நாயகியின் அதிர்ச்சிக்குக் காரணம் புரிவதில்லை.

இன்னொரு காட்சி. லூசிஃபர் நாயகியிடம் ஒருமுறையாவது உன்னோடு படுக்க வேண்டும் என்று கெஞ்சுகிறான். எந்தப் பெண்ணுமே அவனுக்கு மறுப்புத் தெரிவிக்காதபோது இவள் மட்டும் மறுப்புத் தெரிவிப்பதற்கு அவனுக்குக் காரணம் புரிவதில்லை. நாயகிக்கும் அவள் கணவனுக்கும் விவாகரத்து வழக்கு நடந்து வருகிறது. கணவனுக்கு அவளோடு வாழ விருப்பம். விவாகரத்தை அவன் எதிர்க்கிறான். ஒருநாள் நாயகி தன் வீட்டில் தன் கணவனுக்கும் லூசிஃபருக்கும் விருந்து கொடுக்கிறாள். அப்போது ஒரு ஆணோ பெண்ணோ காதலில் விழும்போது தன் இணையைத் தவிர வேறு யாரோடும் படுக்கக் கூடாது என்கிறாள் நாயகி. அப்போதுதான் லூசிஃபருக்குக் காரணம் புரிகிறது. உடனே “ஓ, அதனால்தான் நீ என்னோடு படுக்க மறுத்துக்கொண்டே இருக்கிறாயா?” என்று கேட்கிறான். அதைக்கேட்ட கணவன் கடும் கோபமடைந்து எழுந்து வெளியேறுகிறான். நாயகியும் கோபத்தோடு வெளியேற, லூசிஃபர் அவர்களின் கோபத்துக்கும் காரணம் புரியாமல் நாயகியின் குழந்தையோடு ஜாலியாக விளையாடிக் கொண்டிருக்கிறான்.

இந்தக் காட்சியில் தெரியும் லூசிஃபர் மாதிரிதான் என் வாழ்க்கை முழுவதுமே நான் வாழ்ந்திருக்கிறேன். எழுத்திலும் அப்படியே. அதனால்தான் என் எழுத்தைக் கண்டு பலரும்

அசூயை கொள்கிறார்கள். நேர்வாழ்விலும் என்னோடு நட்பு வைத்துக் கொள்ளத் தயங்குகிறார்கள்.

இந்த மானுடரின் பழக்கவழக்கங்கள், மதிப்பீடுகள், பணத்துக்கும் இவர்களுக்கும் உள்ள உறவு, அதிகாரத்துக்கும் இவர்களுக்கும் உள்ள உறவு என்று எல்லாமே என்னைப் பெரிதும் ஆச்சரியம் கொள்ள வைக்கின்றன. இவர்களுக்கு நடுவே நான் ஒரு வேற்றுக்கிரகவாசியாகவே உணர்கிறேன். ஆனால் மிருகங்களோடு பழகும்போது எனக்கு மிகவும் இயல்பாக இருக்கிறது.

சமீபத்தில் ஒரு நண்பர் கேட்டார், மரணத்தை எப்படி எதிர்கொள்கிறீர்கள் என்று.

ஒரு வீட்டில் மரணம் நிகழ்ந்திருக்கிறது. அதனால் அந்த வீட்டில் கூட்டமாக இருக்கிறது. அந்தத் தெருவில் உள்ள ஒரு பூனை அந்த வீட்டை எப்படிப் பார்க்குமோ அப்படித்தான் நான் மரணத்தைப் பார்க்கிறேன். அது யாருடைய மரணமாக இருந்தாலும் சரி. என் மரணத்தையும் சேர்த்தே சொல்கிறேன். அப்போது நான் கொஞ்சம் சீலே வைன் அருந்தியிருந்ததால் இன்னும் சுருக்கமாகவும் கவித்துவமாகவும் சொன்னேன்.

ஆகவேதான் என் சுயசரிதையின் பெயர் த அவ்ட்ஸைடர்.

> **'வாழ்தல்தான் உலகில் மிகவும் கடினமான அரிய விஷயம். பெரும்பாலானவர்கள் இருக்கிறார்கள் (exist), அவ்வளவுதான்' என்கிறார் ஆஸ்கார் வைல்டு. வாழ்தலுக்கும் இருத்தலுக்குமான போராட்டத்தை ஒரு எழுத்தாளராக நீங்கள் எப்படி பார்க்கிறீர்கள்?**

அது முழுக்க முழுக்க ஒரு மேற்கத்திய நம்பிக்கை. இந்தியர்கள் எதைப் பற்றியும் கவலைப்படுபவர்கள் அல்ல. மகா சக்ரவர்த்தியாக வாழ்ந்த சந்திரகுப்த மௌரியன் ஒரு நாள் தன் மணிமுடியையும் ஆடை அணிகலன்களையும் களைந்து எறிந்து விட்டு, நிர்வாணமாக கர்னாடகத்தில் உள்ள சரவணபெலாகுலா வரை வந்து சல்லேகணம் செய்து உயிர் நீத்தான். சல்லேகணம் என்பது சமண முனிவர்கள் உண்ணாவிரதம் இருந்து உயிர் துறக்கும் முறை.

ஹிந்துக்கள் எனப்படுவோர் இங்கே எப்போதும் கொண்டாட்டத்தில் திளைப்பவர்களாகவே இருந்திருக்கிறார்கள். அதன் காரணமாகவே சமணமும் பௌத்தமும் இங்கே பரவ முடியவில்லை. வாழ்க்கையைக் கொண்டாடுபவர்களுக்கு வாழ்தல் ஒருபோதும் கடினமானதாக இராது.

அதேபோல் எனக்கும் வாழ்தல் என்பது என்றுமே போராட்டமாக இருந்ததில்லை. நாள் கணக்கில் பட்டினி கிடந்தபோதுகூட அப்படித் தோன்றவில்லை. ஏனென்றால், நான் அந்த அனுபவங்களை எழுதிக்கொண்டே இருந்தேன். எழுத்தைப் போல் விடுதலை அளிக்கும் ஒன்று இந்த உலக வாழ்வில் இல்லை என்பதே என் சுய அனுபவம்.

'கண்ணிநுண் சிறுத்தாம்பு' போன்ற விதிவிலக்குகளை தவிர சாருவின் எழுத்தில் தமிழின் நெடிய மரபே கிட்டத்தட்ட வரவில்லையே?

முழுக்கவும் ஐரோப்பிய இலக்கியத்தைப் பயின்றதனால் அப்படி நேர்ந்திருக்கலாம். என் எழுத்தைப் படிக்கும் மேற்கத்திய வாசகர்களும் விமர்சகர்களும் இதை மிக எளிதில் கண்டு கொள்கிறார்கள். இது என் எழுத்தின் பலமும் பலவீனமும் ஆகும். மரபார்ந்த சிந்தனை அல்ல, மரபார்ந்த இலக்கியத்தின் சுவடுகள் கூட என் எழுத்தில் இல்லை. ஆனால் அதன் காரணமாகவே ஒரு உலக இலக்கிய வாசகருக்கு என் எழுத்தை மிக எளிதாகப் பற்றிக்கொள்ள முடிகிறது. ஸீரோ டிகிரி நாவலில் எந்தத் தமிழ் அடையாளத்தை ஒருவர் காண முடியும்?

அந்த நாவலைப் படித்த ஆர்ட்ரெவ்யூ ஏஷியா என்ற கலைக்கான பத்திரிகையின் ஆசிரியர் மார்க் ரேப்போல்ட் *(Mark Rappolt)* அந்தக் காலாண்டுப் பத்திரிகையில் என்னைத் தொடர்ந்து எழுதச் சொன்னார். ஐந்து ஆண்டுகளாக அந்தப் பத்திரிகையில் மூன்று பக்கத்துக்கு எழுதிக்கொண்டிருக்கிறேன். உங்களுக்கு எப்படி ஸீரோ டிகிரி பற்றித் தெரியும் என்று கேட்டதற்கு ஒரு சீன எழுத்தாளர் அறிமுகம் செய்ததாகச் சொன்னார்.

என் எழுத்தில் ஒருவித உலகலாவிய தன்மை இருப்பதால்தான் மேற்கத்தியர்களால் அதில் எளிதாக உள்ளே நுழைந்துவிட

முடிகிறது போலும். மீண்டும் போகன் சங்கர் சொன்னதே ஞாபகம் வருகிறது. ”சாரு தமிழில் எழுதும் ஃப்ரெஞ்ச் எழுத்தாளர்” என்றார் அவர்.

ஆம். வில்லியம் பர்ரோஸ், கேத்தி ஆக்கர், ஜார்ஜ் பெரக் போன்றவர்களைப் படித்தவர்களுக்கு என் எழுத்து இந்த ஆசிரியர்களுக்கு நெருக்கமாக இருப்பதை உணர முடியும்.

ஆனாலும் தமிழ் பக்தி இலக்கியத்தின் சாரமும், சம்ஸ்கிருத இலக்கிய மரபும் என் எழுத்தில் இருப்பதாகவே உணர்கிறேன். சமீபத்தில் என் கவிதைத் தொகுதிக்கு மனுஷ்ய புத்திரன் எழுதிய முன்னுரையில் அக்கவிதைகளில் சம்ஸ்கிருத மரபு இருப்பதாகக் குறிப்பிட்டார். உண்மைதான். நாலாயிரத் திவ்யப் பிரபந்தத்தையும் சம்ஸ்கிருத இலக்கியத்தையும் ஆழ்ந்து பயின்றிருக்கிறேன்.

ஸீரோ டிகிரி நாவலின் உள்சரடாக ஓடிக்கொண்டிருக்கும் லயத்துக்கும் கவித்துவத்துக்கும் மிக நிச்சயமாக நான் தமிழ் இலக்கிய மரபுக்குக் கடன்பட்டிருக்கிறேன்.

அதேபோல் இப்போது நான் எழுதிக்கொண்டிருக்கும் தியாகராஜா நாவலிலும் தமிழின் நெடிய மரபைக் காணலாம்.

உங்கள் தொடர்ச்சி என்று யாரைக் கருதுவீர்கள்? (நிச்சயம் அராத்து போன்றவர்களுக்கு வெளியில் சொல்ல வேண்டும்)

எனக்கு முன்னோடியும் இல்லை; தொடர்ச்சியும் இல்லை. அப்படி நடக்க சாத்தியமும் இல்லை. பாருங்கள், வங்காளத்தில் சுபிமல் மிஷ்ரா *(Subimal Mishra)* என்று ஒரு எழுத்தாளர் இருக்கிறார். அவர் பெயரே எனக்கு சில மாதங்களுக்கு முன்னால்தான் தெரியும். அவர் எனக்கு முன்பே என்னைப் போல் எழுதியிருக்கிறார். இப்படி இந்த உலகில் எங்கேயோ யாரோ யாரையோபோல் எழுதிக்கொண்டுதான் இருக்கிறார்கள். ஆகவே எனக்குத் தெரியாத யாரோ என்னைப்போலவும் சுபிமல் மிஷ்ரா போலவும் எழுதிக் கொண்டிருப்பார்களாக இருக்கும்; அல்லது, எழுதப் போவார்களாக இருக்கும்.

அதனால் என்னுடைய தொடர்ச்சி என்று யாருமே இல்லை. அராத்துவையும் உள்ளடக்கியே சொல்கிறேன். அராத்துவிடம் பிடித்த விஷயம், அவர் என்னுடைய அணுகுமுறையையும், அறிதல் முறையையும் பிடித்துவிட்டார். ஆனால் அவருடைய மொழி மிகவும் பலஹீனமானது.

இன்னும் ஆழமாக யோசித்தால், யாரும் யாருக்கும் தொடர்ச்சியாக இருக்க முடியாது என்றே தோன்றுகிறது. மார்க்கி தெ ஸாத்-க்கு யாரைத் தொடர்ச்சியாகச் சொல்ல முடியும்? அதேபோல் வில்லியம் பர்ரோஸ், ஜான் ஜெனே, அந்தோனின் ஆர்த்தோ, ஜார்ஜ் பத்தாய் போன்ற யாருக்கும் தொடர்ச்சி கிடையாது. தமிழில் கூட தி. ஜானகிராமனுக்கும் லா.ச.ரா.வுக்கும் தொடர்ச்சி உண்டா?

எப்போதாவது தோன்றுமா, இந்த வாழ்க்கையின் அர்த்தம் என்ன என்று? இந்த வாழ்க்கைக்கு சாரு என்ன அர்த்தம் கொடுக்க விரும்புகிறார்?

அன்பு ஒன்றுதான் வாழ்க்கையின் அர்த்தம். ஆனால் இங்கே அன்பு என்ற விஷயம் மிக அபாயகரமாகவும் விபரீதமாகவும் புரிந்து கொள்ளப்பட்டிருக்கிறது. உண்மையான அன்பு நிபந்தனை இல்லாதது. அதிகாரம் செலுத்தாதது. என் நிழலைப் போலவே என்னைப் பின்தொடர்ந்துகொண்டிருக்கும் என் பத்து பூனைகள் அதிலும் *Teddy* என்ற பூனை நான் குளியலறைக்குச் செல்லும் நேரத்திலும் குளியலறைக்கு வெளியே அமர்ந்து எனக்காகக் காத்துக்கொண்டிருக்கும். என்னுடைய படுக்கையில் எனக்கு அருகேதான் உறங்கும். நள்ளிரவில் எழுந்து கழிப்பறைக்குச் சென்றால், சத்தமில்லாமல் அங்கே வந்து அமர்ந்திருக்கும். திரும்பி வந்து படுக்கும்போது அதுவும் பக்கத்தில் வந்து படுத்துக்கொள்ளும். நான் ஊருக்குப் போய் விட்டால் சரியாகச் சாப்பிடாது. இந்த டெட்டி நான்கு ஆண்டுகளுக்கு முன்பு என்னிடம் வளர்ந்த ஸோரோ என்ற நாயின் மறுபிறவியே என்று கருதுகிறேன்.

வாழ்க்கையின் அர்த்தம் எந்த நிபந்தனையும் இன்றி, எந்த அதிகாரமும் இன்றி ஒரு உயிரின் மீது நீங்கள் செலுத்தும்

அன்புதான். அந்த உயிர் புலியாக இருக்கலாம், பூனையாக இருக்கலாம், மனிதராகவும் இருக்கலாம்.

அப்படிப்பட்ட அன்பான பெண்களும் ஆண்களும் பூனைகளும் நாய்களும் சூழ்ந்திருக்க நான் வாழ்ந்துகொண்டிருக்கிறேன். என் வாழ்க்கை பெரும் கொண்டாட்டமாக இருப்பதற்கு இதுவே முதன்மையான காரணம்.

ஒவ்வொரு காலகட்டத்துக்கும் ஒரு இலக்கியப் போக்கும் இருக்கும். மேற்கத்திய இலக்கியத்தில் ரொமாண்டிசிஸம், யதார்த்தவாதம், நவீனத்துவம், இருத்தலியம், பின்நவீனத்துவம் என்று ஒரு தொடர்ச்சியும் பரிணாமமும் இருந்துகொண்டிருக்கிறது. அதன் பிரதிபலிப்பை இங்கேயும் காணலாம். உலக இலக்கியத்தைத் தொடர்ந்து கவனித்து வருவபர் நீங்கள் என்ற அடிப்படையில் உலக இலக்கியம் இப்போது எங்கே இருக்கிறது? தமிழின் இடம் அதில் எங்கே?

ஒரு காலகட்டத்தில் ஃப்ரெஞ்ச் இலக்கியமும் அதை அடுத்து ஸ்பானிஷ் இலக்கியமும் உச்சத்தில் இருந்தன. இப்போது அரபி இலக்கியம்தான் எல்லாவற்றையும் விஞ்சி நிற்கிறது.

காரணம், ஜார் காலத்து ரஷ்யாவை நினைத்துப்பாருங்கள். சுமார் இருபத்தைந்து மேதைகள் ஒரே காலகட்டத்தில் வரிசையாக எழுதிக் கொண்டிருந்தார்கள். காரணம், ஜாரின் ரஷ்யா ஒரு நரகம்.

என்னால் சொர்க்கத்தில் எழுத முடியாது. சீலே வைன் அருந்தியபடி, எந்நேரமும் இசை கேட்டபடி காலத்தை ஓட்டி விடுவேன். நரகத்தில்தான் எழுத்து சாத்தியம். காரணம், நரகம் நம்மை மூழ்கடித்துவிடாமல், நொறுக்கிவிடாமல், நரகம் நம்மைத் தின்றுவிடாமல் காப்பாற்றிக்கொள்வதற்கான ஔஷதம் எழுத்து ஒன்றுதான். எழுத்தைப் பற்றிக்கொண்டுதான் நரகத்தின் வெந்தழலிலிருந்து நம்மைக் காப்பாற்றிக்கொள்ள முடியும். எழுத்தின் மாயாஜாலத்தில் வெந்தழல் தென்றலாக மாறி விடும். நரகத்தை எழுத்து சொர்க்கமாக மாற்றி விடும். அப்படி மாற்றப்பட்ட சொர்க்கத்திலிருந்து நாம் ஏராளமாக எழுதலாம். நிஜமான சொர்க்கத்திலிருந்து எழுத முடியாது.

அதனால்தான் அரபி இலக்கியம் இன்று உச்சத்தில் நிற்கிறது. காரணம், அரபி பேசும் நாடுகள் அனைத்திலும் வாழ்க்கை பெரும் போராட்டமாகவும் துயரமாகவும் இருக்கிறது. துனீஷியா, லெபனான், மொராக்கோ, அல்ஜீரியா, சவூதி அரேபியா, எகிப்து என்று ஏராளமான நாடுகளிலிருந்து உலகப் பேரிலக்கியங்கள் உருவாகிக் கொண்டிருக்கின்றன. சவூதியில் பிறந்த அப்துர்ரஹ்மான் முனீஃபைப் படித்தால் ஒருவர் அவரை தஸ்தயேவ்ஸ்கியோடும் டால்ஸ்டாயோடும் ஒப்பிட்டு விடுவார். முனிஃப் ஒரு காலத்தில் சவூதியில் தடை செய்யப்பட்ட எழுத்தாளர். இன்றைய தினம் லெபனானிலும் மொராக்கோவிலும் நோபல் பரிசு பெறத்தக்க டஜன் எழுத்தாளர்கள் இருக்கிறார்கள்.

ஆச்சரியமான விஷயம் என்னவென்றால், இன்று உலக இலக்கியத்தில் உச்சமாக விளங்கும் அரபி இலக்கியத்துக்கு நிகராக அல்லது அதைவிட ஒரு படி மேலாகவே விளங்குகிறது தமிழின் சமகால இலக்கியம். சந்தேகமே இல்லை. ஏனென்றால், நகுலனின் நவீனன் டயரி, எம்.வி. வெங்கட்ராமின் காதுகள், லா.ச.ரா.வின் ஜனனி, பாற்கடல் போன்ற சிறுகதைகள், தி. ஜானகிராமனின் மோகமுள், எஸ். சம்பத்தின் இடைவெளி, தஞ்சை ப்ரகாஷின் நாவல்கள் மற்றும் பொறாஷோக்கு, மேபல் போன்ற சிறுகதைகளுக்கு நிகரானவை உலகின் எந்த மொழியிலும் இல்லை என்று துணிந்து கூறலாம்.

தமிழ் எழுத்தாளர்கள் வரலாற்றுத் தாழ்வுணர்வில் இருக்கிறார்களா? இந்தத் தாழ்வுணர்வைத்தான் மேலுணர்வாக வெளிப்படுத்துகிறார்களா? எழுத்தாளன் பெரியவன்; ஏனையவர்களைக் காட்டிலும் மேலானவன் என்று ஏன் சொல்லிக்கொள்ள வேண்டியிருக்கிறது?

நாம் இன்று தமிழினத்தின் பெருமையை உலகெலாம் கேட்க உரத்துக் கூவுகிறோம். உலகின் பழைய மொழிகளில் தமிழும் ஒன்றாகத் திகழ்கிறது. ஆனால் பழமையிலேயே கிடக்காமல் பின்நவீனத்துவத்தையும் பின்னமைப்பில் கூறுகளையும் உள்வாங்கிக்கொண்டு மிக நவீனமாகவும் செயல்படுகிறது சமகாலத் தமிழ் இலக்கியம்.

சங்கத் தமிழுக்கு நிகர் இல்லை என்கிறோம். அந்தப் பெருமையை நமக்குக் கொடுத்தது யார்? சங்கத் தமிழை உருவாக்கிய இலக்கியவாதிகள்தானே? ஆனால் அந்த இலக்கியவாதிகள் எப்படி வாழ்ந்தார்கள்? ஔவை ஒரு அரசனிடம் யாசிக்க வருகிறாள். அவனோ அவளைத் துரத்தி அடித்து விட்டான். வாயிற்காப்போனிடம் வரும் ஔவை அவனிடம் அரசனைப் பற்றித் தூற்றிப் பாடி விட்டுப் போகிறாள்.

இந்த அவலத்தைத் தமிழ்ச்சூழலில் முதன்முதலில் பகிரங்கப்படுத்தியவன் நான்தான். அதனாலேயே இணையப் பிச்சைக்காரன் என்ற பட்டத்தையும் பெற்றேன். காரணம், தமிழர்கள் ஒரு ஃபிலிஸ்டைன் *(philistine)* சமூகமாக வாழ்கிறார்கள். எட்டரை கோடித் தமிழர்கள் வசிக்கும் தமிழ்நாட்டில் ஒரு எழுத்தாளனின் புத்தகம் இருநூறு பிரதிதான் விற்கிறது. ரோட்டில் இஸ்திரி போடும் ஒருவரின் சம்பளத்தில் பாதி கூட ஒரு எழுத்தாளனுக்கு ராயல்டியாக வருவதில்லை. நூறு புத்தகங்களுக்கு மேல் எழுதியிருக்கும் எனக்கே ஒன்றரை லட்சம் ரூபாய்தான் ஒரு வருடத்துக்கான ராயல்டி என்றால் மற்ற எழுத்தாளர்களின் நிலையைப் பார்த்துக் கொள்ளுங்கள்.

இந்தக் காரணங்களினால்தான் தமிழ் எழுத்தாளர்கள் வரலாற்றுத் தாழ்வுணர்வில் இருக்கிறார்கள். அதிலும் இப்போது சினிமாவும் சேர்ந்து கொண்டது. நான் பார்த்த ஒரு காணொலியை என்னால் மறக்கவே முடியாது. தமிழின் ஆகப் பிரபலமான எழுத்தாளர்களில் ஒருவர் சூப்பர் ஸ்டாருடன் திருப்பதிக்குப் போகிறார். சூப்பர் ஸ்டார் ஏழுமலையானை வணங்க, எழுத்தாளரோ சூப்பர் ஸ்டாரை வணங்குகிறார். எழுத்தாளரின் உடல் மொழியில்தான் என்ன ஒரு பவ்யம், என்ன ஒரு பயபக்தி! மொழிக்கும் பண்பாட்டுக்கும் அடையாளமாகத் திகழும் ஒருத்தனை இரண்டாயிரம் ஆண்டுகளாக அடிமைப்படுத்தி வைத்திருந்தால் அவன் என்ன பண்ணுவான் சொல்லுங்கள்?

முதல் முதலாக தமிழ் எழுத்துலக சரித்திரத்திலேயே இதை உடைத்து எழுத்தாளர்களின் இடத்தை நிலைநிறுத்தியவர்கள் இரண்டே பேர் நானும் ஜெயமோகனும்தான். தங்கத்தட்டில்

சாப்பிட்ட சூப்பர் ஸ்டார் அல்லவா எம்.கே.டி.? அவர் பெயர் இன்று யாருக்குத் தெரியும்? நடிப்பின் உச்சம் சிவாஜி. இன்று அவருடைய படத்தைப் பார்க்கும் 2-கே சிறார்கள் ஏதோ காமெடி படத்தைப் பார்ப்பது போல் சிரிக்கிறார்கள். கேளிக்கையாளர்களின் காலம் அவ்வளவுதான். ஆனால் புதுமைப்பித்தன்? அது இரண்டாயிரம் ஆண்டுகளுக்கு முன்பு கபிலனிடமிருந்து தொடங்குகிறது. ஆகவே, எழுத்தாளன் தன் தாழ்வுணர்வை மேலுணர்வாக வெளிப்படுத்தவில்லை. சமூகத்தில் தனக்கான இடத்தை மற்றவர்களிடம் சுட்டிக் காட்டுகிறான். அவ்வளவுதான். இதனால் எழுத்தாளனுக்கு ஒரு லாபமும் இல்லை. சமூகம் ஒரு ஞானியைப் பார்த்து பிச்சைக்காரன் என்று நினைத்துக்கொண்டிருந்தால் அது அந்த சமூகத்துக்குத்தானே அவமானம்? அவன் தன் சமூகத்தின் மீது கொண்ட பரிவுணர்ச்சியின் காரணமாகவே அதைச் சுட்டிக்காட்ட விரும்புகிறான். அவ்வளவே.

உண்மையில் எழுத்தாளன் ஏனையவர்களைக் காட்டிலும் மேலானவன் என்பதை அவன் வாழும் சமூகம் சொல்ல வேண்டும். துரதிர்ஷ்டவசமாக அது தமிழில் நடக்கவில்லை. நான் அடிக்கடி குறிப்பிடும் சீலேயிலிருந்து ஒரு உதாரணம் தருகிறேன். 104 ஆண்டுகள் வாழ்ந்த சீலே தேசத்துக் கவிஞன் நிக்கானோர் பார்ராவை (Nicanor Parra) சந்திக்க தென்னமெரிக்க நாடுகளின் அதிபர்கள் தேதி கேட்டுக் காத்திருந்தார்கள். காரணம், அதிபர்கள் மாறலாம். ஆனால் சீலேயின் தேசிய அடையாளமாக விளங்கியவர்கள் பாப்லோ நெரூதாவும் நிக்கானோர் பார்ராவும். அதே சமயம், சர்வாதிகாரிகள் பதவிக்கு வரும்போது அதே எழுத்தாளர்களின் உயிருக்கு ஆபத்தும் ஏற்பட்டிருக்கிறது. அப்படிக் கொல்லப்பட்டவர்தான் பாப்லோ நெரூதா. கொலை என்றே தெரியாமல் விஷ ஊசி செலுத்தப்பட்டு கொல்லப்பட்டார். சர்வாதிகாரி பினோசெத் ஆட்சிக்கு வந்த ஒரே மாதத்தில் அது நடந்தது. பினோசெத்தின் சிப்பாய்கள் நெரூதாவின் வீட்டை சோதனையிட்டபோது நெரூதா கேட்டார், “உங்கள் துப்பாக்கிகளைவிட என் கவிதைகள் அபாயகரமானவை என்றா உங்கள் பினோசெத் நினைக்கிறார்?”

யோசித்துப் பாருங்கள், ஃபிடல் காஸ்ட்ரோ போன்ற அதிபர்களுக்கு எல்லா லத்தீன் அமெரிக்க எழுத்தாளர்களும் நெருங்கிய நண்பர்களாய் இருந்தார்கள். அதில் முக்கியமானவர் கார்ஸியா மார்க்கேஸ். ஆனால் பினோசெத்துக்கு பாப்லோ நெரூதா எதிரி. கொலை செய்யும் அளவுக்கு எதிரி. ஏனென்றால், நெரூதா சொன்னது போல் சர்வாதிகாரிகள் புரட்சியாளர்களின் துப்பாக்கிகளைவிட கவிஞர்களின் பேனாவைக்கண்டு அஞ்சினார்கள்.

"லத்தீன் அமெரிக்க நாடுகளில் ஒருவர் எழுத்தாளர் என்றால், அவர் அந்நாட்டின் தூதராக வெளிநாடுகளுக்கு அனுப்பப்படுவார்; அல்லது, சிறையில் அடைக்கப்படுவார், அல்லது, கொல்லப்படுவார்" என்று நான் விளையாட்டாகச் சொல்வதுண்டு. பாப்லோ நெரூதா தன் வாழ்நாள் முழுவதும் பல்வேறு நாடுகளில் தூதராக வாழ்ந்தவர். கூபாவின் அலெஹோ கார்ப்பெந்தியரும் *(Alejo Carpentier)* வெகுகாலம் பாரிஸில் தூதராக இருந்தவர். மெக்ஸிகோவைச் சேர்ந்த ஒக்தாவியோ பாஸ் *(Octavio Paz)* பல ஆண்டுகள் இந்தியாவில் தூதராக இருந்தவர்; நேருவின் நெருங்கிய நண்பர்!

இங்கே இந்தியாவில் எந்த அரசியல் தலைவருக்காவது ஒரு எழுத்தாளர் நண்பராகவோ எதிரியாகவோ இருந்திருக்கிறாரா? அதெல்லாம் காந்தியின் காலத்தோடு முடிந்தது. தாகூரை குருதேவ் என்று முதலில் அழைத்தது காந்தி. இந்தியாவே காந்தியை மகாத்மா என்று அழைக்க, அவரோ தாகூர் என்ற எழுத்தாளரை குருதேவ் என அழைத்தார்.

இப்போதும் வட இந்தியாவில் நிலைமை தேவலாம். பிரபல இந்தி நடிகர் ஃபர்ஹான் அக்தருக்கு மன நிம்மதி தேவை என்றால், மூன்று நாட்கள் எழுத்தாளர் உதய் பிரகாஷ் வீட்டில் போய் தங்கி விடுவார் என்று ஃபர்ஹானின் பேட்டி ஒன்றில் படித்தேன். தில்லியில் வசிக்கும் உதய் ப்ரகாஷ் என் நெருங்கிய நண்பர் என்பதால் அவருக்கு ஃபோன் செய்து கேட்டேன். ஆமாம் என்றார். இப்படி தமிழ்நாட்டில் நடப்பதற்கு சாத்தியம் உண்டா? இங்கே சினிமா கலைஞர்களை சந்திக்க வேண்டும்

என்றால் கூட எழுத்தாளர்தானே அவர்களைத் தேடிச் செல்ல வேண்டியிருக்கிறது?

இதற்கெல்லாம் அடிப்படைக் காரணம் என்னவென்றால், எழுத்தாளனுக்குத் தமிழ்நாட்டில் அடையாளமே கிடையாது. அடையாளம் இருந்தால்தானே எழுத்தாளன் மீது நட்புணர்வோ வெறுப்போ ஏற்படும்?

> **இந்தியா போன்ற குருகுல மரபு கொண்ட, தீண்டாமையையும் மேல்கீழ் அடுக்குமுறையையும் அதன் அங்கமாகக் கொண்ட, கல்வி மற்றும் சமூகச் சூழலில் மோசமான பாதிப்பை இதன் வழியாகவும் உருவாக்கப்பட்ட நாட்டில் நவீன ஆசிரியர்கள் – குறிப்பாக எழுத்தாளர்கள் எவ்வளவுக்கு எவ்வளவு ஜனநாயகம் ஆக வேண்டுமோ அப்படி ஆக வேண்டும் இல்லையா? ஏன் ஆசான் மரபை எங்கோ தூக்கிப் பிடிப்பவர்களாக இங்கே அவர்களும் உருவாக வேண்டியுள்ளது?**

நீங்கள் குறிப்பிடும் இரண்டு விஷயங்களையும் நான் இரண்டு வெவ்வேறு எதார்த்தங்களாகப் பார்க்கிறேன். யோகியின் சுயசரிதை என்ற நூலில் ஒரு சுவாரசியமான இடம் வருகிறது. குரு தன் சீடனிடம் இங்கேயே நில் என்று சொல்லி விட்டுப் போய் விடுகிறார். இமயத்தின் பனியும் குளிரும் தீவிரமாக வெளிப்படும் இடம். மூன்று இரவுகளும் மூன்று பகல்களும் சீடன் அதே இடத்தில் ஆடாமல் அசையாமல் நின்று கொண்டிருக்கிறான். அது ஒரு சோதனை. அதில் வென்றால்தான் மற்ற பயிற்சிகளுக்கு அவன் தகுதியானவனாக ஆக முடியும். உடல், உள்ளம் இரண்டுக்குமான சோதனை. உடலில் வலு இல்லாத ஒருவன் எப்படி கால்பந்தாட்டம் ஆட முடியும்? ஃப்ரான்ஸ் குழுவில் கோல் பிடிப்பவரைத் தவிர மற்ற பத்து பேரும் கறுப்பின மனிதர்களாகவே இருந்ததை கவனித்திருப்பீர்கள். நம்மைப்போன்ற தென்னிந்திய உணவு முறை உள்ளவர்களால் அந்த மைதானத்தில் இரண்டு நிமிடங்கள் தாக்குப்பிடிப்பதே பெரிய விஷயம்.

எந்த ஒரு வித்தையையும் ஜனநாயக முறையில் கற்றுக்கொள்வது சாத்தியமில்லை. அரசியல், சமூகம், குடும்பம் போன்றவற்றில்

ஜனநாயகமே சிறந்தது. ஆனால் கல்வி என்று வரும்போது அங்கே ஜனநாயகத்தைப் புகுத்தினால் இப்போதைய தமிழ்நாட்டுப் பள்ளிகளில் நடப்பது போல்தான் நடக்கும். மாணவனே ஆசிரியரை வசை வார்த்தைகளால் பேசி அடிக்கிறான். மிரட்டுகிறான். வகுப்பறையிலேயே தண்ணி அடிக்கிறான். பதின்பருவத்துச் சிறுமிகளும் பள்ளிச் சீருடையிலேயே தண்ணி அடித்து டான்ஸ் ஆடி காணொலிகளை வலைத்தளங்களில் வெளியிடுகிறார்கள். ஒட்டு மொத்த சமூகச் சீரழிவின் உதாரணங்கள் இவை.

ஜென் பௌத்தம் போன்ற குரு சிஷ்ய கல்விமுறையிலும் சரி, கிரேக்கம் போன்ற மேற்கத்திய கல்விமுறையிலும் சரி, ஜனநாயகம் பின்பற்றப்பட்டதில்லை. சாக்ரடீஸை மறுப்பதற்கு நீங்கள் சாக்ரடீஸிடம் இருபத்தைந்து ஆண்டுகள் குருகுல முறையில் பாடம் கற்றாக வேண்டும். ஜனநாயக முறையில் கல்வி கற்றால் சங்கீதம் என்ற கலையே இருந்த இடம் தெரியாமல் அழிந்து போய்விடும். எனவே குரு சிஷ்ய மரபு என்பது அத்தனை ஒன்றும் அபாயகரமானது அல்ல.

என்னுடைய வாசகர் வட்டத்தை எடுத்துக்கொண்டால், என்னை யாரும் ஆசான் என அழைப்பதில்லை. பதின்பருவத்து மாணவர் முதல் எல்லோரும் என்னைப் பெயர் சொல்லியே அழைக்கிறார்கள். ஆனால் என் வாசகர் வட்டம் மிகுந்த கட்டுக்கோப்பும் ஒழுங்கும் கொண்டது. ஒரு அடிப்படை ஒழுங்கு *(discipline)* இல்லாமல் நீங்கள் “சுதந்திரம்” பற்றிக் கூட பேசவோ செயல்படுத்தவோ முடியாது. வரப்போகும் டிசம்பர் 31-ஆம் (2022) தேதி இரவு நடக்கும் புத்தாண்டு கொண்டாட்டங்களை நீங்கள் ஒருமுறை நேரில் பார்த்தால் நான் சொல்வதைப் புரிந்துகொள்ளலாம்.

மற்றவர்களைத் தொந்தரவு செய்வதைத் தன்னுடைய சுதந்திரமாக நினைக்கும் இந்திய சமூகத்தில் ‘ஒழுங்கை’ ஒரு அடிப்படைத் தேவையாகக் கொள்ளாமல் நாம் சுதந்திரத்தைப் பேண முடியாது. ஆனால் அதே சமயம், குருகுல மரபு ஒரு கட்டத்தில் குருநாதர்களையும் அடிமைகளையும் உற்பத்தி

செய்யக் கூடியதாகவும் இருக்கிறது. ரஷ்யாவில் நடந்ததை நினைத்துப் பார்க்கலாம். சீனாவில் நடந்ததையும். மானுட குலத்தில் சமத்துவம் பேச வந்த தத்துவம் அந்த நாடுகளில் நவீன குருமார்களை கமிஸார்களை உருவாக்கியது. ஆனால் சமத்துவம் பற்றி வெளிப்படையாகப் பேசாத இந்திய மரபு எல்லா உயிர்களையும் ஒரே பிரம்மத்தின் பிம்பங்களாகப் பார்த்தது. அந்த ஆன்மீக மரபின் தொடர்ச்சிதான் இன்றைய எழுத்தாளனும். அதனால்தான் ஆசான் என்ற அடைமொழி வருகிறது. சாதீயம் என்பது இதற்கு வெளியே சமூக வெளியில் இருக்கிறது. சாதீயத்தின் தீமைகளினால் காயம் பட்ட நம்மைப் போன்றவர்கள் இந்திய ஆன்மீக மரபின் குரு சிஷ்ய பாவனை கண்டு மருட்சி அடைய வேண்டியதில்லை. அது வேறு, இது வேறு.

5

வெயில், பனி, மழை... இவை ஒவ்வொன்றும் ஒவ்வொருவரையும் பிரத்யேகமான ஓர் உலகுக்குக் கொண்டு செல்லக் கூடியவை. உங்களுடைய பனிக் கால அனுபவங்களைப் பேசலாமா?

நாகூரில் இருந்த வரை என் வாழ்வின் முதல் இருபத்தைந்து ஆண்டுகள் வெயில் மற்றும் மழை ஆகிய இரண்டு பருவங்கள்தான் பரிச்சயமாகி இருந்தன. அதிலும் நாகூர் மழை பற்றி உலகமே அறியும். நாகூரில் ஒருபோதும் மழை மழையாக வந்ததில்லை. புயலாகத்தான் வரும். அதனால் இன்றளவும்கூட மழை என்றால் ஒருவித கசப்புணர்வுதான் உண்டாகிறது எனக்கு. இன்று நான் மழையில் நனையாத வசதியில் இருந்தாலும் என்னைச் சுற்றி வாழும் நாய் பூனைகளுக்காக மனம் படாதபாடு படும்.

எந்த தேசத்தில் நாய்களும் பூனைகளும் தெருக்களில் அனாதையாக அலைகின்றனவோ அந்த தேசம் மிகவும் பின் தங்கியிருக்கிறது என்றே அர்த்தம். ஃப்ரான்ஸிலோ ஜெர்மனியிலோ அல்லது வளர்ச்சி அடைந்த எந்த ஒரு மேற்கு ஐரோப்பிய தேசத்திலோ நான் தெருக்களில் திரியும்

பிராணிகளைப் பார்த்ததில்லை. இந்த பூமியில் மனிதர்கள் மட்டுமே வாழ்ந்தால் போதும் என்று நினைப்பது எத்தனை பெரிய சுயநலம்? நாய்களும் பூனைகளும் வனத்தில் வாழ படைக்கப்படவில்லை. அவை மனித வர்க்கத்தின் நட்பில் வாழ வேண்டியவை. அவைகளை இந்தியர்கள் இப்படி அனாதைகளாகத் தெருவில் திரிய விட்டிருப்பதும், சகல விதமான சித்ரவதைகளைச் செய்வதும் மிகவும் கவலைக்குரிய விஷயம்.

போன வாரம் நடந்த ஒரு சம்பவம். இன்றோ நாளையோ குட்டிகளை ஈன்று விடும் நிலையில் உள்ள ஒரு கர்ப்பிணி ஆடு சாந்தோம் நெடுஞ்சாலையின் குறுக்கே மாட்டிக் கொண்டது. காலை எட்டரை மணி. இந்த நெடுஞ்சாலை சென்னையின் 'பிஸி'யான சாலைகளில் முதன்மையானது. இதுவே ஒரு ஐரோப்பிய நாட்டில் நடந்திருந்தால் யாரும் எதுவும் செய்யாமலேயே வாகனங்கள் ஆங்காங்கே சாலையில் நின்றிருக்கும். ஆடு சாலையைக் கடந்த பிறகுதான் வாகனங்களை எடுப்பார்கள். ஆனால் இங்கே யாருக்கும் அந்த ஆடு பற்றிய கவலையே இல்லை. வாகனங்கள் சர் சர் என்று சீறிப்பாய்ந்தபடி இருந்தன. பக்கத்தில் உள்ள ஆட்டோ ஸ்டாண்டில் உள்ள டிரைவர்கள் அதை வேடிக்கை பார்த்துக்கொண்டிருந்தார்கள்.

என் மனைவி அவந்திகா சாலையின் குறுக்கே புகுந்து வாகனங்களை நிறுத்தி ஆட்டை எங்கள் அடுக்ககக் குடியிருப்பின் பக்கம் போகச் செய்தாள். ஆனால் எங்கள் குடியிருப்பின் செக்யூரிட்டி என்ன செய்தார் தெரியுமா? கேட்டில் நின்று கொண்டு ஆட்டை உள்ளே விடாமல் மறித்துத் துரத்தினார். ஏற்கனவே உயிருக்குப் பயந்து அல்லாடிக்கொண்டிருந்த ஆடு மீண்டும் ரோட்டில் பாய்ந்து விட்டது. மீண்டும் தன் உயிரைத் துச்சமாகக் கொண்டு அவந்திகா ரோட்டின் குறுக்கே நின்று வாகனங்களை நிறுத்தி ஆட்டை பக்கத்தில் இருந்த டுமீங் சந்துக்குள் விட்டாள்.

இந்தியர்கள் சக உயிர்களை எப்படி மதிக்கிறார்கள் என்பதற்கான ஒரு குறியீட்டுச் சம்பவம் இது. வனத்தில் வாழும்

ஆதிகுடிகளும் ராஜஸ்தானிகளும் விதிவிலக்கு. மற்றபடி இந்தியா முழுவதும் இதுவே நிலைமை. இதே தேசத்தில்தான் 'எல்லா உயிர்களிடத்திலும் இருப்பது பிரம்மம்; எல்லா உயிர்களும் சமம்; அண்டம்தான் பிண்டம்' என்றெல்லாம் தத்துவங்கள் தோன்றின.

ஆனால் நாம் என்ன சொல்கிறோம்? 'நாங்கள் வெங்காயம் பூண்டு கூட சாப்பிட மாட்டோம். மேற்கத்தியர்கள்தான் சக உயிர்கள் மீது கருணையில்லாமல் எல்லாவற்றையும் அடித்துத் தின்கிறார்கள்; பன்றியையும் மாட்டையும் தின்கிறார்கள்' என்று மேற்கத்தியரை இழிவு படுத்துகிறோம். ஆனால் எதார்த்தத்தில் யார் நம்முடைய சக உயிர்களைப் பேணுபவர்களாக இருக்கிறோம்? ஐரோப்பியரா? நாமா?

மழையிலிருந்து ஆரம்பித்து பல்லுயிர் ஓம்புதலுக்கு வந்து விட்டோம். பிராணிகள்கூட இல்லை, வாடிய பயிரைக் கண்ட போதெல்லாம் வாடினேன் என்று சொன்ன மரபு நம்முடையது. நான் ஒரு எழுத்தாளன் என்று சொல்கிறபோதே நம் மரபு சார்ந்த இன்னொரு விஷயமும் உடன் வருகிறது என்பதை நீங்கள் கவனிக்கலாம். இங்கே ரிஷிகளும், துறவிகளும், ஆன்மீகவாதிகளும் எழுத்தாளர்களாக இருந்திருக்கிறார்கள். நம்முடைய பக்தி இலக்கியம் பூராவும் அதற்கான சாட்சி. தாயுமானவரையும் சித்தர்களையும் வள்ளல் பெருமானையும் நாம் ஆன்மீகவாதிகள் என்று சொல்வதா? கவிகள் என்பதா? வியாசன் கவியா? ஹிந்து மதத்தின் புனிதநூலாகக் கருதப்படும் கீதையைப் படைத்தவனா? ஆதி சங்கரரைப் படிக்கும்போது அவர் ஒரு ஈடு இணையற்ற கவியாகத் தெரிகிறாரே?

என்னதான் நான் ஃபூக்கோ, தெரிதா, ரொலான் பார்த் என்று ஃப்ரெஞ்ச் சிந்தனையாளர்களின் மாணவனாக இயங்கினாலும் சித்தர் மரபின் வாரிசாகவும்தான் என்னை நான் உணர வேண்டியிருக்கிறது.

நீங்கள் பருவ காலம் பற்றிக் கேட்டீர்கள். மழைக் காலத்தில் மழையில் வாடும் பிராணிகளைப் பற்றி மனம் துன்பமுறுகிறது. ஒரு சமயம் இங்கே சென்னையில் ஒரு வார காலம் பெருமழை

பெய்து நகரமே வெள்ளத்தில் மிதந்தபோது கையில் நாய் பூனைகளுக்கான உணவோடு தெருத்தெருவாக நான் அலைந்தேன்.

மழை பற்றி மிக நெகிழ்வாக கவிகள் பலர் எழுதியிருக்கிறார்கள். அதையெல்லாம் படித்தால் எனக்கு எரிச்சலே ஏற்படும். மழையை ரசிக்கக்கூடிய வாழ்க்கை எனக்கு அமையவில்லை. அதன் காரணமாகவே எனக்குக் கடலும் பிடித்தமானதாக இல்லை. கடல் அருகேதான் வாழ்ந்தேன், வாழ்ந்து கொண்டிருக்கிறேன் என்றாலும் கடல் எனக்கு ஒருவித அச்சத்தையே அளிக்கிறது. கடல் நம்மை வனத்தைப்போல், மலையைப் போல் அரவணைத்துக் கொள்வதில்லை. வனமும் மலையும் ஒன்றோடு ஒன்று கலந்தது. இமயமலை என்னை ஈர்த்துக் கொண்டே இருப்பதற்குக் காரணம் இதுதான். வனமும் மலையும் நம்மை ஒரு தாயைப் போல் அள்ளி அரவணைத்துக் கொள்கின்றன. நம் தேசத்தின் அடையாளமே வனமும் மலைகளும்தான். அங்கேதான் நம்முடைய இதிகாசங்களும் உபநிஷத்துகளும் புராணங்களும் தோன்றின. அங்கேதான் நம்முடைய தீர்க்கதரிசிகள் ஞானம் பெற்றார்கள். அங்கேதான் நம்முடைய ரிஷிகளும் ஞானிகளும் வாழ்ந்தார்கள்.

சரியாகப் பத்து ஆண்டுகளுக்கு முன் இமயமலையில் ஒரு பெருவெள்ளம் வந்தது உங்களுக்கு ஞாபகம் இருக்கலாம். ஜூலை முதல் வாரம் வெள்ளம். பத்தாயிரத்துக்கும் மேற்பட்டவர்கள் வெள்ளத்தில் அடித்துச் செல்லப்பட்டார்கள். நூற்றுக்கணக்கான பாலங்களும் சாலைகளும் கோவில்களும் மாபெரும் சிலைகளும் வெள்ளத்தில் மூழ்கின. நானும் இன்னும் பத்து நண்பர்களும் ஜூலை இறுதி வாரம் இமயம் செல்வதாக ஜூனிலேயே திட்டமிட்டிருந்தோம். ஜூலை முதல் இரண்டு வாரம் வெள்ளம். வெள்ளம் வடிவதற்குள் நாங்கள் செல்கிறோம். மறுபடியும் கூட வெள்ளம் வரலாம். நாங்கள் ஷிம்லாவிலிருந்து லே வரை மோட்டார் பைக்கில் செல்வதாகத் திட்டம். எனக்கு சைக்கிள் கூட ஓட்டத் தெரியாது. அதனால் நண்பர்களின் பைக்கின் பின்னால் உட்கார்ந்து செல்லலாம் என்று முடிவெடுத்தோம்.

லேயிலிருந்து வேனில் பாங்கோங் ஏரி செல்ல வேண்டும். பாங்கோங் ஏரி 14000 அடி உயரம். அதற்குக் கொஞ்சம் முன்னால்தான் எனக்கு ஒரு ஹார்ட் அட்டாக் வந்திருந்தது. உயரமெல்லாம் போகவே கூடாது என்று அறிவுறுத்தினார் மருத்துவர். மட்டுமல்லாமல் பாங்கோங் ஏரியில் மனிதர்களுக்குத் தேவையான அளவு பிராண வாயு இல்லாமல் அவ்வப்போது அங்கே போகும் சுற்றுலாப் பயணிகள் மரணம் அடைவதும் உண்டு.

நான் நண்பர்களிடம் சொன்னேன், நாம் பதினோரு பேர் அல்ல, பன்னிரண்டு பேர் என்று. முழித்தார்கள். சிவனும் நம் கூடவே வருகிறார், கவலை வேண்டாம் என்று தைரியம் சொன்னேன்.

ஷிம்லாவிலிருந்து பைக்கில் சென்ற போது பாதையெல்லாம் சேறும் சகதியும் வெள்ளமுமாக இருந்தது. ஒரு அடி தப்பினால் எலும்புகூட கிடைக்காத அளவுக்கு அதல பாதாளம். லே செல்லும் வழியில் சார்ச்சு என்ற ஊரில் குழுவில் சிலருக்கு பிரக்ஞை தவறி விட்டது. சிலர் தொடர்ந்து வாந்தி எடுத்தார்கள். எனக்கு மூக்கிலிருந்து குருதி கொட்டியது. ஆனாலும் அந்தப் பயணம் வெற்றிகரமாக முடிந்தது. பாங்கோங் ஏரியில் ஒன்றரை நாள் இருந்தோம். மறக்க முடியாத அனுபவம்.

ஏன் இதை இங்கே சொல்கிறேன் என்றால், மலையும் பனியும்தான் எனக்கு வாழ்க்கையாக இருக்கிறது.

இருபது வயது வரை நான் வனத்தையோ மலையையோ பார்த்ததே இல்லை. பொன்மலை என்ற ஒரு குன்றுதான் நான் பார்த்த மலை. இருபத்தைந்து வயதுக்கு மேல் என் வாழ்க்கை முழுவதும் வனங்களும் மலைகளுமே தொடர்ந்து கொண்டிருக்கின்றன.

பருவ காலம் என்பது சாதாரண மனிதர்களுக்கு எப்படி இருக்குமோ தெரியாது. ஆனால் துறவிகளுக்கும் எழுத்தாளர்களுக்கும் பருவகாலம் என்பது அவர்களது ஆழ்நிலை இருத்தலோடு தொடர்பு உடையது. அதனால்தான் துறவிகள் வனங்களை நோக்கிச்சென்றார்கள். ஏன் சித்தார்த்தன் தன்

அரண்மனையில் இருந்தபடியே ஞானத்தைத் தேடியிருக்க முடியாதா? இப்போதும் பல மேற்கத்திய எழுத்தாளர்கள் மிகவும் தனிமையான இடங்களிலிருந்து கொண்டுதான் எழுதுகிறார்கள்.

பொதுவாக கவிஞர்களுக்கும் எழுத்தாளர்களுக்கும் மழை பிடித்தமானது. எனக்கு மழை பிடிக்காது. ஆனால் கடும் கோடை, கடும் பனி என்ற இரண்டு உச்சங்கள் எனக்கு மிகவும் பிடித்தமானவை. கோடை பற்றிப் பேசிவிட்டு பனிக்கு வருவோம். கத்தாரில் 55 டிகிரி வெய்யிலில் மதிய வேளையில் மிகவும் சந்தோஷமாக என் நண்பர் நிர்மலுடன் ஷாப்பிங் சென்றிருக்கிறேன். தில்லி வெய்யிலும் மிக உக்கிரமானது. தில்லியில் வசிக்கும் மேற்கத்தியர் எல்லோரும் கோடைக்குப் பயந்து தத்தம் ஊருக்குப் போய்விடுவார்கள். கோடையில் தில்லியில் எந்தக் கலாச்சார நடவடிக்கையும் இருக்காது. குளிர்காலத்தில் கோலாகலமாக இருக்கும் தூதரகங்கள் கோடையில் வெறிச்சோடிக் கிடக்கும்.

பலருக்கு கோடையில் சன் ஸ்ட்ரோக் வந்து பாதிக்கப்படுவார்கள். சிலர் இறந்து போவதும் உண்டு. ஆனால் எனக்குக் கோடை மிகவும் பிடிக்கும். என் உடல் அமைப்பின் விசித்திரமோ என்னவோ கோடை என்னை ஒன்றுமே செய்யாது. கோடையை நன்கு அனுபவிக்கவும் செய்வேன். கோடையில் நிம்பு பானி குடிப்பது ஒரு இனிமை. (குளிர்ந்த நீரில் அல்லது சோடாவில் எலுமிச்சையும் உப்பும் கலந்த பானம்.) கோடையில்தான் தர்பூசணியும் மாம்பழமும் கிடைக்கும். கோடை தரும் இனிமைகளில் அவை இரண்டும் உச்சம். நல்ல வெய்யிலில் அலைந்துவிட்டு சுடச்சுட இஞ்சித் தேநீர் அருந்துவது ஒரு அனுபவம். கோடையின் இரவில் குல்ஃபி சாப்பிடுவது ஒரு இனிமை.

கோடையில் தமிழ்நாடு வந்தால் இங்கே கிடைக்கும் இளநீரும் நுங்கும் விதவிதமான மாம்பழங்களும் இனிமை. இப்படி கோடைக்கு என்று பலவிதமான இனிமைகள் உண்டு.

தில்லியில் நான்கு பருவநிலைகளும் மிகத் துல்லியமாகத்

தெரிய வரும். முள்ளங்கியைக் கண்ணால் பார்த்துவிட்டால் குளிர்காலம் தொடங்கிவிட்டது என்று பொருள். கோட்டும் சூட்டுமாக பச்சை முள்ளங்கியைக் கடித்துக்கொண்டு போகும் கனவான்களை நீங்கள் இந்தியாவில் வேறு எந்த நகரிலாவது காண முடியுமா? தில்லியில் சந்தடி மிகுந்த கனாட் ப்ளேஸில் அந்தக் காட்சியைக் காணலாம். முள்ளங்கியின் மேல்தோலை சீவி விட்டு செடியோடு கொடுப்பார்கள். செடிப்பகுதியைக் கையில் பிடித்துக் கொண்டு முள்ளங்கியைச் சாப்பிட வேண்டும். இதை ருசித்திருக்காவிட்டால் நீங்கள் தில்லி கலாச்சாரத்தை ஸ்பரிசித்துப் பார்க்கவே இல்லை என்றுதான் சொல்வேன்.

தந்தூரி அடுப்பு பற்றிக் கேள்விப்பட்டிருப்பீர்கள். ஒரு மண் மேடை செய்து அதற்கு உள்ளே ஒரு தாழிப்பானையை அமைத்து அடியிலிருந்து விறகு அடுப்பு மூட்டுவார்கள். கோதுமை மாவில் ரொட்டி தட்டி அதைக் கையாலேயே பானையின் உட்புறம் வைத்துவிடுவார்கள். சிறிது நேரத்தில் அது நன்றாக வெந்து விடும். பிறகு பானைக்குள் ஒரு கம்பியை விட்டு ரொட்டியைக் கம்பியால் குத்திஎடுப்பார்கள். ரொட்டியின் நடுவே கம்பி குத்தின துவாரம் இருக்கும். அப்படி ஒரு ரொட்டியை நான் முப்பத்தைந்து ஆண்டுகளாக சென்னையில் தேடிக் கொண்டிருக்கிறேன். மிகவும் தரமான பஞ்சாபி உணவகங்களில்கூட அந்த தில்லி ரொட்டியின் ருசி இல்லை. காரணம், தில்லியில் பயன்படுத்துவது பஞ்சாப் கோதுமை.

தந்தூரி ரொட்டி முன்பு நான்கு சாப்பிடுவேன். தொட்டுக் கொள்ள டால் ஃப்ரை (வெங்காயம், தக்காளி, பச்சை மிளகாய் போட்டு தாளித்த பருப்பு), பேங்கன் பர்த்தா (கத்தரிக்காயில் செய்வது), மேத்தி (கீரை), கோஃப்தா (இங்கே செய்யும் பருப்பு உருண்டை போல) அல்லது மட்டன் கறி. கூட வெங்காயம். இந்த வெங்காயத்திலிருந்து அது கோடையா குளிர்காலமா என்பதைக் கண்டு பிடித்து விடலாம். வெங்காயம் என்றால் கோடை. முள்ளங்கி என்றால் குளிர்காலம்.

எனக்கு உணவு மதம். பேச்சு வழக்கில் *foodie* என்று சொல்கிறோம் இல்லையா, அதை சுத்த ஆங்கிலத்தில் *gas-*

tronome என்று சொல்வார்கள். நான் ஒரு *gastronome* ஆசாமி. உலகம் பூராவும் உள்ள உணவு வகைகளை ருசித்து ருசித்து உண்பவன். உலகிலேயே எனக்குப் பிடித்த சில உணவு வகைகள், தாய்லாந்தின் தோம் யாம் சூப், சீனாவின் ஃபிஷ் பால் சூப் (சிங்கப்பூரில் உள்ள தெக்காவில் உள்ள பள்ளம் என்ற இடத்தில் ஒரு சீனர் கடையில் புதிதாகச் செய்த ஃபிஷ் பால் சூப் உலகத் தரமாக இருக்கும்), பெரூவின் புகழ்பெற்ற செவிச்சே *(Ceviche)*, தமிழ்நாட்டு இட்லி, ஜப்பானின் சுஷி மற்றும் சுஷீமி என்று எனக்குப் பிடித்தமான நூற்றுக்கணக்கான உணவு வகைகள் உண்டு. கேஸ்ட்ரநாம் ஆசாமிகளின் சொர்க்கம் என்று பெரூவைச் சொல்வார்கள். சுஷி, சுஷீமி என்பவை பச்சையான சமைக்காத மீன். சுஷியில் ஒரு ஸ்பூன் அளவு சோறு இருக்கும். சுஷீமி என்பது வெறும் பச்சை மீன். தோம் யாம், இட்லி, சுஷீமி ஆகிய மூன்றும்தான் உலகின் சிறந்த உணவு வகைகள் என்பது என் கட்சி.

சுஷி ஜப்பானில் கிடைக்கும் தரத்தில் சென்னையில் கிடைக்கிறது. பச்சை மீன் கொஞ்சம், ஒரு கவளம் சோறு, இரண்டையும் வாயில் போட்டுக் கொண்டு வஸாபி துகையலைத் தொட்டுக் கொண்டால் அது சொர்க்கம். வஸாபி துகையல் போல் காரமான பண்டம் உலகிலேயே கிடையாது. பச்சைக் கடுகையும் வஸாபியையும் அம்மியில் அரைத்தால் அதுதான் வஸாபி துகையல். வஸாபி என்பது முள்ளங்கிபோல் நிலத்துக்கு அடியில் விளையும் ஒருவகை கிழங்கு. நம்மில் பலருக்குக் கடுகு காரமாக இருக்கும் என்பதே தெரியாது. நாம் அதை எண்ணெயில் போட்டுத் தாளித்து அதன் காரத்தைப் போக்கி விட்டு உண்கிறோம். ஆனால் பழமொழியில் மட்டும் காரத்தை வைத்திருக்கிறோம். எனக்குத் தமிழ்நாட்டு வைன் ஷாப்புகள் ஞாபகம் வருகிறது. பெயரில்தான் வைன் இருக்கும், கடையில் வைன் இருக்காது; பிராந்தி விஸ்கி ரம் போன்றவைதான் இருக்கும்.

வஸாபியின் காரம் மூச்சுவிட முடியாமல் செய்துவிடும். கொஞ்சமாக எடுத்துக்கொள்ள வேண்டும்.

முள்ளங்கியும் பச்சையாகத் தின்றால் கடும் காரமாக இருக்கும். அப்படிப்பட்ட முள்ளங்கியை தில்லியில் பச்சையாக உண்பார்கள். முள்ளங்கி குளிர் காலத்தின் அடையாளம். தந்தூரி ரொட்டி, சப்ஜி, கடித்துக்கொள்ள பச்சை முள்ளங்கி மூன்றும் இருந்தால் சாப்பிட்டுக்கொண்டே இருக்கலாம். முள்ளங்கியை வெட்டி அதில் எலுமிச்சையைப் பிழிந்து சாப்பிட வேண்டும்.

அந்த முள்ளங்கிக்காகவே நான் குளிர்காலம் எப்போது வரும் என்று ஏங்கிக் கொண்டிருப்பேன். கூடவே பச்சை மிளகாயும் இருக்கும். வட இந்தியர்கள் பச்சை மிளகாய் தொட்டுக் கொள்ளாமல் ரொட்டி சாப்பிட மாட்டார்கள்.

அந்தப் பச்சை மிளகாய்ப் பழக்கம் இன்னமும் என்னிடம் ஒட்டிக்கொண்டிருக்கிறது.

என் தங்கையின் மகள் ஒரு வீடு கட்டியிருப்பதாகவும், கூடவே நிறைய செடிகள் வைத்திருப்பதாகவும் சொன்னாள். உடனே நான் கண்ணிமைக்கும் நேரத்தில் அநிச்சையாகக் கேட்டேன், பச்சை மிளகாய் வைத்திருக்காயா என்று. அவள் உடனே, “மாமா, நான் உங்கள் வாரிசு, பச்சை மிளகாய்ச் செடிதான் முதலில் வைத்தேன்” என்றாள்.

என் மகன் கார்த்திக் இன்னமும் சொல்வான். தினமுமே பச்சை மிளகாய் எடுத்துக்கொள்ள மறந்து போய் சாப்பிட அமர்ந்து விடுவேன். “கார்த்திக், கொஞ்சம் பச்சை மிளகாய் கொடேன்” என்பேன். அவன் ஃப்ரிட்ஜிலிருந்து அந்த டப்பாவையே எடுத்து வந்து என்னிடம் காண்பித்து நான் எதை எடுத்துக் கொடுக்கிறேனோ அதைக் கழுவிக்கொண்டு வந்து கொடுப்பான். நானே ஏன் எடுக்கிறேன் என்றால் பச்சை மிளகாய் முற்றி இருக்கக் கூடாது. இளசாக இருக்க வேண்டும். நான் மறந்து விட்டேன். இந்த விஷயத்தை கார்த்திக் தன் மனைவியிடம் சொல்ல, என் மருமகள் என்னிடம் சொன்னாள்.

இப்போதும் இந்த வயதிலும் எது சாப்பிட்டாலும் ஒரு பச்சை மிளகாய் வேண்டும் எனக்கு. முன்பெல்லாம் இரண்டு. இப்போது ஒன்று. யார் வீட்டுக்காவது போனால் அங்கே உள்ள கிச்சன்

கார்டனில் மிளகாய்ச் செடி இருக்கிறதா என்று பார்ப்பேன். செடி இருந்து காய்த்தும் இருந்தால் ரெண்டு மூணு பச்சை மிளகாயைப் பிய்த்து பாக்கெட்டில் போட்டுக்கொள்வேன். கடையில் வாங்குவதைவிட செடியிலிருந்து பறித்து உண்பது இன்னும் ருசியாக இருக்கும்.

சப்பாத்தி செய்தால் கட்டாயம் பச்சை முள்ளங்கி இருக்க வேண்டும். சமயத்தில் சாம்பாருக்காக முள்ளங்கி நறுக்குவேன். நாலு முள்ளங்கி இருக்கும். வெட்டிய பிறகு பார்த்தால் பாதித் தட்டுதான் இருக்கும். எங்கேப்பா மீதி என்பாள் அவந்திகா. முழுங்கி விட்டேம்மா என்பேன். பச்சை முள்ளங்கி எனக்கு அவ்வளவு இஷ்டம்.

நீங்கள் ஒரு கலாச்சாரத்தை அறிந்து கொள்ள வேண்டுமானால் அவர்களின் உணவிலிருந்து ஆரம்பிக்க வேண்டும். நீங்கள் நோ ஆனியன் நோ கார்லிக் கோஷ்டியாக இருந்தால் நான் உங்களிடமிருந்து வணங்கி விடைபெற்றுக்கொள்கிறேன். மற்றவர்களைப் பற்றிச் சொல்கிறேன்.

ஸ்ரீவைஷ்ணவ கலாச்சாரத்தை அறிய வேண்டுமா? அக்கார அடிசலை நீங்கள் ருசி பார்த்திருக்காவிட்டால் அந்தக் கலாச்சாரத்தை நீங்கள் தொடவே இல்லை என்று பொருள். ஆனால் இக்காலத்தில் ஸ்ரீவைஷ்ணவர்களுக்கே அக்கார அடிசல் தெரியாது. இங்கே ஓட்டல்களில் கொடுக்கும் அக்கார அடிசல் அக்கார அடிசலே கிடையாது. நான் சொல்லும் அக்கார அடிசலை வெண்கலப் பானையில்தான் செய்ய வேண்டும். அக்கார அடிசல் உண்டால் நெய் முழங்கை வரை வழியும் என்று ஆண்டாள் பாடியிருக்கிறாள்.

அவந்திகா ஸ்ரீவைஷ்ணவ இனம். ஆனால் எனக்காக நண்டு, வாத்து, பன்றி, நத்தை எல்லாம் சமைப்பாள். மற்றும் திருக்கை உட்பட எல்லா வகையான மீன் வகைகளும் செய்து கொடுத்திருக்கிறாள். கருவாடுகூட போடுவாள். அக்கார அடிசல் செய்து தரவில்லை. கேட்டால் அவர்கள் குடும்பத்திற்கே தெரியாதாம்.

அதேபோல் மாகாளிக் கிழங்கு ஊறுகாய், வேப்பிலைக் கட்டி போன்ற சமாச்சாரங்கள் எல்லாம் உங்களுக்குத் தெரியாது எனில் நீங்கள் பிராமண சமூகத்தை எட்டிக்கூட பார்க்கவில்லை என்று பொருள். எனக்கு விஜய் ஆனந்த் என்ற நண்பர் திருவண்ணாமலையிலிருந்து மாகாளிக் கிழங்கு ஊறுகாய் கொண்டு வந்து கொடுப்பார். அபிராமண நண்பர்கள் அது கரப்பான் பூச்சி நாற்றம் அடிப்பதாகச் சொல்வார்கள். பிராமணர்களிலேயே பலருக்கு அது பிடிக்காது. மாகாளிக் கிழங்கு ஊறுகாய் நீங்கள் சாப்பிட்டிருக்கவில்லை என்றால் ஒரு அனுபவத்தை இழந்துவிட்டீர்கள் என்று பொருள்.

அதேபோல் சென்னாங்குன்னிப் பொடி. அந்த மீன் உங்கள் நகம் சைஸ் இருக்கும். அதைப் பொடி பண்ணி இட்லிக்குத் தொட்டுக்கொள்வார்கள். ஒருமுறை அதை எனக்கு நண்பர் பாவைச்சந்திரன் கொடுத்திருக்கிறார்.

உணவு பற்றி ஆயிரம் பக்கங்கள் எழுதலாம். எனக்குப் பருவ காலம் என்றாலே அது உணவோடுதான் சம்பந்தப்பட்டிருக்கிறது. நான் ஒரு *hedonist* இல்லையா? நான் மட்டும் இல்லை. தஞ்சை மாவட்டத்துக்காரர்கள் அனைவருமே ஹெடேனிஸ்டுகள்தான்.

6

டெல்லியிலிருந்து ஏன் சென்னைக்குத் திரும்பினீர்கள்? புதிதாக இங்கு நீங்கள் சேர்ந்த அஞ்சல் துறை அனுபவங்கள் எப்படி இருந்தன?

ஸீரோ டிகிரி **போன்ற எழுத்து முறையை எப்படித் தேர்ந்தெடுத்தீர்கள்?**

நாம் இந்தக் கேள்விகளுக்கு வருவதற்கு முன்னால் பருவ காலம் பற்றிய மேலும் சில அவதானங்களை உங்களோடு பகிர்ந்துகொள்ளலாம் என்று தோன்றுகிறது.

தஞ்சை மாவட்டத்தைப் பொருத்தவரை குளிர் என்றால் அது மார்கழி தை மட்டும்தான். விஷப் பனி என்பார்கள். மார்கழியில் பெண்கள் ஐந்து மணிக்கே எழுந்து கோலம் போடுவார்கள். நான் சின்ன வயதிலிருந்தே மனிதர்களிடமிருந்து ஒதுங்கிவாழ்ந்தவன் என்று சொல்லியிருக்கிறேன். பியூசியில் தோல்வியடைந்த உடனேயே தட்டச்சுப் பயிற்சிநிலையத்தில் சேர்ந்தேன். அங்கே காலை ஆறு மணியிலிருந்து ஏழு மணி வரை ஒரு வகுப்பு இருந்தது. அந்த வகுப்பில் யாருமே சேர மாட்டார்கள். பயிற்சியாளரும் இருக்கமாட்டார். அதில்தான் நான் சேர்ந்தேன். எனக்குப் பயிற்சியாளர் வேண்டாம் என்று

சொல்லி விட்டேன். அந்தப் பயிற்சி நிலையத்தின் உரிமையாளர் ஒரு பெண். நான் அழைப்பு மணியை அழுத்தியதும் தூக்கக் கலக்கத்தோடு வந்து கேட்டைத் திறந்து விட்டுவிட்டுப்போய் விடுவார்.

பக்கத்திலிருக்கும் பெருமாள் கோவிலிலிருந்து கேட்கும் ஆண்டாள் பாடல்கள் நான் எழுத்தாளன் ஆனதற்கு மிக முக்கியமான அடித்தளமாக அமைந்தன.

பனி பற்றி ஆரம்பித்தேன். ஆனால் தில்லிக்கு வந்த பிறகுதான் உண்மையான குளிர் என்றால் என்ன என்பது புரிந்தது.

இங்கே என் ஆன்மாவுடன் கலந்துபோன ஒன்றைப் பற்றிச் சொல்ல வேண்டும். கோடைக் காலமான மூன்று மாதங்களைத் தவிர்த்து பன்னிரண்டு ஆண்டுகள் வாரத்துக்கு மூன்று திரைப்படங்கள் என உலக சினிமா பார்த்திருக்கிறேன். அதில் தொண்ணூறு சதவிகிதம் ஐரோப்பிய சினிமா. நான் என் நண்பர்களிடம் எப்போதும் சொல்வதுண்டு, என்னை உருவாக்கியது ஐரோப்பிய சினிமா என. நாம் இங்கே அதற்குள் போக வேண்டாம். ஆனால் அதை எதற்கு இங்கே சொல்லப் புகுந்தேன் என்றால், சுமார் பன்னிரண்டு ஆண்டுக் காலம் நான் ஐரோப்பாவில்தான் வாழ்ந்தேன். இதைப் புரிந்து கொள்வது மிகவும் கடினம். அல்லது, ஒரு தமிழ் வாசகருக்கு இது அந்நியமாகத் தோன்றும்.

பொதுவாக மேற்கத்திய நாடுகளில் வசிக்கச் செல்பவர்களால் அந்த நாடுகளுடன் தங்களைப் பிணைத்துக் கொள்ள முடியாமல் போவதற்குக் காரணமாக அமைவது அந்நாடுகளின் குளிர். ஆனால் எனக்கு அந்தக் குளிர் மிக இயல்பாக இருந்தது. உணவு என்று பார்த்தால் எனக்குப் பிடித்தமானது கிழக்காசிய உணவு. விளையாட்டாகச் சொல்வேன், கிழக்காசிய நாடுகளில் காஃபி டீ தவிர மற்ற எல்லாவற்றிலும் சென்னாங்குன்னியைத் தூவி விடுகிறார்கள் என்று. வறுத்த வேர்க்கடலையிலும், கீரை மசியலிலும் கூட கருவாட்டுத் துண்டுகள் கிடக்கும். அதுதான் என் இயல்பான உணவு. ஆனால் ஐரோப்பிய உணவு (மாடு, பன்றி) பிடிக்காது. ஐரோப்பாவில் கோழி, ஆடு போன்ற

உணவு வகைகள் கம்மி. ஆனால் அதற்காக மட்டும் இலங்கைத் தமிழர் உணவகங்களுக்கோ அரபி உணவகங்களுக்கோ சென்று விடுவேன்.

மற்றபடி பருவ காலம் என்றால் ஐரோப்பியக் குளிர் என்னுடைய மரபணுவில் வந்துள்ளதோ என்ற அளவுக்குப் பிடிக்கும். இரண்டு ஐரோப்பியப் பயணங்கள். ஒரு தென்னமெரிக்கப் பயணம். மூன்றுமே கடும் குளிர்காலத்தில் சென்றதுதான். 2006ஆம் ஆண்டு கிறிஸ்துமஸ் அன்று பாரிஸிலிருந்து 850 கி.மீ. தூரத்தில் உள்ள லூர்து மாதா ஆலயத்துக்குச் சென்றிருந்தேன். (மாதாவே என்னை அழைத்திருந்தார் என்றுதான் சொல்வேன். நானும் என்கூட வந்த நண்பரும் கிறிஸ்துமஸ் அன்று பாரிஸிலிருந்து சென்னை திரும்ப வேண்டும். அப்படித்தான் டிக்கட் போட்டிருந்தோம். கையில் இருந்த பணமும் காலி. அப்போது கிறிஸ்துமஸுக்கு முதல் நாள் ஒரு நண்பர் சொன்னார், “அடுத்த முறை ஃப்ரான்ஸ் வரும்போது லூர்து சென்று வாருங்கள். அது ஒரு நல்ல அனுபவமாக இருக்கும். ஆனால் மாதா உங்களை அழைக்க வேண்டும்.” அன்றைய தினம் லா சப்பல் என்ற பகுதியில் உள்ள அறிவாலயம் என்ற புத்தகக்கடையில் ஒரு நண்பர் சந்தித்தார். தான் தூலூஸ் என்ற ஊரில் வசிப்பதாகவும், நானும் நண்பரும் அவர் வீட்டுக்கு வர வேண்டும் என்றும் சொன்னார். டிக்கட் தேதியை மாற்றிவிடலாம் என்றார். இன்னொரு விசேஷம். “நான் நாத்திகன். ஆனாலும் தூலூஸுக்கு அருகில் உள்ள லூர்து மாதா ஆலயத்துக்குப் போனால் அது ஒரு அனுபவம். நீங்கள் வர விரும்பினால் அங்கே அழைத்துச் செல்கிறேன்.”

லூர்து மாதா ஆலயத்தில் கிறிஸ்துமஸ் அன்று கூட்டமே இல்லை. நானும் நண்பரும் ஒரு ஃப்ரெஞ்ச் பெண்ணும்தான். அந்தப் பெண்ணிடம் ஏன் கூட்டம் இல்லை என்று கேட்டேன். “ஐரோப்பா கடவுளை இழந்துவிட்டது. இன்னும் ஒரு வாரத்துக்கு எல்லோரும் மதுபான விடுதியில்தான் இருப்பார்கள்” என்றவர் நாங்கள் இந்தியா என்று சொன்னதும் சொன்ன வார்த்தைகளை ஒருபோதும் மறக்க இயலாது. “உங்கள் நாட்டில் இந்த நேரத்தில் முப்பது டிகிரி செல்ஷியஸ் இருக்கும் அல்லவா, ஆஹா,

உடம்பில் ஆடையே அணிந்துகொள்ள வேண்டாம்” இரண்டு கைகளையும் விரித்தபடி உற்சாகமாகச் சொன்னாள் அந்தப் பெண்.

மேற்கத்தியர்கள் இங்கே வந்தால் மிகக்குறைந்த ஆடையுடன் இருப்பதற்கு அதுதான் காரணம்.

லூர்துவில் அன்றைய தினம் பனி பொழிந்தது. ஒவ்வொரு ஆண்டும் கிறிஸ்துமஸ் அன்று பனிப்பொழிவை எதிர்பார்க்கும் ஃப்ரான்ஸ். சில ஆண்டுகளில் பனிப் பொழிவு இருக்காது. ஆனால் ஜெர்மனியில் குளிர்காலத்தில் பனிப்பொழிவு எப்போதும் உண்டு.

அந்தப் பெண் அப்படிச் சொன்னதற்குக் காரணம், கடைக்குப் போய் ஒரு சிகரெட் வாங்கிவர வேண்டும் என்றால் கூட உடம்பில் இருபது கிலோ அளவு ஆடை அணிய வேண்டும். பேண்டுக்குள்ளேயே இன்னொரு பேண்ட், ஸ்வெட்டர், மஃப்ளர், கோட், கையுறை, தொப்பி என்று டஜனுக்கு மேற்பட்ட கம்பளி ஆடைகள்.

சொன்னால் நம்ப மாட்டீர்கள். நான் பாரிஸில் தங்கியிருந்த மூன்று மாத காலமும் ஸீரோ டிகிரி செல்ஷியஸில் எனக்கு வேர்த்தது. உணவகத்தில் அமர்ந்து சாப்பிட்டுக்கொண்டிருப்பேன். வேர்த்துக் கொட்டுவதை கண்கள் பிதுங்கப்பார்ப்பார்கள் ஃப்ரெஞ்சுக்காரர்கள். ஒருத்தர் இன்னொருத்தரிடம் சொல்லி வந்து வந்து பார்க்காதது போல் என்னைப் பார்த்துவிட்டுப் போவார்கள். என் நண்பர்களோ “உங்களுக்குக் கனடாதான் லாயக்கு” என்று சொல்லி சிரிப்பார்கள். (கனடாவில் மைனஸ் இருபதுக்கு மேலே போகும்.)

மேற்கத்தியர் பனிப் பொழிவை ரசிப்பார்கள் என்றாலும் குளிர் என்பது அவர்களுக்கு மரணத்தின் குறியீடு. அவர்களுக்குக் கோடைதான் (15 - 20 டிகிரி) கொண்டாட்டம். அதனால்தான் *Warm welcome* என்று வரவேற்கிறார்கள். ஹிட்லரின் வதைக் கூடங்களைப் பற்றி நூற்றுக்கணக்கான *holocaust* படங்கள் வந்துள்ளன. எல்லாமே குளிர்காலத்தோடு சம்பந்தப்பட்டவை.

என்னுடைய ஜெர்மன் நண்பன் ஒருவன் அவனுடைய தாத்தா பாட்டி சொன்ன ஒரு செய்தியைச் சொல்வான். அவர்கள் ரயிலிலேயே ஏறியதில்லையாம். ஏனென்றால், யூதர்களை வதைக்கூடத்துக்கு ஏற்றிச் சென்றது ரயில்தான். நான் பார்த்த அத்தனை ஹோலகாஸ்ட் படங்களிலும் அம்மாதிரி ரயில் காட்சிகள் உண்டு.

குளிரில் நதிகளெல்லாம் உறைந்து கிடக்கும். அதில் குண்டு போட்டால் கொஞ்சம் பனி உடைந்து உள்ளே நதி தெரியும். அதில்தான் நூற்றுக்கணக்கான யூதர்களை உயிரோடு போடுவார்கள் நாஜிகள். குளிர்காலத்தில் தண்ணீரில் விழுந்தாலே உடல் விறைத்து மரணம் நேர்ந்துவிடும்.

மேற்கத்தியருக்குக் குளிர் பிடிக்காது, கோடை பிடிக்கும். உங்களுக்குக் கோடையை விட குளிர் பிடிக்கும். இக்கரைக்கு அக்கரைப் பச்சை என்று சொல்லலாமா?

சொல்ல முடியாது என்றே நினைக்கிறேன். ஏனென்றால், நான் இமயத்தின் புதல்வன். அதனால் ஐரோப்பியப் பனி எவ்வளவு கொடூரமான மரணங்களின் கதையைக்கொண்டிருந்தாலும் எனக்குப் பனி என்பது இமயத்தையே நினைவூட்டிக் கொண்டிருந்தது. சிலுவை என்ற கொலை ஆயுதம் தியாகத்தின் குறியீடாக ஆனதுபோல பனி என்பது இமயத்தில் ஆன்மீகத்தின் குறியீடு. தனிமையின் குறியீடு. மானுட வாழ்வின் கீழ்மைகள் எதுவுமே அண்டாத மேன்மையின் குறியீடு. மனிதத்துக்கும் இறை சக்திக்கும் இடையில் வசிக்கும் அதிமானுடர்களின் குறியீடு. (நம் இலக்கியம் அவர்களை தேவர்கள் என்று குறிப்பிடுகிறது. தொல்காப்பியத்தில் அதற்குத் தெளிவான குறிப்பு உண்டு.)

பலரும் என்னிடம் கேட்பார்கள். இங்கே இமயத்தில் தனியாக தவம் செய்பவர்களால் உலகத்துக்கு என்ன பயன்? இவர்கள் செய்வது சுயநலம் இல்லையா? தவத்தின் மூலமாக இவர்கள்தானே முக்தி அடைகிறார்கள்?

நான் சொல்வேன், இவர்களால்தான் மலைகள் உயர்ந்து வளர்கின்றன. இவர்களால்தான் மலைகள் மேகங்களைத்

தடுத்து மழையை அருள்வித்து வனங்கள் உருவாகின்றன. இவர்கள் இல்லாவிட்டால் பூமி வெறும் பாலைவனமாகக் கிடக்கும். ஆஸ்திரேலியப் பாலைவனத்துக்கும் தென்னமெரிக்கப் பெருங்காடுகளுக்குமான வித்தியாசம் இது. இதையெல்லாம் மனித விஞ்ஞானத்தால் விளக்க முடியாவிட்டாலும் இதுதான் இமயம் சொல்லும் செய்தி.

எனக்குத் தனிப்பட்ட முறையில் ஃப்ரான்ஸ், ஜெர்மன் போன்ற நாடுகளில் போய் வசிப்பதை விடவும் க்ரீன்லாந்து, ஐஸ்லாந்து ஆகிய நாடுகளில் வசிப்பதுதான் பிடிக்கும். க்ரீன்லாந்தில் ஒரு கிராமம் இருக்கிறது. அதன் பெயர் Ittoqqortoormiit. (உலகிலேயே கடினமான மொழி க்ரீன்லாந்தில் பேசப்படும் இன்யூட் மொழி என்பார்கள்!) 450 பேர் மட்டுமே வசிக்கிறார்கள். ஜூலை, ஆகஸ்டில்தான் மக்களுக்குத் தேவையான பொருட்கள் நகரத்திலிருந்து வரும். கடலே உறைந்துவிடும் என்பதால் இந்த ஊருக்கு விமானத்திலோ அல்லது ஸ்லெட்ஜிலோதான் செல்ல முடியும். பத்துப் பதினைந்து நாய்கள் இழுக்கும் ஸ்லெட்ஜ். இரண்டு மாதங்கள்தான் குளிர் ப்ளஸ் ஐந்துக்குப் போகும். மற்றபடி எப்போதுமே மைனஸ் இருபது மற்றும் அதற்குக் கீழேதான்.

இந்த கிராமத்தில் போய் சில ஆண்டுகள் வசிக்க வேண்டும் என்பது என் கனவுகளில் ஒன்று. இங்கே உள்ள மக்கள் எப்படி வாழ்கிறார்கள் என்று யோசித்துப் பாருங்கள். பொய் புரட்டு, சூது வாது, ஆதிக்கம், போட்டி, பொறாமை என்று மானுட குலத்தில் என்னவெல்லாம் கீழ்மைகள் உள்ளனவோ அது எதுவுமே இல்லாத மனிதக் கூட்டம்தான் இந்தப் பனிப்பாலைகளில் வசிக்கின்றனர். வேட்டையாடுவதையும், மீன் பிடிப்பதையும் தவிர வேறு எதுவுமே அறியாதவர்கள் இந்த மனிதர்கள். இவர்கள் தங்கள் ஓய்வு நேரங்களில் சொல்லி வந்த கதைகளை நான் தொகுத்து வைத்திருக்கிறேன்.

இந்த அர்த்தத்தில்தான் சொல்கிறேன், பனியானது மனிதனின் கசடுகளையும் கீழ்மைகளையும் அகற்றிவிடுகிறது. உதாரணமாக, ஸ்காண்டிநேவியன் நாடுகளில் கிராம வாழ்க்கை என்பது

எப்படி இருக்கிறது? ஒரு வீட்டுக்கும் இன்னொரு வீட்டுக்கும் இடையில் இருபது முப்பது கிலோமீட்டர் இருக்கும். ஒரு வீட்டில் மனைவியை இழந்த எண்பது வயது கிழவரோ அல்லது அந்த வயதுள்ள தம்பதியோ இருப்பார்கள். இன்னும் அவர்கள் பதினைந்து ஆண்டுகள் வாழ்ந்தாக வேண்டும். (அங்கேயெல்லாம் தொண்ணூற்றைந்துதான் பொதுவான ஆயுள்). மாட்டுப் பண்ணை இருக்கும். எல்லா வேலையையும் எந்திரம் செய்து விடும். பால் வாங்கிச்செல்வதற்காக தினமும் வரும் ஒரே ஒருவரைத் தவிர வேறு மனித முகத்தையே காண முடியாது. அங்கே போய் நிற்கும் ஒரு மனிதனை அவர்கள் கடவுளே வந்தது போல் கொண்டாடுவார்கள் அல்லவா? குளிர் அந்த அளவுக்கு மானுடத்தை மேன்மைப்படுத்த வல்லது.

பாரிஸிலிருந்து நான் ரயிலில் தூலூஸ் செல்லும் வழியெங்கும் கண்ட பனி போர்த்திய கிறிஸ்துமஸ் மரங்களை என் ஆயுளில் ஒருபோதும் மறக்க இயலாது.

நான் ஐரோப்பாவில் வாழவில்லை என்றாலும் தில்லியில் இருந்தபோது ஐரோப்பிய சினிமாவின் மூலம் என்னை ஐரோப்பாவுடன் இணைத்துக் கொண்டு வாழ முடிந்தது. ஆனால் சென்னை வந்த பிறகு அந்தத் தொடர்பு அறுந்து போயிற்று.

இப்போது நாம் தில்லியிலிருந்து சென்னை திரும்பிய காலகட்டத்துக்குப் போகலாம். ஏன் திரும்பினேன் என்ற கேள்விக்கு பதில் சொல்ல முடியாத நிலையில் இருக்கிறேன். அது என் கதை மட்டும் அல்ல என்பதால்.

அஞ்சல் துறை அனுபவங்கள் அனைத்தையும் ராஸ லீலா நாவலில் பதிவு செய்திருக்கிறேன். ஒரே வாக்கியத்தில் சொன்னால், சொர்க்கத்திலிருந்து நரகத்தில் விழுந்ததுபோல் இருந்தது. இங்கே அரசு அலுவலகங்களில் அடிமைத்தனம் கொடிகட்டிப் பறக்கிறது. இருபது ஆண்டுகளுக்கு முன்பு போஸ்ட்மாஸ்டர் ஜெனரலின் சேம்பருக்கு வெளியே வரிசையாகக் காலணிகள் கிடப்பதை நீங்கள் பார்க்க முடியும். சேம்பருக்குள் செருப்பு அணிந்து போகக்கூடாது. எழுதாத

விதி. அதிகாரிகளை எதிர்த்துப் பேச முடியாது. குமாஸ்தாவாக இருந்தால் கேட்கலாம். குமாஸ்தாக்களுக்கு யூனியன் உண்டு. ஸ்டெனோக்களுக்கு இல்லை. என் வாழ்வின் மோசமான காலகட்டம் தபால் துறையில் இருந்த பத்து ஆண்டுகள். ஆனால் ஒரு எழுத்தாளனுக்கு நரகம்தான் சொர்க்கம். சொர்க்கத்தில் இருந்தால் எழுத முடியாது. சொர்க்கத்தில் எழுத விஷயங்கள் இல்லை.

வழமையான எழுத்துமுறைக்கு மாறாகக் கலைத்துப்போடும் எழுத்துமுறையை ஏன் தேர்ந்தெடுத்தீர்கள்?

ஐரோப்பிய சினிமாதான் காரணம். உலக அளவில் மூன்று வகையான சினிமாக்கள் உள்ளன. ஒன்று, ஹாலிவுட் மற்றும் ஆசியாவின் பொழுதுபோக்கு சினிமா. இரண்டாவது, ஐரோப்பாவின் கலை சினிமா. மூன்றாவது, தென்னமெரிக்காவின் மாற்று சினிமா. அந்த மாற்று சினிமாவை மூன்றாவது சினிமா என்றே அழைக்கிறார்கள். மூன்றாவது சினிமா என்பது அரசியல் சினிமா (உ-ம். *Battle of Chile*). ஐரோப்பிய சினிமா மானுடத்தின் அன்றாட வாழ்க்கைப் பிரச்சினைகளைவிட அதன் அடிப்படையான தத்துவக் கேள்விகளை முன்வைக்கிறது. விடைகளைத் தருவதில்லை. ஆனால், கேள்விகளைக் கண்டடைகிறது. அதுவும் தவிர, கதை சொல்லல் முறையிலும் புதுப்புது வகைமைகளைத் தேடியபடியே செல்கிறது. ஒரு படத்துக்கு ஏன் ஆரம்பம் முடிவு என்றெல்லாம் இருக்க வேண்டும்? அதேபோல் ஒரு கதைக்கும் ஏன் ஆரம்பம் முடிவு எல்லாம் இருக்க வேண்டும்? அந்த வகையில் ஐரோப்பிய சினிமா கொஞ்சம் அந்தரங்கமானதும் கூட. அதற்கு உதாரணமாக, ஃபெலினியின் 8 ½ படத்தைச் சொல்லலாம்.

ஐரோப்பிய சினிமாவில் என்னை வெகுவாக பாதித்தவர்கள் அலா(ங்) ரெனே (*Alain Resnais*), ஜான் லுச் கொதார் (*Jean-Luc Godard*), வெர்னர் ஹெர்ஸாக், *Reinhard Hauff*, ஃபாஸ்பைண்டர் என்று பலர். அலா(ங்) ரெனேயுடன் இணைந்து செயல்பட்டவர் ஆலன் ராப் க்ரியே (*Alain Robbe-Grillet*). அறுபதுகளில்

இவர்களெல்லாம் ஓர் இயக்கமாகத் தெரிய வந்தார்கள். என் எழுத்து ஏன் தமிழ்ச் சூழலுக்கு சற்று அந்நியமாக இருக்கிறது என்பதைப் புரிந்துகொள்ள ஒருவர் ஆலன் ராப் க்ரியே எழுதிய கடற்கரை என்ற ஒரே ஒரு கதையைப் படித்தால் போதும்.

சுருக்கமாகச் சொன்னால், எதையுமே முழுமைப்படுத்துவது என்ற செயல் ஒற்றை உண்மையில் *(Absolute Truth)* கொண்டுபோய் நிறுத்தும். அது இந்தியப் பன்மைத்துவத்துக்கே எதிரானது. அதனால்தான் கலைத்துப் போடும் எழுத்து முறை எனக்கு வாய்த்தது. தேர்ந்தெடுத்தேன் என்று சொல்ல முடியாது. அதுவாகவே நடந்தது. அது ஒரு உள்ளார்ந்த செயல்பாடு.

ஃப்ரெஞ்ச் / லத்தீன் அமெரிக்க இலக்கியம் போன்ற ஒரு வகைமையைக் கையில் எடுக்கும்போது அதற்கேற்ற பண்பாட்டுப் பின்புலமும் எழுத்துக்கு முக்கியம். ஒரு சமூகத்தின் பண்பாட்டில் இல்லாத நவீன மனமும் தாராளப் பொதுவாழ்வும் எழுத்தில் பிரதிபலிக்க முடியுமா? இங்கே அப்படி ஒன்று இருப்பதாக எண்ணினீர்களா? எனில், அப்படி எதையெல்லாம் அடையாளம் கண்டீர்கள்?

பண்பாட்டுப் பின்புலம் பற்றி நான் கவலைப்படவே இல்லை. ஏனென்றால், பண்பாடு என்ற காரணத்தை வைத்துத்தான் நான் ஆரம்பத்தில் தமிழின் முன்னோடி எழுத்தாளர்கள் பலரையும் நிராகரித்தேன். குறிப்பாக புதுமைப்பித்தன், ஜானகிராமன். நான் வளர்ந்த, நான் அனுபவித்த, நான் பார்த்த பண்பாட்டுக்கும் மேற்கூறியவர்களுக்கும் சம்பந்தமே இல்லாமல் இருந்தது. உதாரணமாக, நான் தமிழ் இலக்கியத்தின் உச்சம் என்று கருதுகின்ற தஞ்சை ப்ரகாஷின் பொறா ஷோக்கு என்ற சிறுகதையும், கரமுண்டார் வூடு என்ற நாவலும் இங்கே பலருக்கும் பாலியல் கதைகளாக மட்டுமே அர்த்தமாகின்றன. ஆனால் எனக்கு அது நான் பார்த்த, நான் அனுபவித்த, நான் வாழ்ந்த வாழ்க்கை. என் வாழ்க்கை ஒருவருக்குப் பாலியல் கதை என்று தோன்றினால் அது அவருடைய பிரச்சினை. என் பிரச்சினை அல்ல. ஒரு நாளில் பத்து மாடுகளை அறுக்கும் தொழிலாளிக்கும் அதே மாட்டை தெய்வமாக வணங்கும் ஒரு புரோகிதருக்கும் எப்படி ஒரே பண்பாடு இருக்க முடியும்?

நவீன மனம், தாராளப் பொதுவாழ்வு பற்றி யோசிப்போம். எனக்குத் தெரிந்து மகாபாரதத்தைப் போன்ற ஒரு *transgressive* பிரதி எங்கேயும் இருக்க முடியுமா என்றே தெரியவில்லை.

உதத்யாவின் மனைவி மமதா. உதத்யாவின் தம்பி பிரஹஸ்பதி ஒருநாள் மமதாவை அணுகினான். அப்போது மமதா கர்ப்பமாக இருந்தாள். அப்போதெல்லாம் பெண்கள் தங்கள் விருப்பம்போல் யாருடனும் உறவு கொள்ளலாம். ஆனாலும் அவள் தன் கர்ப்பத்தைக் காரணம் காட்டித் தவிர்த்தாள். உங்கள் தமையனால் கருவுற்றிருக்கிறேன், ஒரே சமயத்தில் என் கருவறை இரு உயிர்களைத் தாங்காது, வேண்டாம் என்கிறாள். பிரஹஸ்பதி அவள் பேச்சைக் கேட்காமல் உறவு கொள்கிறான். கருவில் இருக்கும் சிசு பிரஹஸ்பதியைத் தன் காலால் உதைக்கிறது. அதனால் தன் ஜன்னேந்திரியத்தில் அடி வாங்கிய பிரஹஸ்பதி கருவில் இருக்கும் சிசுவுக்கு சாபம் கொடுக்கிறான்.

பாரதத்தில் இன்னும் இதையெல்லாம் விட பயங்கரமான பல பகுதிகள் உண்டு.

அதனால் நவீன மனம் என்றெல்லாம் ஒரு படைப்பாளி கவலைப்பட வேண்டிய அவசியம் இல்லை. சொல்லப் போனால் கிரேக்க நாடகாசிரியர்கள் எழுதிய நாடகங்கள் எல்லாமே இன்று தினசரிகளில் செய்திகளாக வந்து கொண்டிருக்கின்றன. கள்ளக் காதலனுக்காகத் தன் பிள்ளைகளுக்கு விஷம் கொடுத்த தாய் ஒரு உதாரணம். எதையும் புனிதப்படுத்தலாகாது என்பதே ஒரு பின்நவீனத்துவவாதி கவனம் கொள்ள வேண்டிய விஷயம்.

ஆலன் ராப் க்ரியேவின் கடற்கரை கதையையே எடுத்துக் கொள்வோம். மூன்று சிறுவர்கள் கடற்கரையில் நடந்து செல்கிறார்கள். அவ்வளவுதான் கதை. கடல் அலை பற்றிய வர்ணனை. மலை பற்றிய வர்ணனை. கடல் பறவை பற்றி வர்ணனை. அந்தக் கதை எனக்கு சங்கரரின் பிரம்ம தத்துவத்தையும் வேதத்தையும் ஞாபகப்படுத்தியது. பாரதியும் வேதத்தின் அந்தப் பகுதியை வசன கவிதையாக தமிழ்ப்படுத்தியிருக்கிறார் அல்லவா? எல்லா உயிர்களிடத்திலும் பிரம்மம் இருக்கிறது.

எழுத்தாளன் என்பவன் தரையில் பயணிப்பவன் அல்ல, பட்சிகளைப் போல ஆகாயத்தில் செல்பவன் என்பதால் அவனுக்குக் காலம் என்பது நேர்க்கோட்டில் இல்லை. எனவே வேதகாலக் கவியொருவன் எழுதியதைத்தான் ஆலன் ராப் க்ரியேவும் எழுதினார் என்று பொருள் கொள்ளவும் இடம் இருக்கிறது.

இன்னொரு உதாரணமாக போர்ஹேஸைச் சொல்லலாம். பின்நவீனத்துவ சிந்தனையாளர்களுக்கு போர்ஹேஸ் ஒரு ஆதர்சம். ஆனால் போர்ஹேஸ் தன் எழுத்துக்கான மூலகங்களை மகாபாரதத்திலிருந்து எடுத்துக்கொண்டதாகக் குறிப்பிடுகிறார். அவருடைய அலெஃப் என்ற கதையில் வரும் அலெஃப் (அகரம்) என்பது ஒரு புள்ளி. அந்தப் புள்ளியின் மூலம் ஒருவன் அண்ட சராசரத்தையே காண்கிறான். விளக்கிச் சொல்ல வேண்டிய அவசியம் இல்லை என்று நினைக்கிறேன்.

ஆரம்பத்தில் தமிழ் முன்னோடிகளை நீங்கள் கடுமையாக விமர்சித்திருக்கிறீர்கள். பிற்பாடு நீங்களே *'பழுப்பு நிறப் பக்கங்கள்'* என்ற தொகுப்பில் அவர்களைப் போற்றி எழுதினீர்கள். இந்த மாற்றம் எந்தக் காலகட்டத்தில் நிகழ்ந்தது? ஆரம்ப கால நிராகரிப்பு உங்களுடைய போதாமையின் வெளிப்பாடு என்று சொல்லலாமா?

முன்னோடிகளை கடுமையாக விமர்சித்திருக்கிறேன். ஆனால் எல்லோரையும் அல்ல. க.நா.சு., தி.ஜ. ரங்கநாதன், கு.ப. ராஜகோபாலன், கரிச்சான் குஞ்சு, நகுலன், அசோகமித்திரன், சா. கந்தசாமி, ந. முத்துசாமி, எம்.வி. வெங்கட்ராம், லா.ச.ரா., கவிஞர்களில் ஞானக்கூத்தன், தேவதேவன், தேவதச்சன் என்று பலரையும் கொண்டாடியிருக்கிறேன். நான் கடுமையாக விமர்சித்தது புதுமைப்பித்தனையும், தி. ஜானகிராமனையும் மட்டுமே. ஆனால் புதுமைப்பித்தனும் தி.ஜா.வும் நவீன தமிழ் இலக்கியத்தின் உச்சங்கள் என்பதால் அவர்களை விமர்சித்தது எல்லா முன்னோடிகளையும் விமர்சித்ததான ஒரு பிம்பத்தை ஏற்படுத்திவிட்டது. அதுபற்றி எனக்கு இப்போது எந்த வருத்தமும் இல்லை. புதுமைப்பித்தனை ஏன் விமர்சித்தேன்? அவருடைய

புனைவெழுத்தில் தெரிந்த சாதியக் கண்ணோட்டத்தினால். அப்போதைய என் விமர்சனம் ஒரு அரசியல் நிலைப்பாடு. அந்த இடத்திலிருந்து இப்போது நான் வேறு இடத்துக்கு வந்து விட்டேன். ஒரு காலத்தில் கம்யூனிஸ அனுதாபியாக இருந்து பிறகு அதிலிருந்து விலகியது போன்றது அது.

அதற்காக ஒருவர் எப்படி வருத்தப்பட முடியும்? அதை எப்படி ஒருவரின் போதாமை என்று சொல்ல முடியும்? அது அப்போதைய நிலைப்பாடு. அவ்வளவுதான். அப்படிப் பார்த்தால் பெண்களைப் பற்றிய திருவள்ளுவரின் பல கருத்துக்கள் மிகவும் பிற்போக்கானவை அல்லவா? அதற்காக வள்ளுவனைப் புறக்கணிக்க முடியுமா? அம்மாதிரியான ஒரு நிலைப்பாட்டுக்கு நகர்ந்தேன்.

அதே சமயம், அந்த மாற்றத்தை இலக்கியத்தில் அல்லது அரசியல் நோக்கில் என்னுள் நிகழ்ந்த மாற்றம் என்று மட்டுமே சொல்லி விட முடியாது. என்னுடைய ஆளுமையிலேயே நிகழ்ந்த ஒரு *quantum jump* என்று சொல்லலாம். யோசித்துப்பார்த்தால் அதை ஜம்ப் என்றும் சொல்ல முடியாது போல் இருக்கிறது. வேர்கள் அறுந்து விடாமல், நான் ஒரு புதிய மனிதனாகப் பிறந்தேன் என்பதுதான் சரி. அது ஒரு உருமாற்றம். *Metamorphosis*. அது எனக்குள் ஒரு ஆன்மீக அனுபவமாக மலர்ந்தது. நான் ஒன்றும் விவேகானந்தரைப் போல் கடவுளைக் கண்டுவிடவில்லை. அல்லது, குருநாதர்கள் கிடைத்துவிடவில்லை. எந்தவித *mystic* அனுபவமும் இல்லாமல் வெறும் அன்றாட வாழ்வின் மிக எளிய சம்பவங்களிலிருந்தே மகத்தான அற்புதங்களையும் பேருண்மைகளையும் தரிசித்தேன். நம் சமகாலக் கவிதையின் அதிசயங்களில் ஒருவரான தேவதேவனின் இந்தக் கவிதையை நான் என்னுடைய வாழ்வில் அனுபவம் கொண்டேன்.

உயிர்வாழ்விற்கான
ஆகக் குறைந்த எண்ணங்களுடன்
முயற்சிகளுடன்
எல்லா உயிர்களும் பொருட்களும்
தனிமை என்பதே இன்றி

துயரம் என்பதே இன்றி
எத்துணை ஒருமையுடன் வாழ்கின்றன
மனிதனைத் தவிர?

உங்களுக்கு ஞாபகம் இருக்கலாம், என்னுடைய நாவல் எக்ஸைல் வெளிவந்த போது உங்களிடம் சொன்னேன், இயற்கையும் விலங்குகளும்தான் அந்நாவலில் பிரதான இடம் வகிப்பவை என்று. குறிப்பாக அதன் முதல் அத்தியாயம்தான் என்னை பழைய சாருவிலிருந்து புதிய சாருவாக மாற்றியது. குருவாயூரில் இருந்த கேசவன் என்ற யானை பற்றிய கதை அது. கதை அல்ல, நிஜம். என் மனைவி அவந்திகா வளர்த்த ஃப்ளோரான் மீன்களும் என் மாற்றத்துக்கு ஒரு காரணம். நான் வளர்த்த பப்பு, ஸோரோ என்ற இரண்டு நாய்களும் காரணம். மீன்கள் நம்முடைய உணவுப் பொருள். அதிலும் நான் மீன் இல்லாமல் சாப்பிடவே மாட்டேன். குறிப்பாகக் கருவாடு. இட்லிக்குக்கூட சென்னாங்குன்னி வேண்டும் எனக்கு. அப்படிப்பட்ட எனக்கு அவந்திகா வளர்த்த ஃப்ளோரான் மீன்கள் ஞானத்தை அளித்தன. அந்த ஃப்ளோரான் மீன்கள் அவள் உணவு கொடுத்தால் மட்டுமே சாப்பிடும். நான் கொடுத்தால் சாப்பிடாமல் பட்டினி கிடக்கும். எத்தனை நாட்கள் ஆனாலும் சரி. ஒருமுறை அவள் ஒரு வார காலம் வெளியூர் சென்றிருந்த போது ஒரு வாரமும் அவை பட்டினி கிடந்தன. இன்னும் பட்டினி கிடந்தால் இறந்துவிடும் என்று சொல்லி அவசரமாக அவளை வரவழைத்தேன். அவளைப் பார்த்ததும் அவை குதித்த குதி இருக்கிறதே, வாழ்நாளில் மறக்க முடியாது. குதித்த குதியில் நீர்த் தொட்டியிலிருந்து வெளியே விழுந்து விட்டது ஒரு ஃப்ளோரான். அப்படி ஒரு ஆவேசமான மகிழ்ச்சி அவைகளுக்கு. ஆனால் இரண்டு ஃப்ளோரான் ஒரே தொட்டியில் இருக்காது. ஒன்றையொன்று கடித்துக் குதறி செத்துவிடும். அதனால் இரண்டு ஃப்ளோரான்களுக்கும் இரண்டு தொட்டிகள்.

இது எல்லாம்தான் என் மாற்றத்துக்குக் காரணம். எக்ஸைல் நாவலில் விரிவாக எழுதியிருக்கிறேன்.

எப்போதுமே அதிர்ச்சி மதிப்பீடுகளை உருவாக்கி வந்திருக்கிறீர்கள். எப்போதிலிருந்து இது தொடங்கியது? ஏன்? (குற்றச்சாட்டாக முன்வைக்கவில்லை. இது ஏன் தேவைப் பட்டது? இருட்டிலிருந்து உங்களை வெளிக்காட்டிக்கொள்ள தேவைப்பட்டதா?)

இதே கருத்து பல சமயங்களில் ஊடக நண்பர்கள் பலராலும் என் சக எழுத்தாளர்களாலும் ஒரு விமர்சனமாக என் மீது வைக்கப்பட்டதுண்டு. காந்தி உங்களுடைய ஆதர்சம் என்று எனக்குத் தெரியும். காந்தி பற்றி நீங்கள் நிறையவே எழுதியிருக்கிறீர்கள். தொடர்ந்து அவரை நீங்கள் மேற்கோள் காட்டுவதையும் நான் கவனித்து வருகிறேன். காந்தி செய்த ஒவ்வொரு விஷயமும் சராசரி மக்களுக்கும், அவருடன் கூடவே இருந்த நேரு போன்றவர்களுக்கும் அதிர்ச்சியாகவே இருந்தது.

செப்டம்பர் 22, 1921 அன்றுதான் மதுரையில் காந்தி லங்கோடுக்கும் துண்டுக்குமாக மாறினார். அதற்கு முன்பு வரை குஜராத்திகளின் கத்தியாவாடி உடுப்பில் இருந்தவர் சடாரென்று ஒருநாள் லங்கோடுக்கு மாறினார். ராஜாஜி போன்ற தலைவர்களுக்கு அது பிடிக்கவில்லை. உலகத் தலைவர்கள் அவரை பைத்தியக்காரன் என்று சொல்லி விடுவார்கள் என்று பயந்தார் ராஜாஜி. ஆனால் லண்டன் பக்கிங்ஹாம் அரண்மனைக்கே காந்தி அந்த லங்கோடுடன்தான் சென்றார். பக்கிங்ஹாம் அரண்மனையில் அரசரைப் பார்ப்பதற்கு உரிய *dress code* கூட காந்திக்காகத் தளர்த்தப்பட்டது என்பது வரலாறு.

ஆடை மட்டும் அல்ல, காந்தி செய்த அத்தனை காரியங்களும் பொதுப்புத்திக்கு எதிராகவே இருந்தன. அத்தனை பெரிய சுதந்திரப் போராட்டத்தை முன்னெடுத்துச் சென்றவர் சுதந்திரம் கிடைத்ததும் எனக்குப் பதவி வேண்டாம் என்று மறுத்து விட்டார்.

காந்தியை ஏன் குறிப்பிட்டேன் என்றால், பொதுப்புத்திக்கு எதிரான எல்லாமே அதிர்ச்சி மதிப்பீட்டுக்காக செய்யப் படுவதாகத்தான் சமூகம் நினைக்கும்.

*1978*இல் நான் தில்லி போய்ச் சேர்ந்தபோது அங்கே எழுத்தாளர்கள் மற்றும் புத்திஜீவிகள் என்றால் தாடியும், குர்த்தாவும், ஜோல்னாப் பையும்தான் அடையாளம். நான் அப்போதே ஜீன்ஸும் அலங்காரமான ஆடையுமாக இருப்பேன். டீ ஷர்ட்தான் அணிந்திருப்பேன். தாடியையும் குர்த்தாவையும் பார்த்து என் ஆடை அலங்காரத்தை மாற்றவில்லை. ஏற்கனவே அப்படித்தான் நான் இருந்தேன்.

இது எல்லாமே சமூகத்துக்கு அதிர்ச்சி கொடுப்பதற்காக வேண்டுமென்றே செய்வதாகத்தான் தோன்றும். ஆனால் உண்மை அது அல்ல. நான் என்னுடைய இயல்பு என்னவோ அப்படித்தான் இருக்கிறேன். இன்னொரு உதாரணமாக, ஓஷோவை எடுத்துக்கொள்ளுங்கள். ஒரு ஆன்மீகவாதிக்கான அடையாளங்களுடனா வாழ்ந்தார் அவர்? நான் அடிப்படையில் ஒரு *dandy*. ஒரு ஹெடோனிஸ்ட். தஞ்சாவூர்க்காரன். ஷோக்குப் பேர்வழி. எனவே இப்படி இருப்பதுதான் என்னுடைய இயல்பு. மற்றவர்களுக்கு அது அதிர்ச்சியாக இருப்பது பற்றி நான் ஏன் கவலைப்பட வேண்டும்?

இது வெளிப்புறத்தோற்றம் பற்றியது. உள்ளே புகுந்து பார்த்தாலும் இதே கதைதான். உள்ளே என்றால் ரசனை. பாருங்கள், அறுபதுகளில் என் பதின்பருவத்தில் எல்லோரும் சினிமாப் பாட்டு கேட்டுக் கொண்டிருப்பார்கள். நான் சாஸ்த்ரீய சங்கீதம் கேட்டுக் கொண்டிருந்தேன்.

ஒரு சுவாரசியமான விஷயத்தைச் சொல்கிறேன். ஏதாவது ஒரு இலக்கியச் சந்திப்பு என்றால், பகல் சந்திப்பு முடிந்த பிறகு நடக்கும் இரவுச் சந்திப்புதான் முக்கியமானதாக இருக்கும். இரவு முழுவதும் பேசிக் கொண்டிருப்போம். குடிப்பழக்கம் இருப்பவர்கள் குடிப்பார்கள். குடி என்பது இரண்டாம் பட்சம்தான். பேச்சுதான் முதல். பெரும்பான்மையான எழுத்தாளர்கள் ஜீவனோபாயத்துக்காக ஏதாவது அரசு வேலையில் இருப்பார்கள். அந்தக் குறிப்பிட்ட இலக்கியச் சந்திப்புக்காக வந்திருப்பார்கள். தட்டிக் கேட்க ஆள் இல்லாத சுதந்திரமும் சேர்ந்து கொள்ளும். பகல் சந்திப்பை விட

இரவுச் சந்திப்புதான் பல நேரங்களில் குறிப்பிடத் தக்கதாக இருக்கும். அந்தச் சந்திப்புகளில் பல சந்தர்ப்பங்களில் கவிஞர் விக்ரமாதித்யன் பழந்தமிழ் இலக்கியங்கள் குறித்தும் புராண இதிகாசங்கள் குறித்தும் பல மணி நேரம் பேசிய பேச்சுக்களால் பயன் அடைந்திருக்கிறேன். ஆனால் அப்போது குறுக்கே ஒருத்தர் புகுந்து அந்த சபையை இளையராஜா பாடல்களால் நிரப்பி விடுவார். நான் போய்த் தூங்கி விடுவேன். என்னால் அந்த இசையை ரசிக்க முடியாமல் போய் விடும். காரணம், நான் சாஸ்த்ரீய சங்கீத ரசிகன். கர்னாடக இசை, ஹிந்துஸ்தானி, மேற்கத்திய சாஸ்த்ரீய இசை ஆகிய மூன்றும்தான் என் ரசனைக்கு உகந்தவை. சினிமா என்றால் எம்.கே.டி., சின்னப்பா மாதிரியான செமி க்ளாஸிகல்தான் பிடிக்கும். அதிலிருந்தும் வெளியே வந்தால் பி.பி. ஸ்ரீனிவாஸ், ஏ.எம்.ராஜா போன்றவர்களோடு சரி. அதற்குப் பிறகு வர மாட்டேன். இல்லாவிட்டால் மேற்கத்திய பாப் பாடல்கள். ஸ்பானிஷ் மற்றும் ஃப்ரெஞ்ச் பாடல்கள். இது எல்லாமே கட்டுப்பெட்டியான தமிழ் எழுத்தாளர்களுக்கு அதிர்ச்சியாகவும் அந்நியமாகவும்தானே தோன்றும்?

வேண்டுமென்று செய்வதில்லை. வெகுஜன இசையில் எனக்கு அரபி இசையும் ஸ்பானிஷ் பாடல்களும்தான் அதிவிருப்பம். சில ஆண்டுகளுக்கு முன்பு நானும் என்னுடைய ஒரு தோழியும் தோழியின் புதல்வனும் காரில் சென்று கொண்டிருந்தோம். காரை தோழியின் மகன்தான் ஓட்டிக் கொண்டிருந்தான். தோழியை அவர் பணிபுரியும் கல்லூரியில் விட்டு விட்டு அவர் மகனும் நானும் காலை உணவுக்காகச் செல்ல வேண்டும். பையன் கல்லூரியில் படிக்கிறான். தோழி கல்லூரி வாசலில் இறங்கின அடுத்த நிமிடம் பையன் காரில் ஒரு பாட்டை சத்தமாகப் போட்டான். அந்தப் பாடலை சத்தமாகத்தான் கேட்க வேண்டும். அப்போது அந்தப் பாடல் அத்தனை பிரபலம் இல்லை. “கேட்டுப் பாருங்கள் அங்கிள், உங்களுக்குப் பிடிக்கும்” என்றான். *Despacito* என்ற பாடல். பாடியது யார் என்று கேட்டேன். லூயிஸ் ஃபோன்ஸி என்றான். எந்த நாடு என்றேன். ஏதோ ஒரு தென்னமெரிக்க நாடு, சரியாகத்

தெரியவில்லை என்றான். புவெர்த்தோ ரீக்கோ என்று சொன்ன நான் லூயிஸ் ஃபோன்ஸி பற்றியும் தெஸ்பாஸீத்தோ என்ற அந்தப் பாடலைப் பற்றியும் என் இணையதளத்தில் எழுதியிருந்த நீண்ட கட்டுரையையும் காண்பித்தேன். காரை நிறுத்தி விட்டான் பையன்.

அது மட்டுமல்ல. புவெர்த்தோ ரீக்கோவின் சேரிகளைப் பற்றியும், அவர்களின் வாழ்க்கையைப் பற்றியும் எழுதப்பட்ட லா வீதா (*La vida* வாழ்க்கை) என்ற பிரம்மாண்டமான புத்தகத்திலிருந்து நான் சில பகுதிகளை மொழிபெயர்த்தும் இருந்தேன். அதை நான் அந்த இளைஞனிடம் சொல்லவில்லை.

எதற்காகச் சொல்கிறேன் என்றால், என்னால் தமிழ் எழுத்தாளர்களைவிட இன்றைய இளைஞர்களோடு நல்ல முறையில் உரையாட முடிகிறது. இணைந்து போக முடிகிறது. எழுத்தாளர்கள் எல்லாம் பூமர்களாக இருக்கிறார்கள். நவீன வாழ்க்கையோடு அவர்களுக்கு எந்தத் தொடர்பும் இருப்பதில்லை. இதை நான் நாற்பது ஆண்டுக் காலமாக உணர்ந்தும் அனுபவித்தும் வருகிறேன்.

ஆனால் சென்ற தலைமுறை எழுத்தாளர்கள் அப்படி இல்லை. தி. ஜானகிராமனோடும், க.நா.சு.வோடும், இந்திரா பார்த்தசாரதியோடும், ந. முத்துசாமியோடும், கட்டுக்குடுமியும் பஞ்சகச்சமுமாக வாழ்ந்த கரிச்சான் குஞ்சுவோடும் எனக்கு எந்தப் பிரச்சினையும் வந்ததில்லை. தாம் வாழ்ந்த காலத்தை விடவும் அவர்கள் முன்னோக்கிய பாய்ச்சலில் இருந்தார்கள். கரிச்சான் குஞ்சு கும்பகோணத்தில் ஒரு நக்ஸலைட் ஆதரவு ஊர்வலத்தில் முன்வரிசையில் செங்கொடி பிடித்தபடி கோஷமிட்டுக் கொண்டு போனவர். அந்தக் காட்சியைக் கற்பனை செய்து பாருங்கள்.

அத்தனை முற்போக்கான உங்களுக்கு எதற்கு இந்த உடை கரிச்சான் குஞ்சு என்று கேட்டேன். அப்போதெல்லாம் யாரும் யாரையும் சார் போட்டுப் பேச மாட்டோம். எல்லாம் பெயரிட்டு அழைப்பதுதான். வயிற்றுப்பாட்டுக்கான வேஷம் என்றார்.

முதல் சந்திப்பில் கரிச்சான் குஞ்சு என்னைக் கட்டி அணைத்துக் கொண்டார். எதற்கு இத்தனை அன்பு என்று கேட்டேன். இலக்கிய வெளிவட்டத்தில் நீங்கள் எழுதும் கட்டுரைகளுக்காக என்றார்.

இப்படி ஒரு வெளிப்படைத்தன்மையை நான் தற்கால எழுத்தாளர்களிடம் கண்டதில்லை. எல்லா வகையிலும் தற்கால எழுத்தாளர்கள் கட்டுப்பெட்டியாக இருக்கிறார்கள். உள்ளுக்குள் சுருங்கிப் போயிருக்கிறார்கள். அதனால்தான் நான் செய்வது எல்லாமே அவர்களுக்கு அதிர்ச்சி மதிப்பீட்டுக்காகச் செய்வது போல் தோன்றுகிறது. இந்தக் கட்டுப்பெட்டித்தனம் சுந்தர ராமசாமியிடமிருந்து தொடங்குகிறது என்று நினைக்கிறேன்.

எல்லா வகையிலுமே இவர்கள் வேறு. நான் வேறு. இவர்கள் அனைவருமே ருஷ்ய இலக்கியத்திலிருந்து பிறந்தவர்கள். நானோ தஸ்தயேவ்ஸ்கியைத் தவிர வேறு எந்த ருஷ்ய எழுத்தாளரையும் படித்ததில்லை. என் வாசிப்பெல்லாம் ஸ்பானிஷ் மற்றும் ஃப்ரெஞ்ச். அதற்குப் பிறகு அரபி. எப்படி ஒத்துப்போகும்?

ஏற்கனவே நாம் விவாதித்தபடி, எனக்கும் மற்றவர்களுக்குமான வித்தியாசங்கள் அனைத்துமே கலாச்சாரம் சம்பந்தப்பட்டதுதான். ஒரு மரபான ஹிந்துவுக்கும் ஒரு ஆஃப்கன் பழங்குடி இனத்தவருக்குமான கலாச்சார வித்தியாசம் எத்தனை ஆழமானதோ அத்தனை ஆழமானது எனக்கும் தமிழ்ச் சூழலுக்கும் தமிழ் எழுத்தாளர்களுக்குமான வித்தியாசம். மற்றபடி அதிர்ச்சிக்காக நான் எதையுமே செய்ததில்லை. செய்ய வேண்டும் என்றால், சல்மான் ருஷ்டியைப்போல், ஓர்ஹான் பாமுக் போல் ஒரு இருபது வயதுப் பெண்ணைத் திருமணம் செய்யலாம். தமிழ்நாடு தாங்குமா?

அதிர்ச்சிக்காக எதையுமே செய்ததில்லை. காரணம் என்னவென்றால், என்னைப் பொருத்தவரை என் வாழ்வில் அடுத்தவர் என்பதே இல்லை. *Others don't exist in my life.* என் வாழ்வில் நாய்களுக்கும் பூனைகளுக்கும் என் நெருங்கிய நண்பர்களுக்கும் மட்டுமே இடம் உண்டு. என்னைக் கண்டு அதிர்ச்சி அடையும் ஒரு மனிதரைக்கூட நான் சந்திக்க விரும்ப

மாட்டேன். அதன் காரணமாகவே அந்நியர்கள் முன்னே நான் குடிப்பதில்லை. நல்லவேளையாக நாய்களும் பூனைகளும் என்னைக் கண்டு அதிர்ச்சி அடைவதில்லை. தங்களுடைய சஹ்ருதயனாக அவை என்னை ஏற்றுக் கொள்கின்றன.

டெல்லியிலிருந்து பார்க்கும்போது தமிழ்நாட்டைக் கொஞ்சம் விலகியிருந்து பார்க்க முடியும். இது சாய்வில்லாமல் பார்க்கவும்கூட உதவியிருக்கலாம். அவ்வப்போது தமிழ்நாடு வந்தபோது என்ன மாதிரியெல்லாம் உணர்ந்தீர்கள்?

நான் இப்போது சொல்வதை உங்களால் நம்ப முடியாது. 1990. தில்லியிலிருந்து சென்னைக்குக் குடிபெயர்ந்து விட்டேன். மெரினா கலங்கரை விளக்கத்தின் கீழே ஒவ்வொரு வியாழக்கிழமையும் நானும் சில நண்பர்களும் சந்தித்து நள்ளிரவு வரை பேசிக் கொண்டிருப்போம். சமயங்களில் விடிகாலை வரை கூடப் போய் விடும். நண்பர்கள் மேட்டுக்குடியைச் சேர்ந்தவர்கள். அப்போது ஒரு நண்பர் ஒரு புதிய நண்பருக்கு என்னை அறிமுகம் செய்தார். ஆனால் பதிலுக்கு அவரை எனக்கு அறிமுகம் செய்யவில்லை. மற்ற சமயமாக இருந்தால் வாயை மூடிக் கொண்டு இருந்திருப்பேன். அப்போது நான் கொஞ்சம் குடித்திருந்தேன். குடித்தால் சற்று சுதந்திரமாக உணர்வோம் இல்லையா? அதனால் உத்வேகம் பெற்று அந்தப் புதிய மனிதரிடம் “சார் பேர் என்ன? என்ன பிஸினஸ் பண்றீங்க?” என்று கேட்டேன்.

என்னை அவருக்கு அறிமுகம் செய்த நண்பர் என் தோளில் சற்றே அழுத்தமாகக் கை போட்டு கொஞ்ச தூரம் அழைத்துக் கொண்டு போனவர், “ஹலோ இண்டலெக்சுவல் சார், இவரைத் தெரியாத தமிழர் இன்றைய தினம் உலகத்தில் யாருமே இல்லை? புரிகிறதா?” என்றார். “அது சரி, யார் இவர்?” என்றேன். கவுண்டமணி என்றார். எனக்கு அப்படியும் தெரியவில்லை. அப்புறம்தான் விலாவாரியாகச் சொன்னார் நண்பர். அதற்குப் பிறகு பல முறை கலங்கரை விளக்குக்குக் கீழே நண்பர் குழாமில் கவுண்டமணியைச் சந்தித்திருக்கிறேன். ஒவ்வொரு முறையும் முதல் சந்திப்பு பற்றி நாங்கள் நினைவு கூர்வது வழக்கம்.

பிறகு ஒரு ஊடக நலம்விரும்பி எங்கள் கலங்கரை விளக்கு சந்திப்பு பற்றி ஏடாகூடமாக எழுதிவிட்டதால் சந்திப்பை நிறுத்தவேண்டி வந்தது.

இந்தச் சம்பவம் நடப்பதற்கு இரண்டு ஆண்டுகள் முன்பு. புரசைவாக்கம் அபிராமியில் ஒரு படம் பார்க்கச் சென்றேன். சென்னைக்குக் குடி பெயர்ந்த ஆண்டு அது. தமிழ் சினிமாவில் என்ன நடந்து கொண்டிருக்கிறது என்ற கள ஆய்வுக்காகச் சென்றிருந்தேன். நண்பர்கள் யாரும் இல்லை. தனி ஆள் நான். படம் பிரமாதமாக இருந்தது. முத்துராமனின் பையனை அடையாளம் தெரிந்தது. கார்த்திக். சிவாஜி பையனை அடையாளம் தெரிந்தது. பிரபு. ஆனால் அந்த நடுத்தர வயசுக்காரரைத் தெரியவில்லை. இடைவேளையில் பக்கத்தில் இருந்தவரிடம் யார் அவர் என்றேன். விஜயகுமார் என்றார். என்னது, விஜயகுமாரா? எழுபதுகளில் ஒரு சாதாரண நடிகராக இருந்தவரா இந்தப் போடு போடுகிறார்? பக்கத்து இருக்கைக்காரரிடம் இன்னொரு கேள்வியும் கேட்டேன். ஏன் சார் இவ்ளோ நல்ல படத்துக்குக் கூட்டமே இல்லை?

அவர் பதிலுக்கு “இன்னியோட படம் நூத்தி அம்பதாவது நாள் சார்” என்றார். அதோடு என் கேள்விகளை நிறுத்திக் கொண்டேன்.

அப்போது அப்படித்தான் இருந்தது தமிழ்நாட்டுக்கும் எனக்குமான உறவு. பிறகுதான் கொஞ்சம் கொஞ்சமாக உள்ளே நுழைந்தேன். ஆனால் இன்று வரை ஒரு அந்நியன் என்ற உணர்விலிருந்து மீள முடியவில்லை. அவசியம் என்றும் தோன்றவில்லை.

தில்லியிலிருந்து நிரந்தரமாகத் திரும்பி வந்தபோது நடந்ததைச் சொன்னேன். ஆனால் பத்து வருட காலம் இடையிடையே தில்லியிலிருந்து வருவேன் இல்லையா? அப்போது எனக்கு ஏற்பட்ட மனப்பதிவுகள் முக்கியமானவை. முதல் விஷயம், தில்லிக்காரர்கள் டேக் இட் ஈஸி பேர்வழிகள். எதையும் சீரியஸாக எடுத்துக் கொண்டு சண்டை போட மாட்டார்கள். காரணம், தில்லியில் இருப்பவர்கள் பெரும்பாலும் பஞ்சாபிகள்.

அவர்களின் வாழ்க்கைத் தத்துவமே காவோ, பீவோ, மௌஜ் கரோ. சாப்பிடு, குடி, கொண்டாடு. தமிழர்களுக்கோ சிரிக்கவே தெரியாது. சினிமாவைப் பார்த்து சிரிப்பார்களே ஒழிய மற்றபடி தம் வாழ்வில் நகைச்சுவை உணர்வு இல்லாதவர்கள்.

ஆனால் தில்லியில் இரண்டு மோசமான விஷயங்கள் உண்டு. இனவாதம் மற்றும் பெண்களுக்கான பாதுகாப்பின்மை. அந்த விஷயத்தில் தமிழ்நாடு பெரும் ஆறுதல்.

தில்லி ஒரு நிர்வாகத் தலைநகரம் என்பதால் அங்கே சினிமாவின் பாதிப்பு துளியும் இல்லை. ஊரில் எந்த சினிமா சுவரொட்டியையும் பார்க்க இயலாது. அது எனக்கு இதமாக இருந்தது.

தமிழ் எழுத்தாளர்களுடைய பேச்சுகளைக் கேட்கும்போது ஒரு விஷயம் பொதுவானதாக இருக்கிறது. தாழ்வுணர்வு. தன்னை இந்தச் சமூகம் ஏந்த வேண்டும் என்று எதிர்பார்ப்பு இங்கே பெரும்பான்மையாக இருக்கிறது. பொதுமேடைகளுக்கான இடம் தங்களுக்கானதாக இருக்க வேண்டும் என்ற எண்ணம் அவர்களிடம் துலக்கமாக இருக்கிறது. ஆனால், இந்தச் சமூகத்தின் பெரும் பிரச்சினைகள் எதனோடும் அவர்களுக்கு எந்த உறவும் இல்லை. இந்திய அரசியல் வரலாற்றிலேயே தமிழ்நாட்டின் தனித்துவமான சில விஷயங்களை நாம் எடுத்துக்கொள்வோம். ரத்தம் தோய்ந்த மொழிப்போராட்டம். நம்முடைய இலக்கியங்களில் என்னவாக அது பதிவாகி இருக்கிறது? எத்தனை நவீன எழுத்தாளர்கள் அது குறித்துப் பேசியிருக்கிறார்கள்? மொழி அடிப்படையில் அவர்களுடைய முதன்மை உரிமை எல்லைக்கு உட்ப்பட்டதல்லவா?

நம்முடைய முன்னோடிகள் பலர் முற்பட்ட சாதிகளைச் சார்ந்தவர்கள். பிராமண சமூகத்திலும், பிராமணரல்லாத சமூகத்திலும்! யு.ஆர்.அனந்தமூர்த்தி போன்ற ஓர் ஆளுமை இங்கே ஏன் தோன்றவில்லை? ஏன் *சம்ஸ்காரா* போல சாதி சார்ந்து சுயவிமர்சனத்துக்கு உள்ளாக்கும் ஒரு படைப்பு இங்கு தோன்றவில்லை?

அனந்தமூர்த்திக்கு கன்னட அரசியல் தலைவர்கள் பலருடனும் நல்லுறவு இருந்திருக்கிறது. கன்னட தேசியர்களுடன் இணைந்து செயல்பட்டிருக்கிறார். தலித் பழங்குடி அமைப்புகளுடன் இணைந்து செயல்பட்டிருக்கிறார். சர்வதேச மேடைகளையும் பகிர்ந்துகொண்டிருக்கிறார். ஆஷிஸ் நந்தி போன்ற கோட்பாட்டாளர்களுடனும் அவருக்கு நெருக்கமான உறவு இருந்திருக்கிறது. உலகாளவிய விரிந்த பார்வையை அவருடைய உரையாடல்கள் நமக்குக் காட்டுகின்றன. இங்கே உள்ள உரையாடல்களில் குறைகளும் கசப்பும்தான் வெளிப்படுகிறது. இதுதான் நம்முடைய எல்லையா?

சாதி / மத அடிப்படையிலான ஒடுக்குமுறைகள் குறித்து நீங்கள் எழுந்துவந்த காலத்தில் சக எழுத்தாளர்களுடன் பேசியிருக்கிறீர்களா? எனில், அதற்கான கேட்பு எப்படி இருந்தது? இதையெல்லாம் பேசினால் எடுபடாது எனும் சூழல் இருந்ததா? கி.ரா. அப்படித்தான் கூறியிருக்கிறார்...

தமிழ் இலக்கியத்துக்குள் நுழையும் ஒருவர் வெகுசீக்கிரம் எழுத்தாளர் சம்பந்தமான மிகை மதிப்பீட்டு பிம்பங்களுக்கும், உள்ளே பெரிய தாழ்வுணர்வுக்கும் படிப்படியாக ஆளாவதைப் பலரிடம் பார்த்திருக்கிறேன். இந்தச் சிக்கல் தமிழ் இலக்கியத்திலேயே இருக்கிறதா?

உங்களுடைய அவதானமும், அதை அடிப்படையாக வைத்து எழும் கேள்விகளும் நான் பல காலமாக எதிர்கொண்டு வருபவைதான். எல்லாம் ஒரு பெரும் ஆய்வை நோக்கிய கேள்விகள். இந்த உரையாடலிலேயே எனக்கு ஆகப் பிடித்த கேள்வியாகவும் இதைக் கொள்ளலாம்.

என்னை ஒரு உதாரணமாக வைத்துக் கொண்டு வாசகர்களின் முன்னே தமிழ் எழுத்தாளனின் தரப்பு நியாயங்களை எடுத்து வைக்கிறேன். மாத்யமம், கலா கௌமுதி, மாத்ருபூமி ஆகியவை கேரளத்தின் மிக முக்கியமான இலக்கிய வாரப் பத்திரிகைகள். இது போல சுமார் இருபத்தைந்து பத்திரிகைகள் வருகின்றன. மூன்றுமே வாரப் பத்திரிகைகள் என்பது முக்கியம். மாத்யமம் பத்திரிகையை நடத்துவது ஒரு அகில இந்திய இஸ்லாமிய

கலாச்சார அமைப்பு. மாத்யமமில் சர்வதேச இலக்கியம் பற்றியும், மாத்ருபூமியில் சர்வதேச இசை பற்றியும், கலாகௌமுதியில் ராஸ லீலா நாவலையும் தொடர்ந்து வாராவாரம் எழுதினேன். ஒரே சமயத்தில் மூன்று இலக்கிய வாரப் பத்திரிகைகளில் என் படைப்புகள் வந்தன என்பது முக்கியம். ராஸ லீலா இரண்டு ஆண்டுகள் தொடராக வந்தது. அதாவது, தமிழில் எழுதி மொழிபெயர்ப்பாளருக்கு அனுப்புவேன். அவர் அதை மொழிபெயர்த்து கலாகௌமுதிக்கு அனுப்புவார். கலாகௌமுதியில் தொடர் முடிந்த பிறகுதான் இங்கே என் தாய்மொழியான தமிழில் அந்த நாவல் வெளிவந்தது. அந்த நாவல் தமிழில் எந்தப் பத்திரிகையிலும் வருவதற்கான இலக்கியச் சூழல் என் மண்ணில் இல்லை.

மாத்யமமில் தொடர்ந்து வாராவாரம் நான்கு வருடங்கள் எழுதினேன்.

இதனால் என்னை மலையாளிகள் ஒரு மலையாள எழுத்தாளராகவே கருதினார்கள். மலையாளத்தின் புகழ் பெற்ற எழுத்தாளரான ஸக்கரியா ஒருமுறை காலச்சுவடு பத்திரிகையில் அவர் எழுதி வந்த கட்டுரைத் தொடரில் "சாரு நிவேதிதாவை மலையாளிகள் தத்து எடுத்துக்கொண்டு விட்டார்கள்" என்று எழுதினார். இதை கவிஞர் சுகுமாரன் மொழிபெயர்த்ததும் காலச்சுவடுவில் வெளிவந்ததும்தான் சற்று ஆச்சரியமான விஷயம்.

சுமார் பதினைந்து ஆண்டுகள் மாதம் ஒருமுறை கேரளம் சென்று வருவது எனக்கு வழக்கமாக இருந்தது. புத்தக வெளியீட்டு விழா, அரசியல் கூட்டங்கள் மற்றும் மக்கள் போராட்டங்கள் ஆகிய மூன்று நிகழ்வுகளே அதிகம். அது தவிர, கேரளத்தில் நான் பேசாத கல்லூரிகளே இல்லை என்ற அளவுக்கு மாணவர்களிடையே பேசியிருக்கிறேன். அரசியல் கூட்டம் என்றால் மாற்று அரசியல். இவ்வாறு பஹுஜன் சமாஜ் கட்சியின் பல கூட்டங்களில் கேரளத்தில் பேசியிருக்கிறேன். மாதம் ஒரு நிகழ்வு என்று பதினைந்து ஆண்டுகள்.

இதில் முக்கியமான விஷயம் என்னவென்றால், எல்லாவற்றிலுமே

நான்தான் சிறப்புப் பேச்சாளன். ஒரு கூட்டத்தில் கூட பத்தோடு பதினொன்றாக இருந்ததில்லை. தமிழ்நாட்டில் எப்படியென்றால், நண்பர்கள் அழைப்பார்கள். போவேன். முதலில் வைரமுத்து பேசுவார். அவர் பேசி முடித்துக் கிளம்பியதும் கூட்டமே கலைந்துவிடும். பிறகு நான் மேடையில் அமர்ந்திருப்போருக்காகப் பேசுவேன்.

தமிழ்நாட்டில் சிறப்புப் பேச்சாளர்தான் கடைசியில் பேசுவார். ஆனால் கேரளத்தில் நேர் எதிர். சிறப்புப் பேச்சாளர்தான் முதலில் பேசுவார். அவர் பேசுவதோடு கூட்டத்தில் பாதி கலைந்து விடும். ஆனாலும் கவலைப்பட மாட்டார்கள். ஏன் இப்படி என்று கேட்டேன். முக்கியஸ்தர்களை நீண்ட நேரம் மேடையில் காக்க வைக்கக்கூடாது என்பது எங்கள் மரபு என்றார்கள். பல கூட்டங்களில் நான் கவனித்திருக்கிறேன், நான் பேசி முடித்ததும் கூட்டம் கலைந்துவிடும். அது எனக்கு சங்கடமாக இருந்ததால் ஒரு நாலு பேர் பேசிய பிறகுதான் பேசுவேன். பேசி முடித்தவுடனே கிளம்பாமல் இன்னும் ஓரிருவர் பேசும் வரை மேடையில் அமர்ந்திருப்பேன்.

இத்தனைக்கும் எனக்கு ஒரு வார்த்தை மலையாளம் தெரியாது. தமிழில்தான் பேசுவேன். அதிலும் மலபார் பக்கமெல்லாம் யாருக்கும் ஒரு வார்த்தை தமிழ் தெரியாது. ஆனாலும் நான் பேசுவதை உன்னிப்பாகக் கேட்பார்கள். ஆனால் மலையாளிகளோ ஒவ்வொருத்தருமே நம்முடைய சீமான் மாதிரி நரம்பு புடைக்கப் பேசுவார்கள் என்பதால் ஒருமுறை கூட்டத்தை ஏற்பாடு செய்தவரிடம் கேட்டே விட்டேன். நான் பேசுவது என்ன புரிகிறது என்று என்னை அழைத்துக் கொண்டே இருக்கிறீர்கள்?

அது ஒரு பேருந்து நிலையக் கூட்டம். கிட்டத்தட்ட மூவாயிரம் பேர் என் பேச்சைக் கேட்டார்கள். இடம் இல்லாததால் பலரும் பேருந்து நிலையக் கட்டிடத்தின் மொட்டை மாடியிலும், பலர் மரக்கிளைகளிலும் அமர்ந்து அவர்களுக்குப் புரியவே புரியாத என் தமிழ்ப் பேச்சைக் கேட்டார்கள். நான் கேட்ட கேள்விக்கு நண்பர் பதில் சொன்னார். "நாங்கள் ஆவேசமாகப்

பேசுவதையெல்லாம் மக்கள் கரகோஷம் எழுப்பிய அடுத்த நிமிடம் மறந்து விடுவார்கள். ஆனால் நீங்கள் இதயத்திலிருந்து பேசுகிறீர்கள். நீங்கள் பேசுவது புரியவில்லைதான். ஆனால் எங்கள் வலியை சொஸ்தப்படுத்துகின்றன உங்கள் சொற்கள். நீங்கள் எங்கள் பலம்."

ஒருமுறை கொக்கொகோலாவை எதிர்த்து பிளாச்சிமடா என்ற ஊரில் தெருமுனைப் போராட்டம். போராட்டக்காரர்கள் நூறு பேர். போலீஸ் முந்நூறு பேர். நான்தான் முதல் ஆளாக நிற்கிறேன். பெரிய தடியடி இருக்கும் என்று எதிர்பார்த்த நிலையில் அப்படி எதுவும் நடக்கவில்லை. காரணம், ஒரு பெரிய எழுத்தாளனின் மீது கைவைப்பது அவர்கள் சிந்தனையிலேயே இல்லை. "இன்று நீங்கள்தான் எங்களுக்குப் பாதுகாப்புக் கவசமாக இருந்தீர்கள், நீங்கள் மட்டும் வந்திருக்காவிட்டால் எங்கள் மண்டை உடைந்திருக்கும்" என்றார் போராட்டக் குழுத் தலைவர்.[1] பாலக்காடு அருகில் உள்ள கஞ்சிக்கோடு என்ற ஊரில் அந்தப் போராட்டம் நடந்தது. தேதி 29.8.2008.

சாம்பவா என்று ஆதிவாசி இனத்தினர் சாலக்குடி என்ற ஊரில் ஒரு போராட்டத்தை நடத்திக் கொண்டிருந்தனர். கொல்லம் அருகே உள்ள வெளிச்சிக்கலா என்ற இடத்தில் உள்ள சாம்பவா இன மக்களை அப்புறப்படுத்திவிட்டு அங்கே ஒரு சுரங்கத் தொழிற்சாலை வர இருப்பதை எதிர்த்து அவர்கள் நடத்திய போராட்டத்தில் கலந்து கொண்டு பேசினேன்.

அது ஒரு தொடர் உண்ணாவிரதப் போராட்டம். மாறி மாறி உண்ணாவிரதம் இருந்து கொண்டே இருப்பார்கள். அது நூறாவது நாள். ஆயிரம் ஆதிவாசிகள். மலைகளில் ஆங்காங்கே அமர்ந்திருக்கிறார்கள். அப்போதெல்லாம் என்னை இயக்கியதும் பேச வைத்ததும் அந்த மக்களின் போராட்ட உணர்வுதான். என்ன பேசுவது என்று ஒரு நொடிகூட யோசித்திருக்க மாட்டேன். அந்தக் கணத்தில் மடை திறந்த வெள்ளமாகக் கொட்டும்.

---

1 இது பற்றிய மாத்ருபூமி செய்தியை இறுதியில் கொடுத்திருக்கிறேன்.

சில சமயங்களில் நான் பேசி முடித்ததும் மொழிபெயர்ப்பாளரைக் கொண்டு நான் பேசியதை விளக்குவார்கள். அந்த ஆதிவாசிகள் கூட்டத்தில் அப்படித்தான் நடந்தது. ஏனென்றால், அவர்களுக்கு நகர்ப்புறத்து மலையாளமே சற்று அந்நியமாக இருந்தது.

இது எல்லாம் இங்கே உள்ள நண்பர்களுக்கு நம்ப முடியாததாக இருக்கும். எல்லாவற்றுக்கும் புகைப்பட ஆதாரங்கள் என்னுடைய விக்கிப்பீடியா பக்கத்தில் உள்ளன. மறுநாள் தினசரிகளில் புகைப்படம் எப்படி வரும் தெரியுமா? ஒருமுறை அமிர்தானந்த மயீயின் புகைப்படம் அரைப்பக்கமும் என் படம் முழுப் பக்கமும் வந்திருந்தது.

என்னுடைய கூட்டங்கள் எந்த அளவுக்குப் பிரசித்தி பெற்றிருந்தன என்பதற்கு ஒரு உதாரணம் தருகிறேன். இந்தியாவில் பல இலக்கிய விருதுகளைப் பெற்றிருக்கும் மலையாள எழுத்தாளர் பென்யாமினின் ஆடு ஜீவிதம் என்ற நாவலில் ஒரு இடத்தில் 'சுகுமார் கிரிக்கெட் மட்டையோடு வீட்டை விட்டு வெளியே வந்த போது மழை தூற ஆரம்பித்தது' என்று வர்ணிப்பார்கள் இல்லையா, அப்படி வர்ணனையோடு வர்ணனையாக "தமிழ் எழுத்தாளர் சாரு நிவேதிதா போராட்டக்காரர்களின் கூட்டத்தில் பேசிக் கொண்டிருந்தார்" என்று வருகிறது. அதாவது, என் கூட்டம் அங்கே ஒரு கலாச்சார அடையாளம் மாதிரி ஆகிவிட்டது.

இதோடு நிறுத்திக் கொள்கிறேன். தயவுசெய்து இதை சரியான அர்த்தத்தில் புரிந்துகொள்ளும்படி வாசகர்களைக் கேட்டுக்கொள்கிறேன். கேரளத்தில் அருந்ததி ராயையும் என்னையும்தான் இணையாக அழைப்பார்கள். அவர் போராட்டத்தை ஆரம்பிப்பார். நான் முடித்து வைப்பேன். அல்லது, மாறி நடக்கும்.

ஒரு கூட்டத்தில் திருவனந்தபுரம் உள்துறை மந்திரி நான் பேசிய பிறகு பேச இருந்தார். அவர்களின் வழக்கப்படி நான் பேசியதும் கூட்டம் கலைய ஆரம்பித்தது. மந்திரியாக இருந்தாலும் எழுத்தாளருக்குத்தான் முதல் மரியாதை.

ஒருமுறை முஹம்மது பஷீருக்கு ஏதோ ஒரு விருது கிடைத்தது. அந்த விருதை எடுத்துக் கொண்டு பஷீரின் கிராமத்துக்குச் சென்றார் முதல் மந்திரி. பஷீர் வீட்டின் முன்னே பஷீரை வாழ்த்துவதற்காக மக்கள் கூட்டம் வரிசையில் நிற்கிறது. முதல்வரும் அந்த வரிசையிலேயே நின்றார்.

இப்படியெல்லாம் கூட மரியாதை செய்ய வேண்டாம், எழுத்தாளனுக்கு தமிழ்நாட்டில் எழுத்தாளன் என்ற அடையாளம் கிடைத்தால் கூடப் போதும். நான் எழுத்தாளன் என்று சொன்னால் யாருக்காவது புரியுமா? எந்த சினிமாவுக்கு சார் எழுதுறீங்க என்று கேட்கிறார்கள். ஒரு தொலைக்காட்சி நிகழ்ச்சியில் இயக்குனர் ஷங்கரை எழுத்தாளர் ஷங்கர் என்று ஒன்றுக்கு இரண்டு முறை குறிப்பிட்டார் கமல்ஹாசன். இத்தனைக்கும் உலக இலக்கியமெல்லாம் கற்றவர்தான் கமல். அவரே இப்படி என்றால், சாமான்ய மனிதர்கள் ஏன் அப்படிக் கேட்க மாட்டார்கள்?

தமிழ்ச் சமூகம் சினிமாவைச் சுற்றித்தான் இயங்கிக் கொண்டிருக்கிறது. இலங்கைப் பிரச்சினை இங்கே கொழுந்து விட்டு எரிந்து கொண்டிருந்த போது அமீர் ஏதோ பிரச்சினையாக சொல்ல அவரை சிறையில் அடைத்தது அரசு. உடனே பாரதிராஜா, "அமீர் விடுதலை ஆவதற்குள் ஈழம் மலர்ந்து விடும்" என்கிறார். தமிழ்நாட்டில் எல்லாமே ஒரு கேலிக்கூத்தாக *(farce)* நடந்துகொண்டிருக்கிறது. இதே போராட்டம், விவாதம் எல்லாம் ஒரு வளர்ச்சி அடைந்த நாட்டில் எழுத்தாளர்களை முன்வைத்து நடக்கும். கேரளத்திலும் கர்னாடகாவிலும் அப்படித்தான் நடக்கிறது. சினிமா நடிகர்கள் வெறும் கேளிக்கையாளர்கள் *(entertainers)*. அவர்களை மையப்படுத்தித் தனது கலாச்சார அரசியலை அமைத்துக் கொள்ளும் சமூகம் உருப்பட முடியுமா?

நீங்கள் யு.ஆர். அனந்தமூர்த்தி பற்றிக் குறிப்பிட்டீர்கள். மெத்த சரி. கன்னட சமூகத்தின் பண்பாட்டு அடையாளமாக விளங்கியர் அவர். அவர் மறைந்தபோது கர்னாடக அரசு ஒரு வாரம் துக்கம் அனுஷ்டித்தது. ஒரு வாரம் தேசியக் கொடி அரைக்கம்பத்தில் பறந்தது. ஒருநாள் அரசு விடுமுறை. சவ

அடக்கத்துக்கு ராணுவ பீரங்கி குண்டுகளுடன் அரசு மரியாதை. இப்படி கர்னாடக மாநிலமே அனந்தமூர்த்தியின் மரணத்தைக் கொண்டாடியது. அதேபோல் தாகூரின் மரணத்தின்போது பத்திரிகைகள் என்ன எழுதின தெரியுமா? வங்காளத்தின் ரயில்கள் பேருந்துகள் எல்லாமே கல்கத்தாவை நோக்கிப் பயணித்தன என்று எழுதின. இங்கே அண்ணாதுரைக்கும் எம்ஜியாருக்கும் கூடிய கூட்டம் அங்கே தாகூரின் இறுதி ஊர்வலத்தில் கூடியது. இங்கே பாரதியின் இறுதி ஊர்வலத்தில் எட்டு பேர். நூறு ஆண்டுகள் சென்று அதே திருவல்லிக்கேணியில் பாரதி வசித்த அதே தெருவில் ஞானக்கூத்தனுக்கு 16 பேர். அசோகமித்திரனுக்குப் பரவாயில்லை. 25 பேர்.

இப்படி எந்தவித அடையாளமும் இல்லாமல் வாழும் தமிழ் எழுத்தாளன் சமூக நிகழ்வுகளிலும், போராட்டங்களிலும் எப்படி கலந்து கொள்வது? நீங்கள் குறிப்பிட்ட அனந்தமூர்த்தியையே எடுத்துக் கொள்வோம். முந்தைய தேர்தலின் போது அவர் சொன்னார்: "மோடி பிரதமரானால் நான் நாட்டை விட்டு வெளியேறி விடுவேன்." இந்தச் செய்தி சென்னையில் ஆங்கில ஹிந்து தினசரியில் முதல் பக்கத்தில் வந்தது. இத்தனைக்கும் அனந்தமூர்த்தி கன்னட எழுத்தாளர். அவரை விட சிறந்த எழுத்தாளர்களான அசோகமித்திரனோ, இந்திரா பார்த்தசாரதியோ இப்படிச் சொன்னால் அது பத்திரிகையில் வருமா? வராது. ஏனென்றால், அவர்களின் பெயரே தமிழ்ச் சமூகத்துக்குத் தெரியாது. ஆனால் ஒரே ஒரு படம் இயக்கிய இயக்குனரோ, ஒரே ஒரு படத்தில் நடித்த நடிகரோ சொன்னால் அது தமிழ்ச் சமூகத்தில் ஒரு கொந்தளிப்பை உருவாக்குகிறது. இதைத் தட்டச்சு செய்துகொண்டிருக்கும் நேரத்தில் நடிகர் தனுஷ் ஒரு விழாவில் உளறியதை எதிர்த்து சமூக வலைத்தளங்களே பற்றி எரிந்துகொண்டிருக்கின்றன. ஆனால் தினமுமே ஒரு பற்றி எரியும் பிரச்சினை பற்றி, பற்றி எரியக் கூடிய கருத்துக்களை என் இணையதளத்தில் எழுதிக் கொண்டிருக்கிறேன். அதைப் பற்றி யாருக்குக் கவலை?

தமிழ்ச் சமூகம் மட்டும் இலக்கிய சுரணையுணர்வு கொண்டதாக இருந்திருந்தால் பெருமாள் முருகனுக்கு நடந்தது எனக்கு

எப்போதோ நடந்திருக்கும். உதாரணமாக, நான் எழுதிய காமரூப கதைகள் என்ற நாவல். நல்ல காலம், சமூகம் படிக்கவில்லை. நான் தப்பினேன். சவூதி அரேபியா பற்றி உலகம் என்ன நினைத்துக்கொண்டிருக்கிறது என்று நமக்குத் தெரியும். அங்கே அப்துர்ரஹ்மான் முனிஃப் என்று ஒருவர் இருந்தார். சென்ற நூற்றாண்டின் தஸ்தயேவ்ஸ்கியோடு ஒப்பிடக் கூடிய அளவுக்கு மகத்தான எழுத்தாளர். அவர் எழுதிய *Cities of Salt* என்ற நாவலுக்காக அவர் சவூதியிலிருந்து நாடு கடத்தப்பட்டார். இதைச் செய்தது அந்நாட்டு மன்னர். பின்னர் முனிஃப் சர்வதேச அளவில் பிரபலம் ஆனபிறகு மன்னர் அவரை சவூதிக்கு அழைத்தார். முனிஃப் மறுத்துவிட்டார்.

தென்னமெரிக்க நாடுகளை எடுத்துக் கொள்ளுங்கள். 104 வயது வரை வாழ்ந்து ஐந்து ஆண்டுகளுக்கு முன்பு மறைந்த நிகானோர் பார்ரா சீலேயின் அதிபரைவிடப் பிரபலமானவர். அவரைச் சந்திப்பதற்காக தேதி கேட்டு மாதக்கணக்கில் காத்திருந்தார்கள் தென்னமெரிக்க அதிபர்கள். அவர் தலைகாட்டும் தொலைக்காட்சி விளம்பரங்களுக்கு அவர் ஹாலிவுட் நடிகைகள் அளவுக்குக் கட்டணம் வசூலித்தார். பாப்லோ நெரூதாவின் மூன்று வீடுகளையும் பார்த்தேன். அரண்மனையை விடப் பெரிதாகவும், கிட்டத்தட்ட மியூசியங்களைப் போலவும் இருந்தன. ஒரு அறையில் உலகின் முதல் நீராவி எஞ்ஜின் இருந்தது. நெரூதாவுக்கு இப்படிச் சேகரிப்பது ஒரு ஷோக்காம். இதற்கெல்லாம் காசு? நெரூதா தன் வாழ்நாளெல்லாம் வெளிநாடுகளில் தூதராக இருந்தார். இல்லாதபோது பாராளுமன்றப் பிரதிநிதியாக இருந்தார்.

நான் சீலேயில் இறங்கிய தினம் சாந்த்தியாகோவின் பிரபலமான எல் மெர்க்கூரியோ என்ற ஸ்பானிஷ் தினசரியை வாங்கிப் படித்தேன். சீலே அதிபர் செபஸ்தியான் பிஞேராவை சீலேயின் பிரபல எழுத்தாளர் அந்தோனியோ ஸ்கார்மேத்தா சந்தித்ததை முதல் பக்கத்தில் தலைப்புச் செய்தியாகப் போட்டிருந்தார்கள். இங்கே என்ன நடக்கும் சொல்லுங்கள்? ரஜினிகாந்த் நம் முதல்வரை சந்தித்தால் மட்டுமே அப்படி ஒரு முக்கியத்துவம் கிடைக்கும். இல்லையா?

இவ்வளவு நேரம் நான் பேசி வந்ததெல்லாம் ஒரு சமூகத்தில் எழுத்தாளனின் இடம் என்பது பற்றி. நேருவும் தாகூரும், காந்தியும் தாகூரும் அமர்ந்திருக்கும் புகைப்படங்களைப் பார்த்திருப்பீர்கள்.

என்னதான் தாகூரை விட நேரு இருபத்தெட்டு ஆண்டுகளும், காந்தி எட்டு ஆண்டுகளும் சிறியவர்கள் என்றாலும் மேற்கண்ட இரண்டு புகைப்படங்களிலும் தெரியும் உடல் மொழியை கவனியுங்கள்.

கேரளத்தில் ஒரு புத்தக வெளியீட்டு விழாவில் மம்முட்டி என்னைப் பார்த்த போது ஆர்வத்தோடு வந்து பேசினார். அப்போது அவர் ஒரு மாணவன் ஆசிரியரிடம் பேசுவது போன்ற உடல் மொழியை வெளிப்படுத்தினார். மாத்யமம் பத்திரிகையில் நான் எழுதி வந்த தப்புத் தாளங்கள் தொடர் பற்றிப் பேசினார். இங்கே என்னுடைய மண்ணில் நான்தான் சினிமா நடிகருக்கு முன்னே கைகட்டி நிற்க வேண்டும். அப்படித்தான் இருக்கிறது தமிழ்நாட்டின் சமூகச் சூழல். இன்னமும் இங்கே ஒரு சினிமா

இடம்: சாந்தி நிகேதன் புகைப்படம்: ABP Archives

பிரபலத்தைப் பார்க்க வேண்டியிருந்தால் எழுத்தாளன்தான் அவரைத் தேடிச் செல்ல வேண்டியிருக்கிறது.

ஜெயகாந்தன் பற்றிக் குறிப்பிட்டீர்கள். உண்மைதான். ஆனால் அவர் இலக்கியத்திலும் சேராமல், ஜனரஞ்சகத்திலும் சேராமல் நடுவாந்திரமாக வெகுஜனப் பத்திரிகைகளில் எழுதியவர். அவரை சமூகம் தனக்குத் தெரிந்த வகையில் கொண்டாடியது. ஆனால் இன்னொருவர் இருந்தார். பாரதிக்குப் பிறகு தமிழை நவீனப்படுத்தியவர்களில் அவரே முதன்மையானவர். ஆனால் பட்டினி கிடந்து செத்தார். சாகும்போது நாற்பத்து இரண்டு வயது. சாகின்ற வயதா அது? காச நோய் வந்து அதற்கு மருந்து வாங்கவும் காசு இல்லாமல் நண்பரை விட்டுக் கடிதம் எழுதச் சொல்கிறார். யாருக்கு? தமிழ்ச் சமூகத்துக்கு.

"நான் தமிழுக்கு சேவை செய்திருக்கிறேன். என்னை கவனித்துக் கொள்ள வேண்டியது தமிழ்ச் சமூகத்தின் கடமை. எனக்கு மருந்து வாங்க நிதி தாருங்கள் என்று ஒரு வேண்டுகோள் விடு, என் கைப்பட எழுத எனக்குத் தெம்பு இல்லை" என்று சொல்கிறார். மறுநாளே செத்தும் போனார். பாரதிக்குப் பிறகு தமிழை நவீனப்படுத்தியவர்களில் முதன்மையான புதுமைப்பித்தனே அவர். ஜெயகாந்தன் வெகுஜன எழுத்தாளர். அதனால் அவரை தலைவர்களும் சினிமா உலகத்தினரும் மக்களும் ரசித்தார்கள். மற்றபடி இலக்கியவாதிகளை தமிழ்ச் சமூகம் ஒருபோதும் மதித்ததில்லை. புதுமைப்பித்தனையும் க.நா.சு.வையும் ராஜாஜி அவமதித்த கதையெல்லாம் நிறைய இருக்கிறது.

இப்படி சோற்றுக்கே சிங்கியடித்துக்கொண்டிருக்கும் தமிழ் எழுத்தாளன் எங்கே போய் போராடுவான் சொல்லுங்கள்? இன்றைய இளம் எழுத்தாளர்களில் பெரும்பாலானவர்கள் சினிமாவில் வசனம் எழுத வாய்ப்புக் கிடைத்தால் போதும், வாழ்வின் இலக்கை எட்டியாயிற்று என்று நினைக்கிறார்கள். அவர்களைக் குற்றம் சொல்ல மாட்டேன். சமூகம் அவர்களை அந்த இடத்துக்குத் தள்ளியிருக்கிறது.

என்னிடம் சுமார் இருபதாயிரம் புத்தகங்கள் உள்ளன. சொந்த வீடு கூட இல்லாமல் எல்லாவற்றையும் பொதிமாடு மாதிரி சுமந்து கொண்டே ஒவ்வொரு வீடாக மாற்றிக்கொண்டிருக்கிறேன். க.நா.சு. வைத்திருந்த புத்தகங்கள் இதுபோல் நான்கு மடங்கு. எல்லாமே இப்போது இருந்த இடம் தெரியாமல் போய் விட்டது. அசோகமித்திரன் தன் நூலகத்திலிருந்த புத்தகங்களையெல்லாம் நண்பர்களிடம் கொடுத்து விட்டார்.

ஒரு கணக்குப் போடுவோம். சமீபத்தில் *அன்பு: ஒரு பின்நவீனத்துவவாதியின் மறு சீராய்வு மனு* என்று ஒரு நாவல் எழுதினேன். என் உயிரையும் வாழ்வையும் பணயம் வைத்து எழுதிய நாவல் என்று படிக்கின்ற யாவரும் உணர்வார்கள். ஒரே வாரத்தில் ஐநூறு பிரதிகள் விற்றது என்றாலும் காலப்போக்கில் அதிக பட்சம் ஆயிரம் பிரதி விற்கும். அவ்வளவுதான் ஒரு

மே 12, 2008. வெளிச்சிக்கலா. சுரங்கத் தொழிற்சாலைக்கு எதிரான போராட்டத்தில்.

நாவலின் வீச்சு. ஒரு பிரதி முந்நூறு என்றால், 300000 ரூ. அதில் எனக்கு 30000 ரூ. ராயல்டி. இந்த தேசம் உருப்படுமா? என் உயிரின் விலை 30000 ரூ. எட்டரை கோடி பேர் வாழும் தமிழ்நாட்டில் ஒரு ரெண்டு லட்சம் பிரதியாவது விற்க வேண்டாமா?

தமிழ்ச் சமூகம் ஒரு எழுத்தாளனை எப்படி நடத்துகிறது என்பதற்கு ஒரு உதாரணம் தருகிறேன். கவிஞர் ஃப்ரான்சிஸ் கிருபா கோயம்பேடு பக்கம் போய்க்கொண்டிருந்தபோது சாலையில் ஒரு ஆள் வலிப்பு வந்து துடித்துக்கொண்டிருப்பதைப் பார்த்து அருகில் சென்று உதவுகிறார். வலிப்பு வந்த ஆள் செத்து விட்டார். பக்கத்திலேயே காவல் நிலையம். போலீஸ் வந்து ஃப்ரான்சிஸைக் கைது செய்து கொலை வழக்கு பதிவு செய்து விட்டது. மூன்று நாள் லாக்கப்பில் இருந்த அவரை காவல் துறையில் இருந்த எழுத்தாளர் ஒருவர் முயற்சி செய்து விடுதலை செய்தார்.

பாலாவின் நான் கடவுள் படத்தில் வரும் பிச்சைக்காரக் கூட்டத்தைப்போல் வாழ்ந்துகொண்டிருக்கும் தமிழ்

மே 12, 2008. வெளிச்சிக்கலா.

எழுத்தாளர்களை வீதியில் போய் போராடச்சொன்னால் அவர்கள் நிலை இப்படித்தான் ஆகும்.

மட்டுமல்லாமல் எழுத்து என்ற செயல்பாடே போராட்டம்தான் என்பது என் கட்சி. அம்மா வந்தாள் நாவலுக்காக தி.ஜானகி ராமனை அவர் குடும்பமே ஒதுக்கிவைத்தது இல்லையா?

மேலும், சென்ற தலைமுறை எழுத்தாளர்களின் காலத்தில்தான் சுதந்திரப் போராட்டம் அதன் தீவிர நிலையில் இருந்தது. பாரதிக்குப் பிறகு சி.சு. செல்லப்பா மட்டுமே அது பற்றி எழுதினார். வேறு ஒருவர்கூட எழுதவில்லை. எழுத வேண்டிய அவசியமும் இல்லை என்றே நினைக்கிறேன். ஞானி தியாகராஜரின் காலத்தில் மொகலாயரும் மராட்டியரும் ஆங்கிலேயரும் ஃப்ரெஞ்சுக்காரர்களும் திப்பு சுல்தானின் படைகளும் தஞ்சை மண்ணில் சண்டையிட்டு அதை ரத்த பூமியாக்கிக்கொண்டிருந்தார்கள். ஆனால் தியாகராஜரோ ராமநாமத்தை ஜெபித்தபடி தெருக்களில் உஞ்சவிருத்தி செய்து பாடிக் கொண்டு போனார். ஆனால் அவரால் சமூகத்திற்கு எந்தப் பயன்பாடும் இல்லையா என்ன? அவரால்தான் கர்னாடக இசை புத்துயிர் பெற்றது.

கொக்கோலா தொழிற்சாலைக்கு எதிராக ஃபெப்ருவரி 25, 2008 அன்று தொடங்கிய தொடர் உண்ணாவிரதத்தின் 77ஆவது நாள் மே 13 அன்று உண்ணாவிரதம் இருந்தவர்களுடன் சாரு நிவேதிதா.

இது எப்படி என்றால், பறவை தன் இயல்பாக வானில் பறந்து கொண்டிருக்கிறது. அது இட்ட எச்சத்தினால் ஒரு வனமே உருவாகிறது. அவ்வாறாக ஒரு தேசத்தின், பண்பாட்டின், கலாச்சாரத்தின், மொழியின் அடையாளமாகத் திகழ்பவன் எழுத்தாளன். அவனால்தான் இரண்டாயிரம் ஆண்டுகளுக்கு முந்தைய தமிழ்ப் பண்பாட்டின் சீர்மை இந்த உலகத்துக்கு அறியத் தெரிந்திருக்கிறது. இரண்டாயிரம் அல்ல, நான்காயிரம் ஆண்டுகளாக அந்த ஒளியைத் தொடர் ஓட்டமாக எடுத்து வந்து கொண்டிருப்பவன் எழுத்தாளன்.

மகாப் பெரியவர் என்று அழைக்கப்படும் சந்திர சேகரேந்திரர் சொல்கிறார்:

“ஒரு தேசத்தில் கோளாறுகள் இருந்தாலும் அதன் பண்பாட்டை உரைத்துப் பார்க்க ஒரு இருதய ஸ்தானம் இருக்கிறதா? இருக்கிறது.

ஒரு தேசத்தின் பண்பு உயர்ந்திருக்கிறது; மனோபாவங்கள் உயர்ந்திருக்கின்றன; ஆங்காங்கே அழுக்குகள் இருந்தாலும் மொத்தத்தில் அது சுத்தமாக இருக்கிறது என்பதை உரைத்துப் பார்ப்பதற்கு அந்த தேசத்து மகாகவிகளின் (இலக்கியக் கர்த்தாக்களின்) வாக்கே ஆதாரமாகும். ஒரு தேசத்தின் பண்புக்கு இதயமாக அல்லது உரைகல்லாக இருப்பது அந்த நாட்டு மகாகவியின் வாக்குதான்."

"தனது என்று எதையும் பிடித்துக் கொள்ளாமல் விஷயத்தை உள்ளபடி பார்த்து objective-ஆக, பேதமில்லாமல் நடுநிலையோடு, சர்வ சுதந்திரமாக, திறந்த மனதோடு உள்ளதை உள்ளபடி சொல்வான். உலகம் முழுவதையும் இப்படியே படம் பிடித்துக் காட்டுவான். அதை உலகம் எடுத்துக்கொண்டாலும் சரி, தள்ளி விட்டாலும் சரி, அதைப் பற்றியும் இலக்கியக்கர்த்தாவுக்குக் கவலை இல்லை. பயனை எதிர்பார்க்காதவன் அவன். ஒரு விஷயம் ஒரு நாட்டின் பண்புக்கு உகந்ததுதான் என்று அறிய வேண்டுமானால் அந்தப் பிரமாண வாக்கு (authority) அந்த தேசத்தின் மகாகவியின் வாக்குதான்."

அடிக்குறிப்புகள்:

1. "பிளாச்சிமடையில் நடப்பது சுதந்திரப் போராட்டம் சாரு நிவேதிதா" என்ற தலைப்பில் மாத்ருபூமி தினசரியில் 14.5.2008 அன்று வெளிவந்த செய்தி.

பிளாச்சிமடை: தண்ணீருக்காகவும் உயிர்வாழ்வதற்காகவும் தொடர்ந்து போராடிக்கொண்டிருக்கும் பிளாச்சிமடை மக்களுக்கு ஆதரவு தராமல் கேரள இலக்கியவாதிகளும் சி.பி.எம். கட்சியும் பன்னாட்டு நிறுவனங்களுக்குத் துணைபோவதாக தமிழ் இலக்கியவாதி சாரு நிவேதிதா தெரிவித்தார். பிளாச்சிமடைப் போராட்டம் சுதந்திரப் போராட்டமாக தொடர்ந்து நடக்க வேண்டும் என்றும் அவர் தெரிவித்தார்.

பிளாச்சிமடைப் போராட்டப் பந்தலில் 22 நாட்களாகத் தொடர்ந்து நடக்கும் 48 மணி நேர 'ரிலே' உண்ணாவிரதத்துக்கு ஆதரவாக நடந்த கூட்டத்தைத் துவக்கிவைத்துப் பேசினார் அவர்.

கேரளத்தின் முன்னணி இலக்கியவாதிகள் தங்கள் கடமையை மறந்து பணம் சம்பாதிப்பதற்காக தொலைக்காட்சித்தொடர்களிலும் திரைப்படங்களிலும் கவனம் செலுத்துவதால் சாதாரண மக்களின் கண்ணீர் நிரம்பிய முகத்தைக் கவனிக்க அவர்களுக்கு நேரமில்லை. வி.எஸ்.அச்சுதானந்தன் தலைமையிலான கம்யூனிஸ்டுகள் மக்கள் இயக்கங்களை அடிமைப்படுத்த முயற்சிக்கிறார்கள். இந்தியாவில் மட்டும்தான் தண்ணீருக்கு விலை கொடுக்க வேண்டியிருக்கிறது என்ற உண்மையை எல்லோரும் புரிந்துகொள்ள வேண்டும் என்றும் அவர் தெரிவித்தார்.

'ஜனாதிகார ராஷ்ட்ரீய ஸமிதி' உருவாக்கிய 'பிளாச்சிமடை போராட்டத்தின் அரசியல்' என்ற நூலை சாரு நிவேதிதா வெளியிட விளையோடி வேணுகோபாலன் பெற்றுக்கொண்டார்.

7

ஒரு அரசியல் கேள்வி. உங்கள் பார்வையில் இந்தியப் பிரதமர்களை வரிசைப் படுத்துங்கள்?

ராமச்சந்திர குஹா போன்ற அரசியல் ஆய்வாளர்கள் வேண்டுமானால் இந்தக் கேள்விக்கு சரியான பதிலைத் தர முடியும். எனக்கு macro politicsஇல் அவ்வளவாக ஈடுபாடு இல்லை. சுதந்திரத்துக்குப் பிறகான இந்திய அரசியல் மிகவும் தரம் தாழ்ந்து போயிருப்பதை நாம் கண்கூடாகக் காண்கிறோம். அதிலும் கடந்த நாற்பது ஆண்டுகளாக அரசியல் தரம் மிக மோசமாகக் கீழ்நோக்கிப் போய்க்கொண்டே இருக்கிறது. பாகிஸ்தானைப் போலவும், தென்னமெரிக்கா மற்றும் ஆஃப்ரிக்க நாடுகளைப் போலவும் இல்லாமல் இந்தியா ஜனநாயகம் என்ற அரசியல் கோட்பாட்டை ஓரளவுக்காவது பின்பற்றிக்கொண்டுதான் இருக்கிறது. அந்த வகையில் இது பாராட்டுக்குரியதுதான் என்றாலும் நான் பார்த்த ஒரு கருத்துப் படம் எனக்கு எப்போதும் ஞாபகத்தில் நிற்கிறது. எலும்பும் தோலுமான ஒரு பாமரனை ஒரு சங்கிலி பிணைத்திருக்கிறது. இன்னொரு படத்தில் அந்த சங்கிலி அறுக்கப்பட்டிருக்கிறது. முதல் படம் 1947க்கு முன். இரண்டாம் படம் 1947க்குப் பின். சராசரி மனிதர்கள், விளிம்புநிலை மனிதர்கள் போன்றவர்களின்

வாழ்க்கை அப்படித்தான் இருக்கிறது. இதற்கு 1947க்குப் பின் வந்த அத்தனை பிரதமர்களும் அரசியல்வாதிகளும்தான் பொறுப்பேற்க வேண்டும்.

ஆனால் இந்தியாவின் இன்றைய அவல நிலைக்கு அரசியல்வாதிகளை மட்டும் குற்றம் சாட்ட முடியாது. நான் ஸ்டெனோவாகப் பணி புரிந்த அஞ்சல் துறையையே இந்திய அவலத்தின் குறியீடாகக் கொண்டு ராஸ லீலா என்ற ஒரு நாவலை எழுதியிருக்கிறேன். அதிகார மட்டத்தில் நடக்கும் ஊழலைப் பற்றி எழுத ஒரு ஆள் கிடையாது. பத்திரிகையாளர் களுக்கு அங்கே என்ன நடக்கிறது என்றே தெரியாது.

சென்னை அஞ்சல் துறையில் நான் ஸ்டெனோவாக இருந்த போது ஒரு சீஃப் போஸ்ட்மாஸ்டர் ஜெனரல் இருந்தார். அவருக்கு தினமும் நட்சத்திர விடுதியிலிருந்துதான் சாப்பாடு வரும். அரசுச் செலவு. பல லட்சம் செலவில் அவருடைய பிரம்மாண்டமான அறையின் தரையில் ஒரு உயர்தரமான காஷ்மீரத்துக் கம்பளி விரிப்பு விரிக்கப்பட்டது. அப்படிப்பட்ட ஆள் ஞாயிற்றுக்கிழமை அன்று தன் குடும்பத்தோடு சினிமாவுக்குப் போவார். அரசாங்கக் கார். அரசாங்க ஓட்டுனர். அங்கே ஷாப்பிங் மாலில் காரை மூன்று மணி நேரம் நிறுத்துவதற்கு நூறு ரூபாய் கட்டணம் என்றால், அந்த ரசீதை வாங்கி வந்து மறுநாள் கேஷியரிடம் கொடுத்து நூறு ரூபாயை வாங்கிக் கொள்வார். நினைத்தே பார்க்க முடியாத அளவுக்கு ஊழலும் பிசுநாறித்தனமும் கொண்டவர்கள் அரசு அதிகாரிகள். அதே சமயம் ஒரு அதிகாரியின் வீட்டில் ஒரு சோஃபாகூட இல்லை. பாயில்தான் அமர வேண்டும். அப்படிப்பட்ட அதிகாரிகளும் ஒரு சிலர் இருக்கிறார்கள்.

என்ன சொல்ல வருகிறேன் என்றால், பிரதமர்களை விட்டு விட்டு சராசரி மனிதர்கள் பற்றிப் பேசுவோம். சராசரி மனிதர்களே ஊழலின் பக்கம்தான் நிற்கிறார்கள். அவர்கள்தான் அதிகாரிகள் ஆகிறார்கள். அவர்கள்தான் அரசியல்வாதி ஆகிறார்கள். அதனால் ஒட்டு மொத்தமான மனமாற்றம் உட்புறமாக நிகழாமல் வெளிப்புற அரசியலை விமர்சனம்

செய்வதிலோ மாற்றங்கள் வேண்டுவதிலோ அத்தனை அர்த்தமில்லை.

இலக்கியத்திலிருந்து ஒரு உதாரணம் சொல்கிறேன். முடிவற்ற பாதை என்று ஒரு சிறுகதை. சுமார் ஐம்பது ஆண்டுகளுக்கு முன் சார்வாகன் எழுதியது. அக்காலத்தில் அரசு ஊதியம் மிகவும் கம்மி என்பதை கவனத்தில் கொண்டு இந்தக் கதையைப் படிக்க வேண்டும். ஒரு தபால்காரர். அப்போதெல்லாம் நான்கு ஐந்து கிலோமீட்டரெல்லாம் நடந்துபோய் ஒரே ஒரு போஸ்ட் கார்டைக் கொடுத்து விட்டு வருவார்கள் தபால்காரர்கள். இந்திய அஞ்சல் துறையைப்போல் மக்கள் சேவை செய்யும் ஒரு துறை உலகிலேயே இல்லை. அப்படி வரும் தபால்காரருக்கு அந்த வீட்டில் குளிர்ந்த மோர் தருவது வழக்கம். கார்டைக் கொடுத்து விட்டு, மோரைக் குடித்து விட்டு மீண்டும் ஐந்தாறு கிலோமீட்டர் தூரத்தை நடப்பார் தபால்காரர்.

அப்படி ஒரு தபால்காரர். நாலு குழந்தைகள். பெரிய பெண் இரண்டாவது பிரசவத்துக்கு வந்திருக்கிறாள். தீபாவளி இன்னும் ஒரு வாரம். கடைசிப் பெண் வயதுக்கு வந்துவிட்டாள். பாவாடை சட்டையும் தாவணியும் வாங்க வேண்டும். எல்லாவற்றுக்கும் ஒரு ஐநூறு ரூபாய் இருந்தால் நல்லது. ஐந்து ரூபாய்க்கே வழியில்லை. கடவுள்தான் கண் திறக்க வேண்டும்.

எதையெதையோ யோசித்துக்கொண்டு ஒரு கிராமத்தை நோக்கி நடக்கிறார் தபால்காரர். நாலு கிலோமீட்டர் நடக்க வேண்டும். அங்கே ஒரு கிழவிக்கு மணியார்டர் வந்திருக்கிறது. கல்கத்தாவில் வேலை பார்க்கும் அவள் மகன் மாதாமாதம் அஞ்சு ரூபாய் மணியார்டர் அனுப்புவான். ஏதோ ரெண்டு மாதமாக வரவில்லை. இப்போது வந்திருக்கிறது.

போய்ப் பார்த்தால் கிழவியின் குடிசை பாழடைந்து கிடக்கிறது. கிழவி செத்து இரண்டு மாதம் ஆகிறதாம். அப்போதுதான் மணியார்டரை எதேச்சையாகப் பார்க்கிறார் தபால்காரர். ஐநூறு ரூபாய். அப்போது பார்த்து பக்கத்து வீட்டுக்காரன் கிழவிக்கு ஈமச்சடங்கெல்லாம் செய்து செலவு ஆகிவிட்டது, வந்திருக்கும் அஞ்சு ரூபாயை நீயும் நானும் பாதிப் பாதி

எடுத்துக் கொள்வோம் என்கிறான். ஐநூறு என்று அவனுக்குத் தெரியாது.

அமைதியாகத் திரும்பிவிடுகிறார் தபால்காரர். ஒரு கைநாட்டைப் போட்டுவிட்டால் ஐநூறும் அவருக்குத்தான். கடவுள் கண் திறந்துவிட்டார்.

ஒரு மரத்தடியில் அமர்ந்து பேனாவைத் திறந்து "விலாசதாரர் இறந்து விட்டார்" என்று எழுதி பேனாவை மூடி பாக்கெட்டில் வைத்துக்கொண்டு தன் முன்னே நீண்டுகிடக்கும் முடிவற்ற பாதையில் நடக்கலானார் தபால்காரர் என்று முடிகிறது கதை.

இதுதான் இந்தியாவின் ஆன்மா. இதுதான் இந்தியாவில் நடக்க வேண்டிய அரசியல் புரட்சி, ஆன்மீகப் புரட்சி எல்லாமும் என்பது என் கருத்து.

ஆனாலும் நீங்கள் குறிப்பிட்டுக்கேட்டிருப்பதால், எனக்குப் பிடித்த ஒருசில பிரதமர்களைச் சொல்லலாம். மொரார்ஜி தேசாயும் வாஜ்பேயியும் எனக்குப் பிடித்தவர்கள். லால் பஹதூர் சாஸ்திரியையும் சொல்லலாம். மற்றபடி நேரு, இந்திரா, ராஜீவ், நரசிம்ம ராவ், மன்மோகன் சிங் ஆகியோரைப் பிடிக்காது. தேவ கௌடா என் வெறுப்புக்கு உரியவர். வி.பி. சிங்கிடம் அரசியலுக்குத் தேவையான *aggressiveness*உம் தந்திரமும் இல்லாமல் போனது பெரும் துரதிர்ஷ்டம். மற்றபடி மோதியின் ஆட்சி இந்திய அரசியலின் துரதிர்ஷ்டங்களில் தலையாயது.

தற்போதைய நிலையில் எனக்குப் பிடித்த அரசியல் தலைவர் ராகுல் காந்தி. அவரது எளிமை முக்கியமான காரணம். தமிழ்நாட்டில் ஸ்டாலின். காரணம், தமிழக வரலாற்றிலேயே முதல் முதலாக இலக்கியத்தின் பக்கம் அரசு திரும்பிப் பார்த்திருக்கிறது. அதற்கு இரண்டு காரணங்கள். ஒன்று, ஸ்டாலின் அவர் தந்தையைப்போல் எழுத்தாளர் இல்லை. இரண்டாவது, இலக்கியம் அறிந்தவர்களையே ஸ்டாலின் தனது அதிகாரிகளாக நியமித்துக்கொண்டிருப்பது.

அப்படியானால் சர்வதேச அளவில் உங்களை வசீகரிக்கும் அரசியல்வாதி யார்? அவர் உங்களுக்குப் பிடித்தமானவராகவோ

உங்கள் கருத்தியலைப் பிரதிபலிப்பவராகவோ இருக்க வேண்டியது இல்லை.

சீலே அதிபர் காப்ரியேல் போரிச் *(Gabriel Boric)*. நேற்று வரை கல்லூரி மாணவராக இருந்தவர். வயது 36. இடதுசாரி. உலக நாடுகளிலேயே டி ஷர்ட் அணிந்தபடியே அதிபராக இருக்கும் ஒரே மனிதர் காப்ரியேல் போரிச்தான்.

இப்படி ஒரு இளைஞரை கல்லூரி மாணவரை தங்கள் தேசத்தின் அதிபராக சீலே மக்கள் தேர்ந்தெடுத்ததன் காரணம் அந்த நாட்டில்தான் பெரும்பான்மையான மக்கள் இலக்கியப் பரிச்சயம் உள்ளவர்களாக இருக்கிறார்கள். ஃப்ரான்ஸில் கூட இப்படி நான் பார்த்ததில்லை. சீலேயில் ஒரு டாக்ஸி டிரைவர் கூட ரொபர்த்தோ பொலான்யோவின் *(Roberto Bolaño)* நாவலைக் கையில் வைத்துக்கொண்டிருக்கிறார்.

இந்தியாவில் வலதுசாரிகளின் வளர்ச்சிக்குக் காரணம் என்ன?

சிறுபான்மையினர் குறித்த காங்கிரஸ் கட்சியின் மனோபாவம்தான் முதல் காரணம். காங்கிரஸ் கட்சி ஹிந்துக்களைப் புறக்கணித்தது. என்னைப் பொருத்தவரை மதத்தின் அடிப்படையில் யாருக்கும் எந்த சலுகையும் கொடுக்கப்படக் கூடாது. இட ஒதுக்கீட்டிலும் கூட சீர்திருத்தம் செய்யப்பட வேண்டும். ஒடுக்கப்பட்ட இனத்தைச் சேர்ந்த ஒருவர் கோடீஸ்வரராக இருந்தாலும் அவரது குழந்தைகளுக்கு சலுகைகள் தரப்படுவதை மற்ற இனத்தவர் எப்படிப் பார்ப்பார்கள்? ஒருமுறை இங்கே உள்ள ஒரு அரசுப் பல்கலைக்கழகத்தில் ஆங்கிலத் துறைத் தலைவர் ஒருவருக்கு ஆங்கிலமே எழுதத்தெரியாமலும் பேசத் தெரியாமலும் இருந்தார். சலுகையினால் பதவிக்கு வந்தவர். இதையெல்லாம் எப்படி நியாயப்படுத்த முடியும்? இதய அறுவை சிகிச்சை செய்யும் ஒரு மருத்துவரை இப்படி நாம் அனுமதிக்க முடியுமா?

இது ஒருபுறம் இருக்க, சிறுபான்மையினருக்கு மத அடிப்படையில் அளிக்கப்படும் சலுகைகள் குறித்து, வேறு எந்த தேசத்தையும் தங்கள் தேசம் என்று சொல்ல முடியாத, உலக அளவில்

சிறுபான்மை மதத்தினராக இருக்கும் ஹிந்துக்கள் நீண்ட காலமாகவே பொருமிக்கொண்டிருந்தார்கள். அதோடு, காங்கிரஸ் ஆட்சியில் ஊழலும் விலைவாசி உயர்வும் பெருகியது. இந்தப் பிரச்சினைகள் குறித்து காங்கிரஸ் மேலிடம் கொஞ்சமும் கவலைப்படவில்லை. அப்போதுதான் மோதி தோன்றினார். அக்காலகட்டத்தில் மோதியின் மேன்மை பற்றி பத்திரிகைகள் எப்படியெல்லாம் எழுதின என்பது எனக்கு ஞாபகம் இருக்கிறது. ரயிலில் முன்பதிவு இல்லாத ஒரு பெண்மணிக்குத் தன் இருக்கையைக் கொடுத்துவிட்டு தரையில் படுத்துப் பயணம் செய்த மகான் என்ற ரேஞ்சில் எழுதிக் குவித்தார்கள். ஆக, சாமான்யர்கள் அவரை இன்னொரு மகாத்மா என்றே நினைத்து விட்டார்கள். கடைசியில் பார்த்தால் மோதி ஒரு *dandy*. உலகிலேயே விதவிதமாக ஆடை அணியும் பிரதமராக விளங்குகிறார். என்னதான் ஆடம்பரமாக அணிந்தாலும் ஜக்கியை அவரால் மீற முடியவில்லை.

உம்பர்த்தோ எக்கோ *(Umberto Eco)* ஃபாஸிஸத்தின் பதினான்கு அம்சங்களை விளக்குகிறார். அவை 1930களின் ஜெர்மனிக்கும் பொருந்தும்; இப்போதைய இந்தியாவுக்கும் பொருந்தும். அவற்றில் சிலவற்றைப் பார்க்கலாம்.

முதல் அம்சம்: மரபின் முக்கியத்துவத்தை வலியுறுத்தல். பழமையை வியந்து ஓதுதல். பிஜேபி மந்திரிகள் மஹாபாரதத்தை வைத்துக் கொண்டு "அந்தக் காலத்திலேயே தொலைக்காட்சி இருந்தது, அப்போதே விமானம் இருந்தது" என்று உருட்டியதெல்லாம் இந்த அம்சத்தில் சேர்கிறது.

2. நவீனத்தை எதிர்த்தல்.

3. மறுப்பு என்பதை தேசத்துரோகமாகக் கருதுதல்.

4. நீ வேறு, நான் வேறு அல்ல. எல்லாம் ஒன்று என்று வலியுறுத்துதல்.

5. மத்தியதர வர்க்கத்தின் அதிருப்தியை அரசியலாக்குதல்.

6. பலஹீனர்களை சமூகத்திலிருந்து அப்புறப்படுத்துதல்.

அதாவது, நூறு மதிப்பெண் வாங்கியவனே உயர்ந்த நிலையில் வாழ முடியும். நாற்பது வாங்கியவன் நாயைப்போல் நக்க வேண்டும்.

இந்தப் பதினான்கு அம்சங்களுமே இன்றைய இந்தியாவில் மிகச் சரியாகப் பொருந்துவதைப் பார்க்கலாம்.

> **1975-2000 வரையிலான கால் நூற்றாண்டு காலகட்டத்தில் பெரிய பரிசோதனைகள் இங்கே நடந்திருக்கின்றன. உதாரணத்துக்கு, நிறப்பிரிகை முதல் காலச்சுவடு வரை. ஒவ்வொருவரும் இந்தச் சமூகத்தையே மாற்றிவிட முடியும் என்று நம்பிவிடும் அளவுக்குத் தீவிரமாகவும் மூர்க்கமாகவும் செயல்பட்டிருக்கிறீர்கள். சமூகத்தின் மீது அப்போது என்ன புரிதல் இருந்தது? இலக்கியம் சார்ந்த நம்பிக்கைகள், கனவுகள் என்னவாக இருந்தன? ஓர் எழுத்தாளராக நீங்கள் எழுந்துவந்த காலகட்டமும் அதுதான். அந்தக் காலகட்டத்தைக் கொஞ்சம் நினைவுகூர முடியுமா?**

1975 - 2000க்கு முன்னால் தமிழ் இலக்கியத்தில் நிகழ்ந்த இரண்டு மகத்தான காலகட்டங்களை நாம் நினைவுகூர வேண்டும். ஒன்று, சுதந்திரப் போராட்ட காலத்தில் வந்து கொண்டிருந்த இலக்கியப் பத்திரிகைகள். உதாரணத்துக்கு, முப்பதுகளின் மணிக்கொடி. இலக்கியமும் காந்தியம் என்ற லட்சியவாதமும் அக்காலத்திய பத்திரிகைகளின் பொது குணாம்சங்களாக இருந்தன. அதற்குப் பிறகு அறுபதுகளில் சி.சு. செல்லப்பாவினால் தொடங்கப்பட்ட எழுத்து பத்திரிகையே தமிழின் நவீன இலக்கிய வரலாற்றில் ஒரு முக்கியமான தொடக்கத்தை ஏற்படுத்தியது. தமிழ் இலக்கியத்தை நவீனத்துவத்துக்கு நகர்த்திய பாரதிக்கு அடுத்த கட்டமாக எழுத்து பத்திரிகையைக் காணலாம். நவீனத்துவத்தின்பால் இலக்கியத்தைக் கொண்டுவந்ததுதான் எழுத்து பத்திரிகையின் மகத்தான சாதனை. புதுக்கவிதை இயக்கத்தையும் எழுத்துதான் தொடங்கி வைத்தது. எழுத்துவின் மற்றொரு பங்களிப்பு என்னவென்றால், இலக்கியத்தை மற்ற கலைகளின் பக்கம் கொண்டு சென்றது. அதாவது, இலக்கியம் என்றால் கதை, கவிதை என்று மட்டுமே இருந்ததை சினிமா, நாடகம், நடனம்,

இசை, சிற்பம் என்று பல்வேறு கலைகளின் தாக்கமும் இலக்கியத்தில் இருக்க வேண்டும் என்பதாக மாற்றியது. இதைச் செய்தவர் வெங்கட் சாமிநாதன். அவரது பாலையும் வாழையும் என்ற தொகுப்பு அந்நாளில் ஒரு புனைவு நூலை விட அதிசய நிகழ்வாகக் கொண்டாடப்பட்டது. அந்தப் புத்தகத்தைக் கையில் வைத்திருப்பதே ஒரு பெருமையாகக் கருதப்பட்ட காலம் அது.

நினைத்துப் பாருங்கள். எம்ஜியார் சிவாஜி படங்களே சினிமா என்றும், குமுதம் விகடனில் வரும் ஜெ. ஓவியங்களே ஓவியம் என்றும், சினிமாவில் அறுபது வயது ஹீரோ இருபது வயது ஹீரோயினை மரத்தைச் சுற்ற ஓட விட்டுப் பின்னால் துரத்தியபடி பாடும் பாடல்களே இசை என்றும், மைக்கின் முன்னே ஒவ்வொருவராக வந்து வந்து நின்று பேசும் சபா நாடகங்களே நாடகம் என்றும், கோடையில் நடக்கும் கிராமத்துக் கண்காட்சிகளில் இடம் பெறும் ரெக்கார்ட் டான்ஸ்களே நடனம் என்றும் நம்பிக்கொண்டிருந்த இளைஞர்களிடம் வெங்கட் சாமிநாதன் வேறோர் உலகத்தைக் காண்பித்தார்.

சினிமா என்றால் அமர்காட் (ஃபெலினி) என்றும், ஓவியம் என்றால் கொர்னீக்கா (பிக்காஸோ) என்றும், நாடகம் என்றால் மணிப்புரியைச் சேர்ந்த ரத்தன் திய்யம், இப்ரஹீம் அல்காஸி என்றும், நடனம் என்றால் உதய் ஷங்கர், பிர்ஜு மஹராஜ் என்றும், இசை என்றால் டாகர் சகோதரர்கள், பண்டிட் ஜஸ்ராஜ் என்றும் எங்களுக்கெல்லாம் கற்பித்தவர் வெங்கட் சாமிநாதன். (பிற்காலத்தில் அவர் பிராமண மதிப்பீடுகளைத் தூக்கிப் பிடித்து ஒரு இனவாதியாக மாறியது துரதிர்ஷ்டம்! அது மட்டுமல்லாமல் யாரெல்லாம் அவரை வந்து பார்த்து முகஸ்துதி செய்கிறார்களோ அவர்களையெல்லாம் உயர்த்திப் பிடித்து எழுத ஆரம்பித்தார். வெங்கட் சாமிநாதனின் வீழ்ச்சி பற்றி ஜெயமோகன் விரிவாக எழுதியிருக்கிறார்.)

எழுத்துவைத் தொடர்ந்து எழுத்து போலவே பல பத்திரிகைகள் தோன்றின. அவைதான் சமகாலத் தமிழ் இலக்கியத்தின் சாதனைகளுக்குக் காரணமாக அமைந்தன. சதங்கை, பரந்தாமன்

நடத்திய அஃக், ஞானக்கூத்தனும் அவரது நண்பர்களும் நடத்திய கசடதபற, கவனம், மூ, வத்ராயிருப்பிலிருந்து வந்த யாத்ரா என்று நூறு பத்திரிகைகளை உதாரணமாகச் சொல்லலாம்.

சி.சு. செல்லப்பா எழுத்து பத்திரிகை நடத்தியது ஒரு சாகசக் கதை போன்றது. தன் பிதுரார்ஜித சொத்துக்களை விற்றும், தன் மனைவி கொண்டு வந்த ஏராளமான நகைகளை விற்றும்தான் அவர் எழுத்து பத்திரிகையையும், எழுத்து பிரசுரத்தையும் நடத்தினார். எழுத்து இதழ்களைத் தன் தோளில் சுமந்து கொண்டு கல்லூரி கல்லூரியாகச் சென்று விற்றார். அப்படிச் செல்லும்போது திருச்சி செயிண்ட் ஜோசஃப் கல்லூரியில் உள்ள ஒரு திண்ணையில் அமர்ந்து ஓய்வு எடுப்பது உண்டு என்று கேள்விப்பட்டிருக்கிறேன். அந்தத் திண்ணையைத் தொட்டு வணங்க வேண்டும் என்பது என் ஆசைகளில் ஒன்று.

அவர் எழுத்து பிரசுரம் மூலம் கொண்டு வந்த பல நூல்கள் என்னிடம் இருக்கின்றன. பிரசுரமாகி 60 ஆண்டுகள் ஆகியும் அதன் தரம் இன்னமும் மங்காமல் நேற்று வந்த புத்தகம் போல் இருப்பதிலிருந்து அக்காலத்தில் புத்தகப் பிரசுரம் எந்தத் தரத்தில் இருந்தது என்பதைத் தெரிந்து கொள்ளலாம். அதைப் போன்று இப்போது என்னால் ஒரு புத்தகத்தைக்கூடப் பார்க்க முடியவில்லை. கேட்டால் விலை அதிகம் வைக்க வேண்டியிருக்கும், யாரும் வாங்க மாட்டார்கள், கட்டுப்படி ஆகாது என்று என்னென்னவோ காரணங்கள் சொல்கிறார்கள்.

க.நா.சு.வின் கதையும் இதேதான். அஃக் நடத்திய பரந்தாமனின் கதையும் இதேதான். சுதந்திரப் போராட்ட தியாகிகளைப் போல் இவர்களெல்லாம் இலக்கியத்துக்காகத் தம் உயிர் பொருள் ஆவியை விட்டார்கள்.

இவர்களுக்கு என்ன கனவு இருந்தது? சமூகத்தைத் திருத்த வேண்டும் என்ற கனவு இல்லை அது. இவர்கள் எல்லோருமே ஒரு வகையில் சமூகத்திலிருந்து அந்நியமானவர்கள்தானே? மேலும், சமூகத்தைத் திருத்த முடியும் என்று கனவு காணும் அளவுக்கு இவர்கள் வெகுளியும் அல்ல. வேறு என்ன விதமான கனவினால் இவர்கள் தம் உடல் பொருள் ஆவியை அர்ப்பணித்தார்கள்?

அவர்களின் கனவு என்ன? நோக்கம் என்ன? ஒன்றே ஒன்றுதான். இலக்கியம். நாலாயிரம் ஆண்டுப் பாரம்பரியம் கொண்ட தமிழ் இலக்கியத்தை மீண்டும், சமகாலத்திலும் சர்வதேசத் தரத்துக்குக் கொண்டு செல்ல வேண்டும் என்பது மட்டுமே இவர்களின் நோக்கமும் கனவுமாக இருந்தது. அந்த நோக்கத்தில் அவர்கள் வெற்றியும் அடைந்தார்கள். எந்தவொரு சர்வதேச எழுத்தாளருக்கும் நிகரான படைப்புகளை தமிழ் எழுத்தாளர்கள் இங்கே சாதித்துக் காட்டினார்கள்.

ஆனாலும் இந்த எழுத்தாளர்கள் பெரும்பாலும் அரசியல் பிரக்ஞை இல்லாதவர்களாக இருந்தார்கள். புதுமைப்பித்தனின் கதைகளில் உயர்சாதி மனோபாவத்தைக் காணமுடியும். அப்போதுதான் *பிரக்ஞை* என்ற பெயரில் ஒரு இடதுசாரி சிறுபத்திரிகை நான்கைந்து பிராமண இளைஞர்களால் தொடங்கப்பட்டது. பிராமண இளைஞர்கள் என்று சொல்வதற்குக் காரணம் இருக்கிறது. அந்தக் குழுவோடு சம்பந்தப்பட்ட ஒருவர்தான் மக்கள் கலை இலக்கியக் கழகத்தின் முக்கியஸ்தர்களில் ஒருவரான வீராச்சாமி. இன்னொருவர் அமெரிக்காவில் இப்போது ஒரு தீவிர ஹிந்துத்துவராக இருக்கிறார்.

ஆரம்பத்தில் நான் *சாவி* போன்ற பத்திரிகைகளில்தான் நிவேதிதா என்ற பெயரில் ஜனரஞ்சகக் கதைகளை எழுதிக் கொண்டிருந்தேன். பிறகுதான் *கணையாழி* என்ற இலக்கியப் பத்திரிகை எனக்கு அறிமுகம் ஆயிற்று. *கணையாழியி*ல் என் சிறுகதைகளும் குறுநாவல்களும் பிரசுரமாயின. அப்போது என்னுடைய ஒவ்வொரு கதையையும் பாராட்டி அசோகமித்திரன் எனக்கு ஒரு போஸ்ட் கார்ட் எழுதுவார். அப்போது அவர் *கணையாழியி*ன் பொறுப்பாசிரியராக இருந்தார். என் குரு ஸ்தானத்தில் இருந்த அசோகமித்திரனிடமிருந்து அப்படிக் கடிதங்கள் வருவது அப்போது எனக்குப் பெரும் உந்துதலை அளித்தது.

அப்போதுதான் *சாவியி*லோ *குமுதத்தி*லோ கமல்ஹாசனின் ஒரு பேட்டியில் *பிரக்ஞை* என்ற பத்திரிகை பற்றிக்

குறிப்பிட்டிருந்ததைப் படித்து, பெயரே வித்தியாசமாக இருக்கிறதே என்று நினைத்து தஞ்சாவூர் பொது நூலகத்தில் *பிரக்ஞை*யைத் தேடிப் பிடித்தேன். அதோடு எனக்கும் வணிகப் பத்திரிகைகளுக்குமான தொடர்பு விட்டுப் போயிற்று. அந்த வகையில் நான் தீவிர இலக்கியத்தில் நுழைவதற்குக் காரணமாக இருந்த கமல்ஹாசனுக்குத்தான் நன்றி சொல்ல வேண்டும்.

*பிரக்ஞை*யில் அப்போது நான் வாசித்த எந்த ஒரு கட்டுரையையும் என்னால் மறக்க முடிந்ததில்லை. கீழவெண்மணிப் படுகொலையை வைத்து இந்திரா பார்த்தசாரதி எழுதிய *குருதிப்புனல்* நாவலில் அந்தப் படுகொலையை நடத்திய கோபாலகிருஷ்ண நாயுடுவை ஆண்மையில்லாதவர் என்று வர்ணித்திருக்கிறார். அந்த நாவலுக்கு *பிரக்ஞை*யில் விமர்சனம் எழுதிய அம்பை, "அப்படியானால் எல்லா ஆண்களுக்கும் சாமான் ஒழுங்காக வேலை செய்தால் புரட்சி ஏற்படாது என்று நினைக்கிறாரா இந்திரா பார்த்தசாரதி?" என்று எழுதியிருந்ததைப் படித்து பெண்கள் கூட இப்படி எழுதுவார்களா என்று மிரண்டு போனேன். அப்போது எனக்கு 22 வயது இருக்கும்.

*பிரக்ஞை*யில் நான் வாசித்த ஹோர்ஹே சான்ஹீனஸ் (Jorge Sanjines) என்ற பொலிவிய இயக்குனரின் நேர்காணலை என்னால் மறக்கவே முடியாது. சான்ஹீனஸின் சினிமா என்பது வெறும் சினிமா மட்டும் அல்ல. அது அவருடைய நேரடியான அரசியல் செயல்பாடாகவும் இருந்தது. *பிரக்ஞை*யில் ஜோர்கே சன்ஜயன்ஸ் என்ற தப்பான உச்சரிப்புடன் அவர் பெயர் வந்திருந்தது என்பது முதற்கொண்டு இப்போது எனக்கு ஞாபகம் இருக்கிறது. என்னுடைய அதிர்ஷ்டம் என்னவென்றால், அந்தப் பேட்டியைப் படித்த ஒன்றிரண்டு ஆண்டுகளிலேயே சான்ஹீனஸின் மொத்த படங்களையும் எனக்குப் பார்க்க வாய்த்தது. இன்றைய காலகட்டத்தில் அந்தப் படங்கள் நம் கைபேசியிலேயே கிடைக்கக்கூடிய விஷயம். ஆனால் எழுபதுகளின் இறுதியில் லத்தீன் அமெரிக்க சினிமாவைப் பார்ப்பதெல்லாம் மிகவும் அரிதாக நடக்கக்கூடியது. உலகப் புகழ் பெற்ற ஐரோப்பிய சினிமாவைப் பார்ப்பதற்கே நீண்ட காலம் காத்திருக்க வேண்டும். திரைப்பட சங்கங்களும்,

திரைப்பட விழாக்களும்தான் அப்போது அதற்கான ஒரே வழியாக இருந்தது.

1978இல் நான் தில்லி சென்ற உடனேயே அங்கே நடந்த திரைப்பட விழாவில் லத்தீன் அமெரிக்க சினிமா எனக்கு அறிமுகமாகி விட்டது. மற்ற தேசங்களின் சினிமாவுக்கும் தென்னமெரிக்க சினிமாவுக்குமான வித்தியாசம் என்னவென்றால், தென்னமெரிக்காவில் சினிமா ஒரு நேரடியான அரசியல் செயல்பாடு. உதாரணமாக, Battle of Chile என்ற ஆவணப்படத்தின் படப்பிடிப்பின்போது பினோசெத்தின் ராணுவத்தில் இருந்த அதிகாரி ஒருவர் ஒளிப்பதிவாளரை சுட்டுக்கொன்றார். அந்தக் கொலையையும் படம் பிடித்தார் ஒளிப்பதிவாளர். அதாவது, அதிகாரி ஒளிப்பதிவாளரைப் பார்த்து "டோண்ட் ஷூட், அதர்வைஸ் ஐ வில் ஷூட்" என்கிறார். அதையும் படம் பிடிக்கிறார் ஒளிப்பதிவாளர். இந்தக் காட்சி திரையில் ஓடும்போது ஒளிப்பதிவாளர் சுட்டுக் கொல்லப்பட்டதை நமக்கு அறிவிக்கிறார் படத்தின் இயக்குனர்.

ஆரம்பத்தில் ஆன்மீகத்தில் மூழ்கியிருந்த நான் பிரக்ஞை என்ற பத்திரிகையின் மூலமாகத்தான் இடதுசாரித் தத்துவத்தின் பக்கம் வந்தேன். அரசியல் பிரக்ஞை கொண்டவனாகவும் மாறினேன்.

பிரக்ஞைக்கு அடுத்து தமிழ்நாட்டில் நடந்த ஒரு முக்கியமான கலாச்சார நிகழ்வு என படிகள் பத்திரிகையைச் சொல்லலாம். பெங்களூரில் பேராசிரியர்களாக இருந்த தமிழவன், சிவராமன், கிருஷ்ணசாமி ஆகிய நண்பர்கள் தொடங்கிய பத்திரிகை படிகள். தமிழ்க் கலாச்சார சூழலில் முதல் முதலில் இலக்கியத்தை சமூகவியலின் பக்கம் திருப்பியது அந்தப் பத்திரிகை. அதில்தான் நானும் ராஜ் கௌதமனும் முதல் முதலாகக் கட்டுரைகள் எழுத ஆரம்பித்தோம். நான் சே குவேரா பற்றிய ஒரு நீண்ட கட்டுரையும், அதைத் தொடர்ந்து ஃப்ரெஞ்ச் தத்துவவாதிகள் பற்றிய தொடர் கட்டுரையும் எழுதினேன். சமூகவியல், மானுடவியல் என்று இலக்கியத்தின் தளங்கள் விரிந்தது படிகள் மூலம்தான்.

கூடவே ஜெனகப்ரியா வ. புதுப்பட்டியிலிருந்து இலக்கிய வெளிவட்டம் என்ற சிறுபத்திரிகையைக் கொண்டு வந்தார். அதில்தான் நான் ஜான் பால் சார்த்தரின் இருத்தலியல் குறித்தும், அதற்குப் பிறகான சார்த்தரின் மாற்றங்கள் குறித்தும் கட்டுரைத் தொடர் ஒன்றை எழுதினேன். ஞானி, தமிழவன், ராஜ் கௌதமன், நான் ஆகிய நால்வரும் மிக நீண்ட விவாதங்களைத் தொடர்ந்தது இலக்கிய வெளிவட்டத்தில்தான். அதே சமயம் படிகள் மூலமாகவும் தமிழவன் அமைப்பியல்வாதம் என்ற புதிய தத்துவக் கோட்பாட்டை அறிமுகம் செய்துவைத்தார். அதைத் தொடர்ந்து நாகார்ச்சுனன், எஸ். சண்முகம் போன்றோர் அந்த விவாதத்தை இன்னும் விரிவுபடுத்தினார்கள். அவர்கள் வித்தியாசம் என்ற பத்திரிகையையும் கொண்டுவந்தார்கள்.

இங்கே இலக்கிய வெளிவட்டம் பற்றிக் கொஞ்சம் குறிப்பிட வேண்டும். அப்போதுதான் எனக்கு ஊருக்கெல்லாம்கூட இனிஷியல் போடுவார்கள் என்றே தெரிந்தது. தஞ்சாவூர் மாவட்டத்தில் அந்தப் பழக்கம் இல்லை. அப்போது நான் தில்லியில் இருந்தேன். க.நா.சு. ஒருமுறை என்னிடம், "இலக்கிய வெளிவட்டம் பத்திரிகையை நடத்தும் ஜெனகப்ரியா யார்? அவருடைய தமிழ் பிரமாதமாக இருக்கிறது. ஃப்ரெஞ்சுத் தத்துவத்தைக் கரைத்துக் குடித்திருப்பார் போலிருக்கிறதே? பேராசிரியராகத்தான் இருக்க வேண்டும்" என்றார்.

அந்தக் காலத்தில் ஒவ்வொருவரும் எந்த அளவுக்கு இலக்கியச் செயல்பாடுகளை கூர்மையாக கவனித்துக் கொண்டிருந்தார்கள் என்பதற்கு க.நா.சு.வின் அந்த வார்த்தைகள் உதாரணம். நானுமே ஜெனகப்ரியாவின் எடிட்டிங், தலையங்கக் கட்டுரைகள் போன்றவற்றைப் பார்த்து மிரண்டு போயிருந்தேன். ஏனென்றால், நான் ஏராளமான தத்துவ நூல்களைப் படித்து எழுதும் கட்டுரைகளையே ஜெனகப்ரியா சிறந்த முறையில் செப்பனிட்ட்தோடு மட்டுமல்லாமல் அவற்றைப்பற்றி விவாதிக்கவும் செய்வார்.

அதனால் தில்லியிலிருந்து கிளம்பி அவரைப் பார்ப்பதற்காகவே தமிழ்நாடு வந்தேன். புதுப்பட்டிக்கே போனேனா அல்லது

வேறு எங்காவது வைத்து சந்தித்தேனா என்று இப்போது ஞாபகம் இல்லை.

பார்த்தால் ஜெனகப்ரியா ஒரு வெள்ளந்தியான கிராமத்து மனிதராக இருந்தார். க.நா.சு. சொன்னதைச் சொன்னேன். வ. என்ற ஊர் இனிஷியல் பற்றியும் கேட்டேன். வாய் விட்டுச் சிரித்தவர் புதுப்பட்டி என்ற பெயரில் பல கிராமங்கள் இருப்பதால் இந்தப் புதுப்பட்டி வத்ராயிருப்புக்கு அருகில் உள்ள புதுப்பட்டி என்பதால் அந்த இனிஷியல் என்றார். சரி, என்ன வேலை என்றேன். புதுப்பட்டியில் அவர் ஒரு உடைந்த தையல் மிஷின் வைத்திருக்கிறாராம். அதைக் கொண்டு புது ப்ளவுஸ்களைத் தைக்க முடியாதாம். ஆனால் கிழிந்த ப்ளவுஸ்களுக்கு ஒட்டுப் போட முடியுமாம். அதுதான் அவர் வேலையாம். ஜெனகப்ரியாவுக்கு அப்போதே திருமணமும் நடந்து குழந்தையும் இருந்தது.

ஜெனகப்ரியாவின் இயற்பெயர் நடராஜன். (அப்போதெல்லாம் பெண் பெயரில் எழுதுவது சிறு பத்திரிகைகளிடையேகூட மோஸ்தராக இருந்தது! மற்றொரு உதாரணம், கலாப்ரியா!)

இந்த தியாகக்கதையையெல்லாம் இப்போது நடராஜன் படித்தால் சற்றே எரிச்சல் அடையலாம். ஆனால் இப்படிப்பட்ட நூற்றுக்கணக்கான மனிதர்களால்தான் சமகாலத் தமிழ் இலக்கியம் இந்த நிலைக்கு வந்திருக்கிறது. ஜெனகப்ரியா என்ற பெயரில் நடராஜன் கவிதைகளும் நாவலும் எழுதியிருக்கிறார்.

சற்றே யோசித்துப் பாருங்கள்,

கிழிந்த ப்ளவுஸ்களுக்கு ஒட்டுப் போடும் தொழிலைச் செய்து கொண்டு க.நா.சு. போன்ற ஒரு மேதையே வியந்து பாராட்டும்படி ஒரு இலக்கியப் பத்திரிகையை ஒரு குக்கிராமத்தில் இருந்து கொண்டு நடத்திக்கொண்டிருந்த ஜெனகப்ரியாவின் கனவு அப்போது என்னவாக இருந்திருக்கும்?

இமயமலையில் எத்தனையோ துறவிகள் உடம்பு பூராவும் சாம்பலைப் பூசிக் கொண்டு நிர்வாணமாகத் திரிந்து கொண்டிருப்பார்கள். சே குவேராவுக்கு ஃபிடல் காஸ்ட்ரோவின்

மந்திரி சபையில் வங்கிப் பொருளாதாரத் துறை கிடைத்தது. அவரோ அதைத் தூக்கியெறிந்துவிட்டு பொலிவியாவின் காடுகளுக்குப் புரட்சி செய்ய வந்தார்.

(இங்கே ஒரு சம்பவத்தைச் சொல்ல வேண்டும். நான் பொலிவியா சென்றபோது அந்த நாட்டின் உயரத்தைக் கணக்கில் கொள்ளவில்லை. 14000 அடி உயரம் உள்ள மாச்சு பிச்சுவில் தாக்குப் பிடித்துவிட்டேன். அது பகலாக இருந்தது ஒரு காரணம். ஆனால் அன்றைய இரவு 12000 அடி உயரம் உள்ள குஸ்கோவில் என்னால் மூச்சுவிட முடியாமல் போனது. அன்றைய இரவு முழுவதும் ஆக்ஸிஜன் சிலிண்டரை வைத்தே மூச்சு விட்டேன். ஒரு கட்டத்தில் வாய்குழறிப் பேச முடியாமல் போனபோது அலுமினியப் பெட்டியில் திரும்பப்போகிறோமோ என்று கூட நினைத்து விட்டேன்.

அதனால் மறுநாள் காலையிலேயே விமானத்தைப் பிடித்து சீலேவுக்கு ஓடி விட்டேன். அப்போது சே குவேரா பற்றித்தான் யோசனை ஓடியது. கொடும் ஆஸ்த்மாவினால் பீடிக்கப்பட்டிருந்த சேவினால் எப்படி அவ்வளவு உயரமான பொலிவியாவில் சுவாசிக்க முடிந்தது என்பதுதான் அன்றைய இரவு முழுவதும் என் யோசனை.)

அதேபோல் மகாத்மா காந்தி சுதந்திரப் போராட்டத்தில் ஈடுபட்டுக் கொண்டிருந்தபோது அவர் அழைப்பை ஏற்று லட்சக்கணக்கான இளைஞர்கள் தங்கள் படிப்பையெல்லாம் விட்டுவிட்டு வந்து பிரிட்டிஷ்காரர்களின் தடியடியை ஏற்றார்கள். மண்டை உடைந்து ரத்தம் வழிந்த நேரத்திலும் பின்வாங்கி ஓடாமல் முன்னே முன்னே சென்று தடியடியைத் தங்கள் தலையால் தாங்கினார்கள். பிரிட்டிஷ்காரர்கள் அந்தப் போராட்ட முறையைக் கண்டு திகைத்துப்போனார்கள்.

இமயமலையில் அலையும் நிர்வாணத் துறவிகளுக்கும், சே குவேரா போன்ற புரட்சியாளர்களுக்கும், காந்தியின் பேச்சை மந்திரமாக ஏற்று தடியடியைத் தங்கள் தலையிலே ஏந்தியவர்களுக்கும் என்னென்ன கனவுகள் இருந்திருக்குமோ அதேவிதமான கனவுகளைக்கொண்டவர்கள்தான்

சிறுபத்திரிகையைச் சேர்ந்தவர்களும். இவர்களுக்கெல்லாம் நோக்கம் வேறுவேறாக இருக்கலாம். ஆனால் அவர்களின் தியாகம் ஒன்றுதான்.

வ. புதுப்பட்டியில் நடராஜனைச் சந்தித்த அன்று இரவு அவரை நான் மது அருந்த அழைத்தேன். 1980ஆக இருக்கலாம். குடிப்பதில்லை என்றார். அது எனக்கு அதிர்ச்சியாக இருந்தது. இது என்ன பத்தாம்பசலித்தனமாக இருக்கிறது என்று நினைத்தேன். சமூக மதிப்பீடுகளுக்கெல்லாம் எதிரானவர்களாயிற்றே நாம் என்றேன்.

அதற்கு நடராஜன் ஒரு பதில் சொன்னார். “நீங்கள் தில்லியிலிருந்து ஒருநாள் வருகிறீர்கள். உங்களோடு குடித்து விட்டு, இங்கே நான் தனியாக இருக்கும்போது குடிப்பதற்கு காசு யார் கொடுப்பார்? அதைவிட நான் குடிக்கும் பழக்கத்திலிருந்தே தள்ளியிருந்தால் பிரச்சினையில்லாமல் வாழலாம் இல்லையா?”

எனக்கு அன்று ஒரு பாடம் கிடைத்தது.

ஒருநாள் திருநெல்வேலிக்கு நானும் நண்பர் ஸ்ரீராமும் சென்றிருந்தோம். வேலை முடிந்ததும் பக்கத்திலிருந்த ஒரு கோவிலுக்குச் செல்லலாம் என்றார் ஸ்ரீராம். “கோவிலில் உள்ள தெய்வத்தைப் பார்த்தால் நமக்கு நல்லது நடக்கும்; ஆனால் இன்னொரு சிறுதெய்வம் இருக்கிறது. அந்த சிறு தெய்வத்தைப் பார்ப்பது தெய்வத்தைப் பார்ப்பதைவிட முக்கியமானது. ஏனென்றால், இந்த சிறுதெய்வம் தமிழுக்குத் தொண்டுசெய்திருக்கிறது. நன்றி சொல்லிவிட்டு வருவோம், வாருங்கள்” என்றேன். அந்த சிறுதெய்வம் பல ஆண்டுகள் ஒரு சிறுபத்திரிகையை நடத்தியிருக்கிறது.

அந்த சிறுதெய்வத்தின் வீட்டுக்கு ஒருமுறை தனியாகப் போயிருந்தேன். ஒரே ஒரு அறைதான் வீடு. அந்த அறையிலேயே மண்ணெண்ணெய் அடுப்பு. அதற்குப் பக்கத்திலேயே சாமான் கழுவும் இடம். அங்கே ஒரு குழாய். அந்தக் குழாயில்தான் குளித்தேன். இரவில் தூங்குவதற்கு ஒரு கயிற்றுக்கட்டில் போடப்பட்டது. நான் எவ்வளவு சொல்லியும் கேட்காமல்

இரண்டு குழந்தைகளும் நண்பரும் கட்டிலுக்குக் கீழே படுத்துக் கொண்டார்கள். நண்பரின் மனைவி அடுப்படி அருகில் படுத்துக் கொண்டார். அறைக்குள் கக்கூஸ் கிடையாது. வெளியே உள்ள முற்றத்தில்தான். தண்ணீரும் வராது. முற்றத்திலேயே இருந்த கிணற்றில்தான் தண்ணீர் இறைத்துக்கொண்டு கக்கூஸுக்குள் போக வேண்டும். கக்கூஸ் வாசலிலேயே ஒரு அம்மாள் அரிசி புடைத்துக் கொண்டிருப்பார்.

மூன்று நாள் அந்த நண்பர் வீட்டில் தங்கியிருந்தேன். இப்படித்தான் சிறுபத்திரிகை எழுத்தாளர்கள் ஊர் ஊராகச் சுற்றிக்கொண்டும் ஊர் ஊராக மற்ற எழுத்தாளர்களைச் சந்தித்துக்கொண்டும் இருந்தோம். எழுத்தாளர்களேதான் பத்திரிகை ஆசிரியர்களும்.

படிகள் ஒரு இயக்கமாகச் செயல்பட்டது. இலக்கு என்பது *படிகள்* முன்னிறுத்திய கலாச்சார இயக்கத்தின் பெயர். *படிகள்* பத்திரிகையிலிருந்து இங்கே இன்று என்ற இடைநிலைப் பத்திரிகை வந்தது. அப்போது நான் பாண்டிச்சேரியில் இருந்தேன். பெங்களூரிலிருந்து 50 பிரதிகள் எனக்கு வரும். அதை ரவிக்குமாரின் (விடுதலைச் சிறுத்தைகள் கட்சியின் பொதுச்செயலாளர்) சைக்கிளில் வைத்து எடுத்துக்கொண்டு ஒவ்வொரு கடையாகப் போய் விற்பனைக்குப் போடுவோம். இரண்டு வாரம் கழித்து அடுத்த இதழ் வந்ததும் அந்தக் கடைகளுக்குப் போய் நாங்கள் கொடுத்த அத்தனை இதழ்களையும் அப்படியே வாங்கிக் கொள்வோம். ஒன்று கூட விற்பனை ஆகியிருக்காது. அப்போது ரவிக்குமார் பாண்டிச்சேரியில் ஒரு வங்கியில் பணியாற்றிக் கொண்டிருந்தார்.

படிகளுக்குப் பிறகு *நிறப்பிரிகை*. தமிழ்க் கலாச்சார சூழலில் *நிறப்பிரிகையின்* தாக்கம் மிகவும் அதிகம். அ. மார்க்ஸ், ரவிக்குமார் மற்றும் பா. கல்யாணி ஆகியோரால் நடத்தப்பட்டது *நிறப்பிரிகை*. அதில் இருந்தவர்கள் முன்னாளில் இடதுசாரி இயக்கங்களோடு தொடர்புடையவர்கள். களப்பணி ஆற்றிக் கொண்டிருந்தவர்கள். ஒவ்வொருவர் மீதும் ஏகப்பட்ட போலீஸ் வழக்குகள் இருந்தன. ஆனாலும் மிகத்தீவிரமான அளவில் *நிறப்பிரிகை* மூலம் விவாதங்கள் நடந்தன.

இன்று கல்வித் துறையிலும் மாற்று அரசியலிலும் சில சிறப்பான மாற்றங்களை நாம் பார்க்கிறோம் என்றால், அதற்குக் காரணமாக இருந்தது நிறப்பிரிகையும் அதன் மூலம் நடத்தப்பட்ட விவாதங்களும்தான்.

மேலே குறிப்பிட்ட ஆளுமைகளில் சிலர் இன்று அதிகாரத்தின் பக்கம் போய் விட்டதையும் நான் வருத்தத்துடன் கவனிக்கிறேன். ஆனால் அப்படி அவர்கள் முன்வைத்த மதிப்பீடுகளிலிருந்து அவர்களே சரிந்து போனாலும்கூட அவர்கள் கட்டி அமைத்த சிந்தனை மற்றும் அறிவார்த்தத் தளங்களில் ஏற்பட்ட சாதனைகளும் அவற்றின் விளைவுகளும் போற்றுதலுக்கு உரியதாகவே உள்ளன.

தமிழ் இலக்கியத்துக்குப் பணி செய்தவர்களை சிறு தெய்வங்கள் என்று குறிப்பிட்டேன். அப்படி ஒரு சிறு தெய்வம்தான் கலாப்ரியா. ஆண்டு தோறும் குற்றாலத்தில் நடந்த பட்டறைகளைப் பற்றிப் பக்கம் பக்கமாக எழுதிக் கொண்டே போகலாம். நாள் பூராவும் ஒரு தோப்பின் மையத்தில் உள்ள பங்களாவின் உள்ளே கட்டுரைகள் வாசிக்கப்படும், விவாதிக்கப்படும். இரவில் கொஞ்சம் மதுபானத்தோடு விடியற்காலை வரை நீடிக்கும் விவாதங்கள்.

இலக்கியத்தின் வளர்ச்சிக்கும் சமகாலத்தன்மைக்கும் இவ்விதமான பட்டறைகள்தான் மிகப் பெரும் கிரியா ஊக்கிகளாக இருந்தன என்பதை நாம் மறந்து விடக் கூடாது. குற்றாலம் பட்டறையை ஆண்டுதோறும் கலாப்ரியா என்ற ஒரே ஒரு மனிதர்தான் செயல்படுத்தினார். இப்படித்தான் செல்லப்பா தொடங்கி காலச்சுவடு நடத்திய உலகத் தமிழ் மாநாடு வரை நடந்தது.

இதெல்லாம் தவிர தீவிரமான சிறுபத்திரிகைத் தளத்துக்கும், வெகுஜனக் கலாச்சாரத்துக்கும் இடையில் ஒரு பாலத்தை ஏற்படுத்த முயன்றவர்களும் பலர் இருந்திருக்கிறார்கள். அவர்களில் குறிப்பிடத் தக்கவர் கோமல் சுவாமிநாதன். அவர் நடத்திய சுப மங்களா மாதப் பத்திரிகைதான் அந்தப் பணியைச் செய்தது. சிறுபத்திரிகை இயக்கத்தில் இருந்த

எல்லா குழுக்களையும் அவர்களின் தீவிரமான கருத்து முரண்பாடுகளைத் தக்க வைத்தபடியே ஒன்றிணைக்க முயன்றார் கோமல். அதாவது, அவர்களுக்கெல்லாம் பொதுவான ஒரு தளத்தை சுப மங்களாவில் ஏற்படுத்திக்கொடுத்தார். ஒரே இதழில் அ. மார்க்ஸும், ஜெயமோகனும் எழுதினார்கள். அது சுப மங்களாவுக்கு முன்னும் நடக்கவில்லை; பின்னும் நடக்கவில்லை. கோமல் சுவாமிநாதன் என்ற ஒரே மனிதரால் நடந்த செயல்பாடு அது. ஆனால் கோமலுக்குப் பிறகு சுப மங்களாவை எடுத்து நடத்த ஆள் இல்லை. சுப மங்களாவின் கருத்தரங்குகள் மிகவும் குறிப்பிடத்தக்க கலாச்சார நிகழ்வுகளாக இருந்தன.

அதேபோல் இலக்கியத் தளத்தில் நடந்த மற்றொரு இயக்கம் மா. அரங்கநாதனின் முன்றில். பத்திரிகையாகவும், பதிப்பகமாகவும், புத்தகம் மற்றும் சிறுபத்திரிகைகளின் விற்பனைக்கூடமாகவும் செயல்பட்டது முன்றில். முன்றில் நடத்திய கருத்தரங்குகளும், தி.நகர் ரங்கநாதன் தெருவில் இருந்த முன்றில் விற்பனைக் கூடமும் அக்காலத்திய எழுத்தாளர்களின் வாழ்வில் மறக்க முடியாத அனுபவம். மத்தியதர வாழ்வின் குறியீடுகளில் ஒன்றாகத் திகழும் ரங்கநாதன் தெருவுக்கெல்லாம் ஒரு காலத்தில் போவேன் என்று நான் அப்போது கனவு கூட கண்டதில்லை. ஆனாலும் முன்றில் கூடத்தில் சக எழுத்தாளர்களை சந்திப்பதற்காக அங்கே நான் தினமும் சென்று கொண்டிருந்தேன். இதற்கெல்லாம் மையமாக இருந்தவர் மா. அரங்கநாதன்.

ஆனால் இன்றைய இளைஞர்களுக்கு அப்போது இருந்த கனவுகள் இல்லை என்பது ஒரு துரதிர்ஷ்டமான எதார்த்தம். இன்று பணமும் புகழும் வந்தால் போதும் என்று இருக்கிறது. அந்த இரண்டும் வருவதற்கான ஒரே வழி சினிமா. அதனால் பெரும்பாலானவர்களுக்கு சினிமாவில் வசனம் எழுதுவதோ பாட்டு எழுதுவதோதான் கனவாக இருக்கிறது. ஆனால் அவர்களை நான் குற்றம் சொல்ல மாட்டேன். சமூகத்திலிருந்து ஒதுக்கப்பட்டவர்கள் சமூகத்தை அவ்விதமாகத்தான்

பழி வாங்குவார்கள். வெகுஜன அரசியலில் சேரும் எழுத்தாளர்களையும் நான் அப்படித்தான் பார்க்கிறேன். ஒருவர் நூறு புத்தகங்கள் எழுதியும் சமூகம் அவரைக் கண்டு கொள்ளவில்லை என்றால், வெகுஜன அரசியலில் சேர்ந்துதானே சமூகத்தைப் பழிவாங்க முடியும்?

8

செக்ஸை எப்படி அணுகுவது? நாம், எழுத்தாளர்கள் கையாள வேண்டிய உடல் – மனம் நலம்சார் விஷயங்களைப் பேசிவருகிறோம். எவருக்குமே பெரிய சவால், பாலியல் தொடர்பான எண்ணங்கள். காந்தி தன்னுடைய முதுமையிலும் பாலியல் இச்சையை வெல்ல முடியுமா என்று பரிசோதனைகளில் ஈடுபட்டிருந்ததை அறிவோம். செக்ஸை எப்படி அனுசரிப்பது? உடல் சார்ந்தும், மனம் சார்ந்தும்...

இதில் உங்களுடைய அனுபவம் என்ன?

இந்தக் கேள்விக்கு இன்றைய தினம் நேரடியான, வெளிப்படையான பதிலைச் சொல்வதற்கு தமிழ்நாட்டில் என்னை விட்டால் வேறு ஆளே இல்லை. தற்பெருமை என்று நினைக்க வேண்டாம். அந்த அளவுக்குப் பாலியல் பற்றிப் பேசுவதில் இங்கே தயக்கம் நிலவுகிறது. இந்தியாவில் எனக்கு முன்னே ஒருவர் இருந்தார். குஷ்வந்த் சிங். தொண்ணூறு வயதில் அவர் தனக்கு வந்த ஒரு காதல் கடிதத்தை வெளியிட்டார், அதை எழுதிய பெண்ணின் பெயரோடு. எழுதிய பெண் வங்காளத்தைச் சேர்ந்தவர்.

பாலியலைப் பொருத்தவரை இந்தியாவில் மிகவும் மூடிய சமூகங்களில் ஒன்றாக இருப்பது தமிழ்நாடு. இங்கே செக்ஸ் பற்றிய ஆரோக்கியமான விவாதம்கூட சாத்தியம் இல்லை. இருந்தாலும் பல விஷயங்களில் பூனைக்கு மணி கட்டும் வேலையை நான் செய்துகொண்டிருப்பதால் பாலியல் பற்றிய விவாதங்களையும் நானே முன்னெடுத்து கெட்ட பெயர் வாங்கிக் கொண்டிருக்கிறேன்.

35 ஆண்டுகளுக்கு முன்பு கும்பகோணத்தில் நடந்த ஒரு பெண்ணிய விவாதத்தில் ஆஸ்திரேலியாவைச் சேர்ந்த ஜெர்மன் க்ரேர் (*Germaine Greer*) நடத்திய "கண்ட்" (*Cunt*) என்ற பத்திரிகையிலிருந்து சில பத்திகளைப் படித்துக் காண்பித்தேன். கூட்டம் பெரிய கலவரத்தில் முடிந்தது. இத்தனைக்கும் ஜெர்மன் க்ரேர் உலகப் புகழ் பெற்ற பெண்ணியவாதி. இன்றைக்கும் அவரது 'கண்ட் பவர்' (*Cunt power*) என்ற கோட்பாடு பெரிய அளவில் விவாதிக்கப்பட்டு வருகிறது.

அதேபோல் *V* என்று ஒரு அமெரிக்கப் பெண்ணியவாதி 1996இல் வஜைனா மோனலாக்ஸ் (*Vagina Monologues*) என்று ஒரு நாடகம் எழுதினார். அந்த நாடகம் இந்திய நகரங்கள் முழுவதும் நிகழ்த்தப்பட்டது என்றாலும் சென்னையில் மட்டும் போலீஸ் கமிஷனரால் அந்த நிகழ்ச்சி தடை செய்யப்பட்டது. ஆக, செக்ஸ் பற்றி விவாதிக்கவே நாம் தயாராக இல்லை என்பதற்காக இதைக் குறிப்பிடுகிறேன்.

சரி, இப்போது உங்கள் கேள்விக்கு நேரடியாக வருகிறேன். செக்ஸை எப்படி அணுகுவது? அணுகவே வேண்டாம் என்பது என் கருத்து. சுவாசிப்பதைப் போன்ற, உணவு உட்கொள்வதைப் போன்ற ஒரு செயல்பாடுதான் செக்ஸ். ஆனால் செக்ஸ் என்பது இன்னொரு நபரையும் உள்ளடக்கியதாக இருப்பதால் செக்ஸை எப்படி அணுகுவது என்ற கேள்வி எழுகிறது. இன்னொரு காரணம், எல்லா மதங்களுமே செக்ஸைக் கட்டுப்படுத்துகின்றன. இஸ்லாமில் இந்தக் கட்டுப்பாடு மிகவும் குறைவு. பௌத்தம் அது தோன்றிய இந்தியாவிலேயே இல்லாமல் போனதற்குக் காரணம், அந்த மதம் அளவுக்கு அதிகமாக மனித உடலைக் கட்டுப்படுத்தியதுதான்.

நம் சமூகத்தில் செக்ஸ் பற்றிய விஞ்ஞான ரீதியான புரிதல் உள்ளவர்கள் குறைவு. ஆணும் பெண்ணும் பலரோடு உறவு கொள்ளும் விதமான *(polygamous)* உடல் மற்றும் மன அமைப்பு உள்ளவர்களாகவே படைக்கப்பட்டிருக்கிறார்கள். அதிலும் பெண்களுக்கு சற்று அதிகமாகவே பலர் பால் விழைவு உண்டு என்கிறது அறிவியல். அதனால்தான் மதமும் கலாச்சாரமும் பெண்ணின் உடலையே குறிவைத்துச் செயல்பட்டன. மதமும் கலாச்சாரமும் ஆண்களின் அதிகாரத்தில் இருந்ததால்தான் பெண்களை அன்னை என்றும் தெய்வம் என்றும் வழிபாட்டு உருவங்களாக மாற்றி பெண்ணின் உடலை சுலபமாகக் கட்டுப்படுத்த முடிந்தது.

மிருகங்கள் மற்றும் வீட்டுப் பிராணிகளை கவனித்தால் தெரியும். அவைகளுக்குக் கலாச்சாரம் மற்றும் மத ரீதியான கட்டுப்பாடுகள் இல்லை என்றாலும் அவற்றின் செக்ஸ் வாழ்க்கை என்பது மிகவும் ஒழுங்குபடுத்தப்பட்டதாகவே இருக்கிறது. அவை ஒருபோதும் பாலியல் அத்துமீறலிலோ, வன்கலவியிலோ ஈடுபடுவதில்லை. பெண் விலங்குக்கு விருப்பம் இல்லையெனில் ஆண் விலங்கு விலகிவிடுவதே அங்கே இயல்பாக இருக்கிறது.

ஆக, செக்ஸைப் பொருத்தவரை மனித இனம் மட்டுமே ஒழுங்கற்று இருக்கிறது. வன்முறையில் ஈடுபடுகிறது. செக்ஸ் பற்றிய விவாதங்களில் இதுவே அடிப்படைப் புரிதலாக இருக்க வேண்டும்.

மனித இனம் polygamous என்று பார்த்தோம். ஆனால் கோடிக்கணக்கான மனிதர்கள் அப்படி வாழ்வது சாத்தியம் இல்லை என்பதால் குடும்பம் என்ற நிறுவனம் உருவாக்கப்பட்டது. எந்த ஒன்றும் நிறுவனமயம் ஆக்கப்படும்போதே அங்கே ஒடுக்குமுறையும் உண்டாகி விடுகிறது. சமூகம் ஆண்களின் ஆதிக்கத்தில் இருப்பதால் குடும்பத்தில் பெண் உடம்பு ஒடுக்கப்படுகிறது. இதைத் தமிழில் பதிவு செய்தவர்கள் இலக்கியவாதிகள் மட்டுமே. சி.சு. செல்லப்பாவின் ஜீவனாம்சம், அசோகமித்திரனின் இருவர், கு.ப.ரா.வின் சிறிது வெளிச்சம்,

லா.ச.ரா.வின் பாற்கடல், ந.முத்துசாமியின் நீர்மை போன்ற பல படைப்புகளை உதாரணமாகச் சொல்லலாம். அதிலும் குறிப்பாக, ஜீவனாம்சம் மற்றும் இருவர் ஆகிய இரண்டும் பெண்ணின் உடம்பு பிராமண சமூகத்தில் எவ்வளவு கொடூரமாக ஒடுக்கப்பட்டது என்பதன் மகத்தான இலக்கிய சாட்சிகளாக விளங்குகின்றன. ஆம், மதம் பெண் உடம்பை ஒடுக்கியது என்றால் அதில் அதிகபட்சமாக பாதிக்கப்பட்டது பிராமணப் பெண்ணாக இருக்கிறாள்.

இந்தப் பின்னணியில் அணுகினால் நமக்கு இரண்டு விஷயங்கள் புலப்படுகின்றன. ஒன்று, சம்மதத்தோடு கூடிய உறவு (*consensual sex*) மற்றும் பாலியல் அத்துமீறல். ஆனால் ஒழுக்கவாதிகளோ இந்த இரண்டையும் போட்டுக்குழப்பிக்கொண்டு மேலும் மேலும் ஒழுக்கவிதிகளை விதித்துக்கொண்டே போகிறார்கள். பாலியல் அத்துமீறலில் ஈடுபடும் யாருமே குற்றவாளிதான். எழுத்தாளர்களை வெகுவாக மதித்துக் கொண்டாடும் ஃப்ரான்ஸில் ஜான் ஜெனே சிறுவர்களைத் தன் பாலியல் வேட்கைக்கு உட்படுத்தியதால் நீண்ட கால சிறைத்தண்டனை பெற்றார். ஆனால் ஜெனேயை அப்படி ஒரு பொதுக் குற்றவாளியாகக் கருத முடியாது என்று சொல்லி, ஃப்ரான்ஸில் இருந்த அத்தனை புத்திஜீவிகளும் சிந்தனையாளர்களும் சேர்ந்து அதிபரிடம் விண்ணப்பித்து ஜெனேயை விடுவித்தனர். ஆனால் ஐரோப்பிய சமூகத்தின் அணுகுமுறை வேறு. அது இந்தியா போன்ற மூடிய சமூகங்களுக்குப் பொருந்தாது. ஆனால் இந்திய சமூகம் மூடப்பட்டது சமீபத்தில்தானே தவிர அதற்கு முன்பு அப்படி இல்லை. ஆங்கிலேயரின் ஒழுக்கக்கோட்பாடுகள்தான் இந்தியாவை மூடியது. மற்றபடி பௌத்தமும் சமணமும் உடலை வெகுவாகக் கட்டுப்படுத்திய போது காமத்தை வாழ்வின் கொண்டாட்டமாக வெளிப்படுத்தியது ஹிந்து மதம். காமசூத்திரமும் கோவில்களில் காணப்படும் காமக்களியாட்ட சிற்பங்களும் அதற்கு சாட்சி.

என்னைப் பொருத்தவரை, நான் ஆரம்பத்திலிருந்தே ஒரு ஐரோப்பியனைப்போல்தான் வாழ்கிறேன். இங்கே எழுத்தாளர்கள் சினிமா நடிகர்களைப்போல் பிரபலம் இல்லை

என்பதால் அவ்விதமான வாழ்க்கை எனக்குப் பிரச்சினையை ஏற்படுத்தவில்லை. இருபத்தைந்து ஆண்டுகளுக்கு முன்பே என் இணையதளத்தில் *I like wine, women and gods* என்று பெரிதாகப் போட்டுக் கொண்டவன் நான். பிறகுதான் பல நண்பர்கள் "இங்கே எழுத்தாளர்களையெல்லாம் திருவள்ளுவரைப் போல் பார்க்கிறார்கள்; அதை நீக்கி விடுங்கள்" என்று சொன்னதால் அரைமனதுடன் நீக்கினேன்.

மற்றபடி, சமகால இலக்கிய உலகில் கண்ணதாசனைப் போல் வாழ்ந்துகொண்டிருக்கும் ஒரே எழுத்தாளன் நான்தான். இதை நான் வெளியே சொல்லாமல் ரகசியமாக வைத்துக் கொண்டிருக்க முடியும். ஆனால் ஒரு எழுத்தாளன் தன் வாழ்க்கையையே திறந்து போட்டு விட்டுத்தான் எழுத வருகிறான் என்று நம்பும் கூட்டத்தைச் சேர்ந்தவன் நான். உலகில் உள்ள எந்த ஒரு எழுத்தாளரையும் எடுத்துக் கொள்ளுங்கள். அவர்களின் வாழ்க்கை திறந்த புத்தகமாகத்தான் இருந்திருக்கிறது. நான் எழுத்தாளன் என்று சொல்லிக்கொண்டால் மட்டும் போதாது. திறந்த புத்தகமாக வாழ்ந்தும் காட்ட வேண்டும்.

காந்தியைப் பற்றிக் குறிப்பிட்டீர்கள். ஒரு தேசத்தின் தந்தை எனக் கருதப்பட்ட, மகாத்மா என்று அழைக்கப்பட்ட அவரே தன் பாலியல் இச்சையை வெல்ல முடியுமா என்று இளம் பெண்களோடு நிர்வாணமாகப் படுத்து சோதனைகள் செய்தவர். அதை அப்படி அப்படியே தன்னுடைய பத்திரிகையில் எழுதி வந்தவர். காந்தியின் வாழ்வில் ஒளிவு மறைவே இல்லை. ஒரு அரசியல்வாதியே அப்படி இருந்தார் என்றால், அரசியலை எல்லாம் தாண்டிய, இந்த உலகத்துக்கே வாழ்வின் பேருண்மைகளைக் கற்பிக்க வேண்டிய நிலையில் இருக்கும் எழுத்தாளர்களின் வாழ்வும் அப்படித்தானே இருக்க வேண்டும்? துரதிர்ஷ்டவசமாகத் தமிழில் அப்படி இல்லை என்பதற்காக நான் ரகசியமாக வாழ முடியாது. மேலும், தஞ்சை மண்ணைச் சேர்ந்த யாருக்குமே வாழ்க்கை ஒரு கொண்டாட்டம்தான். அது அந்த மண் தந்த வரம். அந்த வரத்தை வாழ்ந்து கொண்டிருப்பவன் நான்.

கி.மு. ஆறாம் நூற்றாண்டில் கிரேக்கத்தில் ஸாஃபோ *(Sappho)* என்ற பெண் கவி ஒருவர் வாழ்ந்தார். அவர்தான் இந்த உலகின் முதல் பெண்ணியக் கவிஞர். முதல் லெஸ்பியன் கவிஞரும் அவரே. அவர் வாழ்ந்த ஊரின் பெயர் லெஸ்போஸ் என்பதால் பெண்களில் தன்பால் சேர்க்கையாளர்களுக்கு லெஸ்பியன் என்ற பெயர் வழங்கப்படுகிறது. இன்றைய தமிழ் சமூகத்தில் ஒரு பெண்ணோ ஆணோ தன்னை லெஸ்பியன் என்றோ *gay* என்றோ அழைத்துக்கொள்ள முடியுமா? சமூகம் இடம் கொடுக்குமா? *LGBT* குழுக்கள் எல்லாம் இருக்கின்றார்கள்தான். ஆனால் பிரபலமான ஒரு நபர் தன்னைப் பற்றி அப்படிச் சொல்லிக்கொள்ள சமூகம் அனுமதிக்கிறதா? நான் இருபத்தைந்து ஆண்டுகளுக்கு முன்பே என்னை ஒரு *bisexual* என்று அறிவித்துக் கொண்டேன். ஆனால் தமிழர்கள் இலக்கியம் வாசிப்பதில்லை என்பதால் என்னுடைய வார்த்தைகள் அத்தனையும் டயரியில் எழுதிக்கொண்டது போல் ஆயிற்று. நானும் பிரச்சினையின்றி வாழ்ந்தேன்.

அறிவித்துக் கொண்டதோடு மட்டுமல்ல, வலது காதில் வளையமும் மாட்டிக் கொண்டேன். அதன் காரணமாக இன்னமும் ஐரோப்பாவில் சில இடங்களில் ஆஃப்ரிக்க முஸ்லிம்கள் நடத்தும் விடுதிகளில் எனக்கு அறை தர மாட்டார்கள். ஹராம் என்பார்கள். அதனால் காதில் உள்ள வளையத்தைக் கழற்றிவிட்டுத்தான் அம்மாதிரி இடங்களுக்குச் செல்கிறேன்.

ஆனால் ஒருபோதும் நான் பாலியல் அத்துமீறலில் ஈடுபட்டதில்லை. ஒருபோதும் அதிகாரத்தை *(!)* துஷ்பிரயோகம் செய்ததில்லை. பாலியல் அத்துமீறலை விட பாலியல் தேவைக்காக அதிகாரத்தைப் பயன்படுத்துவதைக் கொடுங்குற்றமாகக் கருதுகிறேன். அதேசமயம் அடிக்கடி என்னை பாங்காக்கில் உள்ள பட்பாங் ஏரியாவிலும் காண முடியும். தாய்லாந்து உணவைப் போலவே எனக்குத் தாய்லாந்துப் பெண்களையும் பிடிக்கும். பட்பாங் பெண்களிடம் நான் கேட்ட கதைகளையெல்லாம் ராஸ லீலா நாவலில் எழுதியிருக்கிறேன்.

ஒரு பெண்ணை உற்றுப் பார்ப்பதே குற்றம் என்று கருதும் நானேதான் ஒரு பெண் என்னிடம் வழிந்தால் நானும் வழிபவனாகவும் இருக்கிறேன். நானாக வழிந்தது இல்லை. அவ்வளவுதான். அதே சமயம், ஒரு பெண்ணைப் பார்த்து “நீங்கள் அழகாக இருக்கிறீர்கள்” என்று சொல்வதையும் அத்துமீறல் என்று கருதும் பழைய ஆளாகவும் இருக்கிறேன். அந்த வார்த்தைகளை என்னால் என் காதலியிடம் மட்டுமே கூற முடியும். ஆனால் இப்போதெல்லாம் அது மிகவும் சகஜமான ஒன்றாகவும் பெண்களே அதை ரசிக்கின்ற விஷயமாகவும் மாறியிருக்கிறது.

ஒரு பெண்ணின் விருப்பம் இல்லாமல் அவளைப் பார்ப்பதோ தொடுவதோ அத்துமீறல். ஆனால் இந்த நாட்டில் வசிக்கும் பத்தாம்பசலிகள் பாலியல் அத்துமீறலையும் சம்மதத்துடனான செக்ஸையும் ஒன்றாகப் பார்க்கிறார்கள்.

இங்கே ஒரு சம்பவத்தைச் சொல்லலாம் என்று நினைக்கிறேன். ஐந்து ஆண்டுகளுக்கு முன்பு ஒருநாள் என் தோழி ஒருத்தி எங்காவது பப்புக்குப் (நடனமாடக்கூடிய மதுபான விடுதி) போகலாமா என்று கேட்டாள். அப்போது நான் மது அருந்துவதை நிறுத்தியிருந்த காலம். ஐந்து ஆண்டுகளாகக் குடிக்கவில்லை. சொன்னேன். பிறகு நான் குளிர்பானமும், அவள் மதுவும் அருந்துவதாக ஏற்பாடாகியது. மதுபான விடுதிகள் எங்கும் ஆடைக்கட்டுப்பாடு உண்டு. காலர் இல்லாத சட்டை, செருப்பு போன்றவற்றுக்குத் தடை. அதுபற்றி தோழி கேட்டாள். பெண்களுக்கு எந்த ட்ரெஸ் கோடும் கிடையாது என்றேன். அப்படியானால் நான் மினி ஸ்கர்ட்டோடு வருகிறேன் என்றாள். அப்படியே வந்தாள்.

வந்த வேகத்தில் சரக் சரக் என்று நாலு பெக்கை அருந்தினாள். கடும் விஸ்கி. நான் குளிர்பானம் அருந்தினேன். ஒன்பது மணி அளவில் நடனம் ஆடலாமா என்றாள். நடனம் எனக்கு உயிர். பன்னிரண்டு மணி வரை ஆடினோம். கடைசியில் சொன்னாள், “உங்களைப்போய் என்னென்னவோ சொல்கிறார்கள், ஆனால் உங்களைப்போன்ற ஒரு ஜெண்டில்மேனை நான் பார்த்ததே இல்லை.”

ஏன் என்று கேட்டேன். "இத்தனை நேரம் ஆடியும் ஒரு தப்பான ஸ்பரிசம் கூட இல்லை" என்றாள் ஆங்கிலத்தில்.

"அப்படி ஒன்றும் என்னை நல்லவனாக நினைத்து விடாதே. நீ என் தோழி மட்டும்தானே? கேர்ள் ஃப்ரெண்ட் இல்லையே?" என்றேன்.

ஒவ்வொரு மனிதனுக்கும் இந்த வித்தியாசம் தெரிந்திருக்க வேண்டும்.

அப்போது இன்னொரு ரசமான சம்பவமும் நடந்தது. அங்கே எதேச்சையாக வந்திருந்த ஒரு பத்திரிகையாளர் (நண்பரும் கூட) நானும் தோழியும் நடனம் ஆடுவதைப் புகைப்படம் எடுத்து விட்டார். என்னிடம் வந்து "தல, இதைப் போட்டல் செம ஸ்கூப்பாக இருக்கும், 65 வயது ரைட்டரும் 25 வயது அழகியும் என்று தலைப்பு!" என்றார். "யோவ், இது என்ன ஃப்ரான்ஸா? இது வந்தால் என்னை ஒரு ரேப்பிஸ்ட் போல் சித்தரித்து என் வாழ்வையே முடித்துவிடுவார்கள்" என்று சொல்லி அவரிடம் அதை அழித்து விடச் சொன்னேன்.

ஒழுக்கசீலர்களாகக் காண்பித்துக்கொள்பவர்கள்தான் சமூகத்துக்கு ஆபத்தானவர்கள். அவர்கள்தான் பெண் சுதந்திரத்துக்கும் சமத்துவமான ஆண் பெண் உறவுக்கும் எதிரானவர்கள். இம்மாதிரி ஆட்கள்தான் எழுத்தாளர்கள் திருவள்ளுவரைப் போல் வாழ வேண்டும் என்று எதிர்பார்க் கிறார்கள். எழுத்தாளன் நீதிபோதகன் அல்ல. வாழ்வின் பேருண்மைகளைக் கண்டடைந்து சொல்பவன். அவ்வளவே.

சரி, இப்போது உங்கள் கேள்வியின் இரண்டாம் பகுதிக்கு வருவோம். செக்ஸை எப்படி அனுசரிப்பது? செக்ஸ் என்பது உடல், மனம் இரண்டோடும் சம்பந்தம் கொண்டது.

இன்றைய தமிழ்ச் சமூகத்தின் மிகப் பெரிய பிரச்சினை, நபும்சகத்தன்மை. ஆண் பெண் இரு பாலரிடமும் இதை நான் காண்கிறேன். ஆண்களிடம் அதிகமாக. இதற்குப் பல காரணங்கள் உள்ளன. முதலாவதாக, சிறு வயதிலிருந்தே அலோபதி மருந்துகளை உட்கொள்வது. அதன் விளைவாக,

நாற்பது வயதிலேயே முதுமையும் நபும்சகமும் தொற்றிக் கொள்கிறது. ஐந்து ஆண்டுகளுக்கு முன் என் மருத்துவர் சிபாரிசு செய்த மருந்துகள் அனைத்தும் தீவிர நபும்சகத்தன்மையை உண்டு பண்ணும் என்று மது பாட்டில், சிகரெட் பாக்கெட் மேலெல்லாம் எச்சரிக்கை போட்டிருப்பதுபோல் போட்டிருந்ததைக் கண்டேன். எல்லாம் சர்க்கரை, ரத்த அழுத்தம் ஆகியவற்றுக்கான மாத்திரை. மருத்துவரிடம் "இதற்கெல்லாம் மாற்று மாத்திரைகள் கிடையாதா?" என்று கேட்டேன்.

"உங்கள் வயது என்ன?" என்றார்.

"65. ஆனாலும் ஆக்டிவான செக்ஸ் வாழ்வில் இருக்கிறேன்" என்றேன்.

அவர் என் வாசகரும்கூட. பெரிதாகச் சிரித்தவர் "நீங்கள் மட்டும்தான் எழுதுகின்றபடியே வாழ்கிறீர்கள்" என்று சொல்லி விட்டு மாற்று மாத்திரைகளை எழுதிக்கொடுத்தார். அவருடைய நீண்ட கால மருத்துவப் பணியில் இப்படிக் கேட்டு வாங்கிய முதல் ஆள் நான்தான் என்றும் சொன்னார்.

செக்ஸை கொண்டாட்டமாகப் பார்த்த நாம் ஆங்கிலேயர்களின் பேச்சைக் கேட்டு செக்ஸ் என்பது பாவம் என்று பார்க்க ஆரம்பித்ததிலிருந்து வந்தது இந்த வினை.

எனவே கூடுமானவரை சின்ன சின்ன நோய்மைக்கெல்லாம் அலோபதி மருந்துகள் எடுத்துக்கொள்வதை விட்டுவிட்டு ஆயுர்வேதம், சித்தா என்று போகலாம். ஆனால் ஹார்ட் அட்டாக் போன்ற பெரிய பிரச்சினைகளுக்கு அலோபதிதான் சிறந்தது. அதே சமயம், இதயப் பிரச்சினை வராமல் ஆயுர்வேதம், சித்தா மூலம் தடுக்கலாம். அதற்கு இருபது வயதிலிருந்தே யோகா, பிராணாயாமம் போன்றவற்றைப் பழக வேண்டும்.

நம் நாட்டில் இலக்கியம், மருத்துவம், ஆன்மீகம் மூன்றுமே ஒன்றாகத்தான் இருக்கின்றன. சித்தர்களை நீங்கள் இலக்கியவாதி என்பீர்களா? அல்லது, அவர்கள் மருத்துவர்களா? ஆன்மீக வாதிகளா? மூன்றும்தான். பதஞ்சலியின் யோக சூத்திரத்தை

விட மானுட வாழ்வை மேன்மையுறச் செய்யும் பிரதி ஒன்று இல்லை. அதில் உள்ள வாழ்வியல் உண்மைகளை மட்டும் எடுத்து எளிமைப்படுத்திக் கொடுத்திருக்கிறார் வள்ளலார். சுருக்கமாகச் சொல்கிறேன், தியானமும் பிராணாயாமமும் பயின்றால் நம்மிடமிருக்கும் நபும்சகத்தன்மை போய் விடும். குதிரை, எருது போன்ற பலம் வரும். அதனால்தான், யோகம் பயின்ற சில சாமியார்கள் பெண்கள் விஷயத்தில் அதீதமாக ஈடுபட்டு மாட்டிக் கொள்கிறார்கள்.

நபும்சகத்தன்மைக்கு இரண்டாவது காரணம், மன அழுத்தம். இதற்கும் ஒரே தீர்வு தியானமும் பிராணாயாமமும்தான். ஒரு எழுத்தாள அன்பர் என்னைக் கிண்டல் செய்வதாக நினைத்துக்கொண்டு "இவருக்கு என்ன 'உடம்பு' இரும்பில் செய்திருக்கிறதா?" என்று எழுதியிருந்தார். "ஆமாம் தம்பி. நீ இளம் வயதிலிருந்து நிலப்பனைக் கிழங்கு சாப்பிட்டு வந்தால் உன் 'உடம்பும்' இரும்பாகத்தான் மாறிப்போகும். உன் வாழ்க்கைத் துணை உன் நிழலைக்கூட பிரியமாட்டாள்."

சம்ஸ்கிருதத்தின் திருவள்ளுவர் என்று கருதப்படும் பர்த்ருஹரி சொன்னார். செத்துக்கொண்டிருக்கும் நிலையில் உள்ள, பத்து நாள் பட்டினியில் கிடந்த, தோல் பூராவும் சொறி பிடித்த வயதான நாய் கூட பெண் நாயைக் கண்டால் எழுந்து ஓடும். அப்படிப்பட்டது காமம். அப்படிப்பட்ட காமத்தை நாம் எப்படி அணுக வேண்டும்?

எனக்குத் தெரிந்த சில நண்பர்கள் இதயப் பிரச்சினை உள்ளவர்கள் வயகரா எடுத்துக்கொண்டு செத்துப் போயிருக்கிறார்கள். வயகரா எல்லாம் நிலப்பனைக் கிழங்குக்கு முன்னால் நிற்கக் கூட முடியாது. எல்லா நாட்டு மருந்துக் கடைகளிலும் கிடைக்கும். எந்தவிதப் பக்க விளைவுகளும் இல்லை. ஆனால் பெண் துணை இல்லாமல் சாப்பிடக் கூடாது. ஆரம்ப காலத்தில் என் நண்பர் ஒருவரிடம் இதை சோதித்துப் பார்த்தேன். பொடியும் கிடைக்கும். கிழங்காகவும் கிடைக்கும். நண்பர் ஆர்வக்கோளாறு காரணமாக கிழங்காகச் சாப்பிட்டு விட்டார். ஒரு வார காலம் வீட்டை விட்டே வெளியே கிளம்ப முடியவில்லையாம்.

நான் சிறுபிள்ளையாக இருக்கும்போது தாதுபுஷ்டி லேகியம் விற்பவர்கள் தெருவில் உள்ள லாந்தர் விளக்குக் கம்பங்களின் கீழேதான் துணி விரித்து விற்பார்கள். அப்போது அவர்கள் சொல்லும் ஒரு வார்த்தை அந்த வயதில் எனக்குப் புரியவில்லை. பிற்பாடு புரிந்தது. “இந்த லேகியத்தைச் சாப்பிட்டால் இந்த லாந்தர் கம்பம் போல் நிற்கும்” என்று சொல்லி கம்பத்தைக் காண்பிப்பார்.

இதைப் படிக்கும் யாவரும் உற்சாகமாகவும் உல்லாசமாகவும் வாழ வழி சொல்லியிருக்கிறேன். பயன்படுத்தி இன்புறுங்கள்.

இன்னொரு விஷயம். என்னதான் சொன்னாலும் அன்புக்கு ஈடு இணை கிடையாது. ஆனால் அன்பு என்பதைப் பற்றித்தான் பெரிய பஞ்சாயத்து இருக்கிறது. பெரும்பாலானவர்கள் நூற்றுக்கணக்கான நிபந்தனைகளோடுதான் அன்பு செலுத்த முன்வருகிறார்கள். நிபந்தனையற்ற அன்பை நாம் அரிதாகவே சந்திக்கிறோம். அல்லது, சந்திப்பதே இல்லை.

9

மீண்டும் இலக்கியத்தின் பக்கம் திரும்புவோம். இலக்கியம் என்பது மெய்யான உலகைச் சார்ந்திருந்தாலும், அது மெய்யான உலகத்தைக் கடந்து இயங்குவதாலும், கால வெளிக்கு உட்பட்டு இருக்க வேண்டி இருப்பதாலும், பொதுவாக நாம் பேசுவதுபோலப் பல வகைமையாக இலக்கியத்தைப் பிரிக்க முடியுமா? அல்லது அவை வெறும் உத்திதானா?

வாழும்போது சிந்தனை கிடையாது; சிந்திக்கும்போது வாழ்வது கிடையாது என்கிறார்களே, நீங்கள் வாழ்வதாகவும் சொல்லிக் கொள்கிறீர்கள்; சிந்திப்பதாகவும் சொல்லிக் கொள்கிறீர்கள். எனில் உங்கள் அனுபவத்தில் இவை இரண்டுக்குமான உறவு என்ன?

நம்முடைய நேர்காணல் மிகவும் சுவாரசியமாகத்தானே சென்று கொண்டிருந்தது, ஏன் இலக்கியம் என்றதும் இப்படித் தடை ஓட்டம் மாதிரி தடுமாற்றம் கண்டுவிட்டது சமஸ்? பொதுவாக இம்மாதிரி கேள்விகளை என்னை மேடையில் வைத்துக் கேட்டால் கேள்வி புரியவில்லை என்று சொல்லித் தப்பி விடுவேன். அப்படித்தான் இது போன்ற கேள்விகள் சென்ற டிசம்பர் மாதம் கோவையில் நடந்த விஷ்ணுபுரம் விழாவில் என்னிடம் கேட்கப்பட்டபோது “கேள்வி புரியவில்லை” என்று

சொல்லித் தப்பினேன். ஆனால் எழுத்து என்பது என்னுடைய "இடம்" என்பதால் இங்கே புகுந்து விளாசுவது என்று முடிவு செய்து விட்டேன்.

இம்மாதிரி கேள்விகளெல்லாம் மணல் மகுடி, கல்குதிரை கோஷ்டிகளிடம் கேட்கப்பட வேண்டியவை. ஒரு பின்நவீனத்துவ எழுத்தாளனான என்னிடம் அல்ல. இப்படி நான் சொல்வதற்குப் பின்னால் பெரிய இலக்கிய வரலாறு இருக்கிறது. சுருக்கமாகச் சொல்கிறேன்.

சமகாலத் தமிழ் இலக்கியத்தில் புதுமைப்பித்தன், சி.சு. செல்லப்பா, க.நா.சு., கு.ப.ராஜகோபாலன், எம்.வி. வெங்கட்ராம், தஞ்சை ப்ரகாஷ், ஆதவன், அசோகமித்திரன் என்று நான் பெரிதும் மதிக்கும் பெரிய பட்டாளமே இருக்கிறது. ஆனால் அவர்கள் எவராலும் செய்ய முடியாத ஒரு காரியத்தை சுந்தர ராமசாமி செய்தார். அதுதான் போலியான ஒரு சிந்தனைப் பள்ளியை ஸாரி, எழுத்துப் பாணியை உருவாக்கியது. அந்தப் பாணி சு.ரா.வின் காலத்திலேயே முடித்து வைக்கப்பட்டது. முடித்து வைத்தது அடியேன்தான். அதற்காக நான் 'ஒன் மேன் ஆர்மி'யாகச் செயல்பட வேண்டியிருந்தது. உதாரணமாக, ஜே.ஜே. சில குறிப்புகளை தமிழ் இலக்கிய உலகமே கொண்டாடிக் கொண்டிருந்தபோது நான் மட்டுமே "அது ஒரு போலியான நாவல்" என்று நீண்ட கட்டுரை எழுதினேன். அதை இலக்கிய வெளிவட்டம், படிகள் உட்பட என்னை ஆதரித்த இலக்கியச் சிறுபத்திரிகைகளே வெளியிடவில்லை. அதனால் அப்போது தில்லியில் இருந்த நான் கரோல்பாகில் கல்யாணப்பத்திரிகை அடிக்கும் ஒரு குடிசை மாதிரியான டிரெடில் பிரஸ்ஸிலிருந்து அந்தக் கட்டுரையை சிறுநூலாகக் கொண்டு வந்தேன். அதுவே என் இலக்கிய உலகின் நல்வாழ்வுக்கு நான் போட்டுக் கொண்ட சமாதிக் கல்லும் ஆயிற்று. ஆம், தமிழ் இலக்கியவாதிகளின் வழிபாட்டு பிம்பத்தை நான் பிறந்த உடனேயே அடித்து உடைத்தேன். (என் முதல் புத்தகமே ஜே.ஜே. சில குறிப்புகள் பற்றிய விமர்சனம்தான்!) பிறகு என்னை வாழ வைப்பார்களா? இன்னமும், இப்போதும் அதன் விளைவை நான் அனுபவித்துக் கொண்டிருக்கிறேன். அது போகட்டும்.

காட்ஃபாதர் மாதிரியான மாஃபியா படங்களில் பார்த்திருப்பீர்கள். ஒரு தாதா இன்னொரு தாதா கூட்டத்தை அழிப்பதற்காக அந்தக் கூட்டத்தைச் சேர்ந்த பச்சிளம் சிசுவைக் கூட கொன்று போடுவான். அந்த மாதிரி நான் கடந்த நாற்பது ஆண்டுகளாக சுந்தர ராமசாமி தொடங்கி வைத்த போலியான சிந்தனை மரபைக் காலி பண்ணிக் கொண்டே வந்தேன். தயிர்வடை சென்ஸிபிலிட்டி என்று நான் கிண்டல் செய்ததெல்லாம் அந்தப் போலிச் சிந்தனையைத்தான். ஆனால் இப்போதுதான் தெரிகிறது, எங்கேயோ ஒரு சிசு உயிரோடு இருந்திருக்கிறது. அதுதான் இப்படியான கேள்விகளைக் கேட்டிருக்கிறது!

நாற்பது ஆண்டு காலமாக இப்படிப்பட்ட கேள்விகளுக்கு எதிராக நான் எழுதி வருகிறேன். உதாரணமாக, மெதூஸாவின் மதுக்கோப்பை என்ற என்னுடைய ஒரே ஒரு சிறிய நூலை உங்கள் முன்வைக்கிறேன். ஒட்டு மொத்த ஃப்ரெஞ்ச் சிந்தனையையே அந்த நூலில் நீங்கள் காணலாம். பாடப்புத்தகம் மாதிரி அல்ல, இந்தியச் சூழலில் முக்கியமாக காந்தியை முன்வைத்து அதை எழுதியிருக்கிறேன். அந்த நூலில் 'மெய்யான உலகம்' என்பது போன்ற இம்மாதிரியான கேள்விகளே போலியானவை என்று நிறுவியிருக்கிறேன்.

காரணம், எதார்த்தமோ, தத்துவமோ, வாழ்வியலோ எதுவுமே மெய் பொய் என்ற இரட்டை எதிர்வுகளால் கட்டமைக்கப்பட்டதல்ல. சிலந்திவலையைப்போல் எண்ணற்ற நுண்மைத் திசுக்களால் உருவானது நம் மொழியும் சிந்தனையும். மானுடவியலின் ஆரம்ப நூலைப் படித்தாலே இம்மாதிரியான கேள்விகள் அடிபட்டுப் போய்விடும்.

அதேபோல் அடுத்த கேள்விக்கு வருவோம். "வாழும்போது சிந்தனை கிடையாது; சிந்திக்கும்போது வாழ்வது கிடையாது" என்று யார் சொன்னது? இளையராஜாவா? அவர்தானே ஒரு பத்திரிகையாளரைப் பார்த்து உனக்கு அறிவு இருக்கிறதா என்று கேட்டு, பத்திரிகையாளர் அறிவு இருக்கிறது என்று சொன்னதும், எந்த அறிவை வைத்து உனக்கு அறிவு இருக்கிறது

என்று கண்டுபிடித்தாய் என்று கேட்டார்? மேலும், இப்படிச் சொன்னவர் "வாழும் போது சொன்னாரா? சிந்திக்கும் போது சொன்னாரா?" என்ற கேள்வியும் எழுகிறது.

எவ்வளவோ பேர் இருக்க வரலாற்றில் ஔரங்கசீபைக் கையில் எடுக்கக் காரணம் என்ன?

எப்படி திடீர் என்று வரலாறு நோக்கிச் சென்றீர்கள்? ஏன் அது அவசியம் ஆனது?

சமகாலத்தைப் பேச கடந்த காலத்தில் நுழைய வேண்டியிருப்ப தன் நிர்ப்பந்தம் என்ன? அதில் உள்ள வசதியும் சங்கடமும் என்ன?

புனைவில் நான் வரலாற்றை நோக்கிச் சென்றதன் காரணம், திடீரென்று என் மீது புகழ் வெளிச்சம் பட ஆரம்பித்து விட்டதுதான். அது என் எழுத்துச் சுதந்திரத்தை முழுமையாகப் பறித்து விட்டது. இனிமேல் என்னால் என்னை வைத்து ஆட்டோஃபிக்ஷன் நாவல்களை எழுத முடியாது. நான் எல்லோருக்கும் தெரிந்தவனாகி விட்டேன். என் குடும்பத்தினர் என் எழுத்தைப் படிக்காவிட்டாலும் அறிந்தவர் தெரிந்தவரெல்லாம் படித்து அது பற்றிக் குடும்பத்தில் போட்டுக் கொடுத்து விடுவார்கள். நானோ திருவள்ளுவரின் அறத்துப் பால் மாதிரியெல்லாம் எழுதுபவன் அல்ல. நான் எழுதுவது ட்ரான்ஸ்கிரெஸிவ் எழுத்து. அதை இலக்கியம் தெரியாதவர்கள் படித்தால் ஆபத்து. அதனால்தான் வரலாற்றை நோக்கிச் சென்றேன்.

எல்லோருக்கும் பிடித்த மாதிரி தியாகராஜரின் வாழ்வைத்தான் எழுதத் தொடங்கினேன். அங்கே பார்த்தால் மராட்டிய மன்னர்களைப் பற்றி எழுத வேண்டியிருந்தது. அங்கே பார்த்தால் சிவாஜி குறுக்கிட்டார். சிவாஜியைப் படிக்கும்போது ஔரங்ஸேப் வராமல் இருப்பாரா? அப்போதுதான் ஆயிரம் பக்கங்கள் கொண்ட ஔரங்ஸேபின் கடிதங்கள் படிக்கக் கிடைத்தன. அதைப் படித்தபோது பல இடங்களில் ஔரங்ஸேபை என்னோடு பொருத்திப் பார்த்துக்கொள்ள நேர்ந்தது.

நானோ வாழ்வைக் கொண்டாடும் ஹெடோனிஸ்ட். ஔரங்ஸேபோ ஒழுக்கவாதி. ஹெடோனிஸத்துக்கு எதிரானவர். அப்படிப்பட்ட ஒருவரிடம் நான் எப்படி என்னைக் கண்டேன்?

காரணம், ஔரங்ஸேப் எல்லோராலும் வெறுக்கப்பட்டவர். ஆனால் மக்களை நேசித்தவர். மக்களுக்கு நன்மை செய்ய வேண்டும் என்று பாடுபட்டவர். அதனால்தான் பலராலும் வெறுக்கப்படும் நான் ஔரங்ஸேபை என் பிம்பமாகக் கண்டேன். சென்ற ஆண்டு கூட ஒரு இலக்கியப் பத்திரிகையின் ஆசிரியர் என்னைத் திருடன் என்று எழுதியிருந்தார். ஜெயமோகனும் பலரால் திட்டப்படுகிறார் என்றாலும் என் மீதான வசை மிகவும் கீழ்த்தரமானது.

ஔரங்ஸேப் பற்றி உலக வரலாற்றை நன்கு கற்றறிந்த நேருவே தவறாக எழுதியிருக்கிறார். இங்கே உள்ளவர்களுக்கு ஒரு வில்லன் தேவைப்படுகிறார். ஒரு ஹீரோவும் தேவைப்படுகிறார். ஹீரோவுக்கு வில்லனையும் வில்லனுக்கு ஹீரோவையும் எடுத்துக் கொள்கிறார்கள். உண்மையில் வரலாற்றில் அசோகனும் ஷாஜஹானும்தான் வில்லனுக்கான தகுதி கொண்டவர்கள்.

இதுதான் ஔரங்ஸேபை நான் தேர்ந்தெடுத்ததன் காரணம். இன்னும் சொல்லப் போனால், கருணாநிதியை வைத்துக் கூட ஒரு நாவல் எழுத வேண்டும் என்று எனக்கு ஒரு ஆசை உண்டு. (என் நண்பர் ஆலன் ஸீலி ஹீரோ என்ற பெயரில் எம்ஜியாரை வைத்து ஒரு நாவல் எழுதியிருக்கிறார்.)

ஒரு அதிசாகச நாவலுக்கு உண்டான அத்தனை அம்சங்களும் நிறைந்தது கருணாநிதியின் வாழ்க்கை. பல ஆண்டுகள் தமிழ்நாட்டு அரசியலை நிர்ணயிக்கும் இடத்தில் இருந்தவர் என்றாலும் பலராலும் வெறுக்கப்பட்டராகவும் இருந்தார் கருணாநிதி. அவருடைய கட்சிக்காரர்கள் அவரைக் கடவுள் ஸ்தானத்தில் வைத்திருந்தாலும் அவரை "அன்புடன்" திட்டுவதையும் பார்த்திருக்கிறேன். அது தவிர, ஒரு இனமே கூட்டமாகச் சேர்ந்து அவரை வெறுத்தது. உங்களுக்கு அவர் கொடுத்த இறுதிப் பேட்டியில்கூட அவர் அது பற்றிக் குறிப்பிட்டிருக்கிறார் இல்லையா? அய்யங்கார் சமூகத்தைச்

சேர்ந்த என் மாமனார் என்னை எங்கே கண்டாலும் நிற்க வைத்து அரை மணி நேரம் கருணாநிதியைத் திட்டுவார்.

என்னுடைய முப்பத்தைந்து ஆண்டு கால நண்பர் ஒருவர் - அவரும் அய்யங்கார் - கருணாநிதி பற்றிக் குறிப்பிடும் போதெல்லாம் "ஓங்க ஆளு..." என்றே ஆரம்பிப்பார். ஒருநாள் மிகவும் கோபப்பட்டு "இனிமேல் அப்படிப் பேசினால் உம்மை அடித்து விடுவேன்" என்று சொன்ன பிறகுதான் நிறுத்தினார். எம்ஜியாரை அப்படி யாரும் வெறுப்பாகப் பேசி நான் கண்டதில்லை. இத்தனைக்கும் ஜெயலலிதாதான் ஜகத்குரு என்று அழைக்கப்பட்ட சங்கராச்சாரியாரை சிறையில் அடைத்தார். அதுவும் கொலைக் குற்றம்! அப்படியும் பிராமணர்கள் ஜெயலலிதாவை வெறுக்கவில்லை. கருணாநிதி மீதுதான் வெறுப்பை உமிழ்ந்தார்கள்.

அதனால்தான் கருணாநிதி பற்றி நாவல் எழுதலாம் என்று நினைத்தேன். ஆனாலும் தமிழ்ச் சூழல் என்னை அதற்கு அனுமதிக்காது. ஏதாவது ஒரு ஐரோப்பிய நாட்டில் நான் வாழ நேர்ந்தால் அது சாத்தியமாகலாம்.

நான்தான் ஔரங்ஸேப் நாவலில் உங்களைக் கட்டியங்காரராக வைத்துக்கொள்கிறீர்கள். வரலாற்றை சமகாலத்துக்கு இப்படிக் கட்டி இழுக்கும்போது, அந்த உறவு எப்படி இருந்தது? வரலாற்று / புராணப் பாத்திரங்களைக் கட்டியக்காரன் உடைப்பதுபோல் உங்கள் படைப்பைப் பார்த்துக்கொள்ளும் எண்ணம் எப்படி உருவானது?

உண்மையில் பார்க்கப்போனால் எனக்குக் கடந்த காலம், நிகழ் காலம் என்ற இரண்டுக்குமே வித்தியாசம் தெரியவில்லை. நான் ஒரு பறவையைப் போல் பறந்து கொண்டிருப்பவன். எனக்கென்று ஒரு தேசம் கிடையாது. மொழி கிடையாது. மதம் கிடையாது. ஆனால் பறவைகளால்தான் விருட்சங்களும் வனங்களும் உருவாகின்றன என்பது போல்தான் எழுத்தாளனின் செயல்பாடுகளும் இருந்துகொண்டிருக்கின்றன.

நீங்கள் மேலேயிருந்து பறவைப் பார்வையாகப் பார்க்கும்போது பதினேழாம் நூற்றாண்டும் இருபத்தோராம் நூற்றாண்டும்

அருகருகேதான் தென்படும். பத்தொன்பது ஒரு இடம். இருபத்தொன்று ஒரு இடம். அவ்வளவுதான். மேலும், மனிதர்கள் வரலாற்றிலிருந்து எந்தப் பாடத்தையும் கற்றுக் கொண்டதாகத் தெரியவில்லை. இப்போதும் ஒரு யேசு வந்தால் அவரை சிலுவையில்தான் அறைவார்கள். இப்போதும் ஒரு காந்தி வந்தால் சுட்டுத்தான் கொல்வார்கள். எந்த மாற்றமும் இல்லை. அப்போது படைகள் பொருதின. இப்போது ரயில் நிலையத்திலும் கல்விக்கூடங்களிலும் வெடிகுண்டு வெடிக்கிறது. அவ்வளவுதான் வித்தியாசம். போர்களின் முறைமைதான் மாறியிருக்கிறதே ஒழிய மனித வாழ்வின் அர்த்தத்தில், மதிப்பீடுகளில் எந்த மாற்றமும் நிகழவில்லை. எனவே, கடந்த காலத்தை எழுதும்போதும் எனக்கு நிகழ்காலத்தை எழுதுவது போல்தான் இருந்தது. அதனால் வரலாற்றை சமகாலத்துக்குக் கட்டி இழுப்பதுபோலவே எனக்குத் தோன்றவில்லை. ஆனால் கதை கொரோனாவுக்கு முன்னே நடப்பதாக நான் திட்டமிட்டிருந்ததால் அதில் மட்டும் பிழை ஏற்படாத வண்ணம் கவனம் செலுத்தினேன். ஏனென்றால், 2019இல் சீலேயில் ஒரு மக்கள் புரட்சி நடந்தது. அதற்குச் சில மாதங்களுக்கு முன்புதான் நான் சீலே சென்று வந்திருந்தேன். அந்தப் புரட்சியே ஔரங்ஸேப் செய்த ஒரு காரியத்தினால்தான் வந்தது என்று கதையை மாற்றி விட்டேன். நாவலில் நானும் ஔரங்ஸேபும் கொக்கரக்கோ என்ற நண்பனும் சீலேயில் புரட்சி நடந்தபோது அங்கே இருக்கிறோம்.

கடந்த காலத்தைப் பேசும்போது உள்ள வசதி என்று எதுவும் கிடையாது. நடந்த கதை, அதுவும் எழுதப்பட்ட கதை என்கிற போது அது ஒருவித சட்டகத்துக்கு உள்ளே விளையாடுவதைப் போன்றதுதான். சட்டகத்தை உடைத்துக் கொண்டு வெளியே போக முடியாது. புதினம் என்ற உரிமை எடுத்துக் கொண்டு ஔரங்ஸேப் தற்கொலை செய்து கொண்டார் என்று வேண்டுமானால் மாற்றி எழுதலாம். அது கற்பனை. ஆனால் ஔரங்ஸேபுக்கு ஏராளமான வைப்பாட்டிகள் இருந்தார்கள் என்று எழுத முடியாது. அது பொய். இப்படியான வரையறைகளுக்குள் நின்றுகொண்டு எழுத வேண்டும். அது எனக்கு சுவாரசியமான சவாலாகவே இருந்தது.

மட்டுமல்லாமல் ஒரு நல்ல எழுத்தாளன் என்பவன் எந்த ஒரு கதாபாத்திரத்தை எழுதினாலும் அந்தப் பாத்திரமாகவே மாற வேண்டும். மரியோ பர்கஸ் யோஸா ஒரு வலதுசாரி. ஆனால் அவருடைய *The Real Life of Alejandro Majta* என்ற நாவலைப் படித்தால் அதைப் படிக்கும் ஒருவரே தீவிர இடதுசாரியாக மாறி விடுவார். இதை கூடு விட்டுக் கூடு பாய்தல் என்று சொல்லலாம். அதேபோல் மகாத்மாக்களின் கதைகளை எழுத ஆட்கள் இருக்கிறார்கள். ஆனால் மனித இருண்மைகளை எழுத போதுமான ஆட்கள் இல்லை. தில்லியில் ஒரு பஸ்ஸில் ஒரு பெண்ணை ஐந்து பேர் வல்லுறவு செய்து சிதைத்த கதை நமக்குத் தெரியும். இந்தியாவே அதைக் கண்டு வெகுண்டு எழுந்தது. அதே சமயம், அந்த ஐந்து பேரும் என்ன நரகத்திலிருந்து அனுப்பப்பட்டவர்களா? அவர்களை அவ்விதமாக உருவாக்கியது யார்? சமூகம்தானே? என்னைக் கேட்டால், அந்த ஐந்து பேரும் வாழ்ந்து வந்த சூழலில் ஒரு மகாத்மா இருந்திருந்தால் அந்த மகாத்மாவும் அப்படித்தான் கீழ்மனிதனாக ஆகியிருப்பார் என்று நினைக்கிறேன். அதனால்தான் அந்த ஐந்து பேரில் ஒருவனின் கதையை என்னுடைய ஔரங்ஸேப் நாவலில் எழுதினேன். எழுதி விட்டு இரண்டு மிகத் தீவிரமான பெண்ணியவாதிகளிடம் காண்பித்தேன். ஏனென்றால், அந்த ஐந்து பேரையும் இந்த சமூகம் எப்படி உருவாக்கியது என்றுதான் எனக்குச் சொல்ல வேண்டியிருந்ததே தவிர, அவர்களை நியாயப்படுத்துவது என் நோக்கம் அல்ல. அந்த இரண்டு பெண்ணியவாதிகளுமே அந்த அத்தியாயம் சரியாக வந்திருப்பதாகவும், அதைப் படித்தபோதுதான் சமூகத்தில் அப்படிப்பட்ட குற்றவாளிகள் எப்படி உருவாகிறார்கள் என்று தெரிந்துகொண்டதாகவும் சொன்னார்கள்.

இவ்வாறாகத்தான் கல் மரம் புல் பூண்டிலிருந்தும், ஆதிகால மனிதனிலிருந்தும் தொடங்கி இன்றைய தமிழ் சினிமா நாயகர்களின் கட் அவுட்டுக்குப் பால் அபிஷேகம் செய்யும் தொண்டன்வரை அவர்களின் இதயத்துக்குள் ஊடுருவல் நிகழ்த்தவேண்டியிருக்கிறது. அதுதான் ஒரு எழுத்தாளனின் வேலை.

10

சாருவைக் கவர்ந்த பத்து ஆளுமைகள்... அதற்குக் காரணம்?

1. காந்தி.

இன்னா செய்தாரை ஒறுத்தல் அவர் நாண நன்னயம் செய்து விடல் என்ற குறளைத் தெரியாத ஒரு தமிழரைப் பார்க்க முடியாது. அதே சமயம் அதைப் பின்பற்றுகின்ற ஒருவரைக்கூட நாம் பார்த்தது இல்லை. இப்படி யோசித்துப் பாருங்கள். என் பத்து வயது மகளை அல்லது பேத்தியை ஒருவன் வன்கலவி செய்து கொன்று விட்டான். அவனை நான் என்ன செய்வேன்? சட்டத்தின் முன்னால் நிறுத்துவேன் என்று பதில் சொல்லலாம். சட்டம் என்ற ஒன்றே இல்லை என்று வைத்துக்கொள்ளுங்கள். மதக்கலவரங்களின்போது சட்டம் இல்லாமல் போவதை நாம் கண்கூடாகக் காண்கிறோம். அந்த நிலையில் சொல்கிறேன். அப்போது நான் ஒரு மகாத்மாவாகவே இருந்தாலும் என் மகளுக்கு/பேத்திக்கு அந்தக் கொடூரத்தைச் செய்தவனை என்னால் மன்னிக்க முடியாது. அவனைத் தண்டித்து விடுவேன். ஆனால் திருவள்ளுவரோ அவனை மன்னிப்பது மட்டும் அல்ல, அவனுக்கு நன்மை வேறு செய்ய வேண்டும் என்கிறார்.

அப்படி நம் காலத்தில் வாழ்ந்து காட்டியவர் காந்தி. அதை ஒரு தத்துவமாகவே மனித குலத்துக்கு வழங்கினார். மார்க்சீயம் கூட மானுட விடுதலை குறித்துப் பேசியதுதான். ஆனால் அதற்கான வழிமுறையாக வன்முறையைத் தேர்ந்தெடுத்தது. காந்தி மட்டுமே அகிம்சையை ஒரு அரசியல் தத்துவமாக மட்டுமல்லாது சராசரி மனிதனின் அன்றாட வாழ்விலும் கூடப் பின்பற்றக் கூடிய மானுட வழிமுறையாக மாற்றிக் காட்டினார்.

2. மைக்கேல் ஜாக்ஸன்

என்னோடு நெருங்கிப் பழகிய அத்தனை பேரும் நான் ஒரு குழந்தைபோலவே இருப்பதாக சொல்லக் கேட்டிருக்கிறேன். லூசிஃபர் என்று ஒரு வெப்சீரீஸ். நரகத்தின் காவலனான லூசிஃபர் பூமிக்கு வந்து வாழ்வதுதான் அதன் கதை. அந்தத் தொடரைப் பார்த்த போது லூசிஃபர் என்னைப்போலவே இருப்பதாகக் கண்டேன். அதனால்தான் அடிக்கடி என்னை நான் வேற்றுக்கிரகவாசி என்று சொல்வதுண்டு. மைக்கேல் ஜாக்ஸனும் அப்படி வாழ்ந்தவர்தான். இறக்கும் வரை குழந்தையாகவே வாழ்ந்த ஒரு அற்புதமான ஆத்மா.

தன் உடலையே தன் கலையின் பரிசோதனைக்களமாக அமைத்துக்கொண்டு அதனாலேயே பாதி ஆயுளில் இறந்து போனார்.

மைக்கேல் ஜாக்ஸன் என் ஆராதனைக்கு உரியவர்.

3. விக்தர் ஹாரா (Victor Jara)

நம் எல்லோருக்கும் சே குவேராவைத் தெரியும். அவரைப் போன்ற மற்றொரு போராளி விக்தர் ஹாரா. சீலேவைச் சேர்ந்த பாடகர். கவிஞர். இசையமைப்பாளர். உலகம் எங்கும் செப்டம்பர் 11 என்றால் அது இரட்டைக் கோபுரம் இடிக்கப் பட்ட துயர நாள் என்று தெரியும். ஆனால் சீலேயில் செப்டம்பர் 11 என்றால் அது வேறொரு துக்கதினத்தைக் குறிக்கும். 1973இல் செப்டம்பர் 11 அன்றுதான் பினோசெத்தின் ராணுவம் சி.ஐ.ஏ.யின் உதவியுடன் மக்களால் தேர்ந்தெடுக்கப்பட்ட

டாக்டர் அயெந்தேயின் ஆட்சியைக் கவிழ்த்தது. மொனேதா அதிபர் மாளிகையில் அயெந்தே தன்னை சுட்டுக்கொண்டு இறந்தார்.

பினோசெத் பதவிக்கு வந்த ஐந்தே நாட்களில் செப்டம்பர் 16 அன்று அப்போது சீலேயில் மக்கள் பாடகனாகத் திகழ்ந்த விக்தர் ஹாரா பினோசெத்தின் ராணுவத்தால் கொல்லப்பட்டார். அது பினோசெத்தின் ராணுவத்தினால் ஒரு குரூர நாடகத்தைப் போல் அரங்கேற்றப்பட்டது.

சாந்த்தியாகோ நகரில் அதே பெயரில் ஒரு ஸ்டேடியம் இருந்தது. அங்கே டாக்டர் அயெந்தேவின் ஆதரவாளர்கள் என்று கருதப்பட்ட 5000 பேர் மாணவர்கள், பேராசிரியர்கள், இட்துசாரிகள் அனைவரும் கைது செய்யப்பட்டு அடைக்கப்பட்டார்கள். அவர்களில் யாரோ ஒரு ராணுவ அதிகாரிக்கு விக்தர் ஹாராவை அடையாளம் தெரிந்து விட்டது. விக்தர் ஹாரா மட்டும் அந்தக் கூட்டத்திலிருந்து பிரிக்கப்பட்டு எல்லோருக்கும் முன்னால் துன்புறுத்தப்பட்டார். அந்த நிலையிலும் விக்தர் ஹாரா சற்றும் கலங்காமல் சிரித்துக் கொண்டே இருந்ததைப் பார்த்த ஒரு அதிகாரி ஹாராவின் கரங்களை கோடரியால் வெட்டினான். “இப்போது கித்தார் வாசி, வேசி மகனே!” என்றான். அப்போதும் இடது கரத்தினால் கித்தாரை எடுத்து, மணிக்கட்டிலிருந்து துண்டாகிப்போன தன் வலது கரத்தினால் சிரித்துக்கொண்டே பாடலைப் பாடி கித்தார் வாசித்தார் விக்தர் ஹாரா.

வாசிக்கச் சொன்ன அதிகாரிக்குப் பைத்தியம் பிடித்து விட்டது. வெறிபிடித்தவனைப்போல் ஹாராவின் உடம்பு பூராவும் துப்பாக்கியால் சுட்டான்.

அவனை மிகச் சமீபத்தில் அமெரிக்காவில் கைது செய்து தண்டனை அளித்தார்கள்.

விக்தர் ஹாராவைப் போன்ற ஒருவரை நாம் புராணக் கதைகளில் மட்டுமே பார்க்க முடியும். அப்படி ஒரு மகத்தான மனிதன் விக்தர் ஹாரா.

4. விமலானந்தா

எத்தனையோ ஆனந்தாக்களை நாம் பார்த்து விட்டோம். அவர்களில் பாதி போலி. மீதிப் பேர் நம்மால் புரிந்து கொள்ள முடியாதவர்களாக இருக்கிறார்கள். அப்படிப்பட்ட நூற்றுக்கணக்கான ஆனந்தாக்களில் ஒருவர்தான் இந்த விமலானந்தா.

ஆனால் மற்ற ஆனந்தாக்களுக்கும் இவருக்கும் என்ன வித்தியாசம் என்றால், இவர் யார் என்று ஒரே ஒருவருக்குத்தான் தெரியும். தன்னுடைய பத்து சீடர்களில் டாக்டர் ராபர்ட் ஸ்வபோதா என்ற அமெரிக்கருக்கு மட்டுமே தன்னைப் பற்றி எழுதும் உரிமையைத் தந்தார் விமலானந்தா. ராபர்ட்டும் விமலானந்தாவின் கதையை அகோரா என்ற தலைப்பில் மூன்று பாகங்களாக எழுதியிருக்கிறார். அந்த நூலில் வரும் எதையுமே உங்களால் நம்ப முடியாது.

விமலானந்தா தனக்கென்று ஆசிரமம் எதையும் வைத்துக் கொள்ளவில்லை. மும்பையில் ரேஸ் குதிரை வளர்ப்பவராக மட்டுமே அவரது குடும்பத்துக்கும் மற்றவர்களுக்கும் தெரிந்திருக்கிறார். ஆனால் உண்மையில் அவர் ஒரு அகோரி.

விமலானந்தாவின் புகைப்படமும் கிடையாது. அவர் யார் என்று யாருக்குமே தெரியாது. தெரிந்த ராபர்ட்டும் அந்த மூன்று நூலிலும் அடையாளம் காண்பிக்கவில்லை. அதை நீங்கள் படித்தால் அது ஒரு நாவல் என்றுதான் சொல்வீர்கள். அதில் வரும் ஒரு வாக்கியத்தைக்கூட உங்களால் நம்ப முடியாது. ஆனால் அப்படி ஒரு அகோரி வாழ்ந்திருக்கிறார்.

ஏன் நீங்கள் உங்களை வெளிப்படுத்திக் கொள்ளவில்லை என்று ஒருமுறை ராபர்ட் அவரிடம் கேட்கும்போது, வெளிப்படுத்திக் கொண்டால் மனிதர்கள் அனைவரும் என்னிடம் ஆசி கேட்டு வருவார்கள். நான் ஆசி வழங்கினால் நிச்சயம் பலிக்கும். ஆனால் அதற்கு மனிதர்கள் தகுதியானவர்கள் இல்லை. இவர்களிடம் நான் என்னை வெளிப்படுத்திக்கொள்ள மாட்டேன் என்றார் விமலானந்தா. அவருடைய அடையாளம் என்று இன்று எதுவுமே

இல்லை. அவர் யார் என்றோ, அவருடைய உண்மையான பெயர் எது என்றோ ராபர்ட்டைத் தவிர வேறு யாருக்கும் தெரியாது. ராபர்ட்டும் அவர் பற்றி அதிகம் பேசுவதில்லை. அகோரா என்ற பெயரில் கிடைக்கும் மூன்று தொகுதிகள் தவிர விமலானந்தா பற்றி எதுவும் கிடையாது.

ராபர்ட் எழுதிய அந்த மூன்று நூல்களும் மானுட வாழ்வு பற்றிய, பிரபஞ்ச ரகசியங்கள் பற்றிய என்னுடைய எண்ணற்ற சந்தேகங்களைத் தீர்த்து வைத்தன.

5. தியாகராஜர்

ஏற்கனவே நிறைய பேசியிருக்கிறோம். ஸ்ரீராமனை நேரில் தரிசிக்க வேண்டும் என்று சுமார் இருபத்தைந்து ஆண்டுகள் ராம ஜெபம் செய்து, தான் நினைத்ததை சாதித்தவர். பக்தியின் குறியீடு.

6. மஹா பெரியவர்

என்னுடைய மானசீக குரு. ஞானக்கடல்.

7. பீத்தோவன்

இந்த உலகமே அழிந்தாலும் பீத்தோவனின் இசை அழியாது என்று சொன்னார் கார்ல் மார்க்ஸ். இலக்கியமும் ஓவியமும் மட்டுமே கலையின் உச்சங்களாகக் கருதப்பட்ட காலத்தில் இசையையும் அந்த இடத்துக்குக் கொண்டு சேர்த்தவர் பீத்தோவன். பீத்தோவன் ஓர் இசை அதிசயம். இருபத்தெட்டு வயதிலிருந்தே காது கேட்காமல் போன நிலையில் அவர் உருவாக்கிய சிம்ஃபனிகளும் மற்ற ஏராளமான படைப்புகளும் அந்த அதிசயத்துக்குச் சான்றுகளாக நிற்கின்றன.

8. ஜெனே

ஒரு பாலியல் தொழிலாளியின் மகன். தந்தை யார் என்று தெரியாது. சிறு சிறு திருட்டுகள். அந்தக் கீழ்மையான வாழ்க்கைக்கு உண்டான பழக்க வழக்கங்கள். அதில் ஒன்று, சிறுவர்களுடனான பாலுறவு (பீடஃபைல்). அதே சமயம் அந்த அனுபவங்களையெல்லாம் வைத்து நாவல் எழுதி உலகப்

புகழ். இங்கே ஒன்றை கவனிக்க வேண்டும். அசாதாரணமான வாழ்க்கையை வாழ்ந்தவர்கள் அதைக் கதையாக எழுதி புகழ் அடைவார்கள். ஜெனேயின் நாவல்கள் அப்படிப்பட்டவை அல்ல. அவருடைய மொழி அதுவரையில் ஃப்ரெஞ்சில் யாருமே பயன்படுத்தியிராத அளவுக்குக் கவித்துவம் மிகுந்திருந்தது. இத்தனைக்கும் பள்ளிப்படிப்பை முடிக்காதவர் ஜெனே.

ஆனால் இதனாலெல்லாம் அவர் என்னைக் கவர்ந்த ஆளுமையாக இல்லை. அவர் செய்த திருட்டுகளுக்கும், பீடஃபைல் குற்றங்களுக்கும் ஃப்ரான்ஸில் அவருக்கு சுமார் நூறு ஆண்டுகளுக்கு மேல் தண்டனை கிடைத்திருக்கும். சிறையில் அடைக்கப்பட்டு வழக்கு நடந்துகொண்டிருந்தது. அப்போது சார்த்தர், பிக்காஸோ போன்ற ஃப்ரான்ஸின் பெருந்தலைகள் ஃப்ரெஞ்ச் அதிபரிடம் பேசி ஜெனேவுக்குப் பொதுமன்னிப்பு பெற்று அவருக்கு விடுதலை வாங்கித்தந்தார்கள்.

இதுவே ஒரு தமிழ் எழுத்தாளருக்கு நடந்திருந்தால் அவர் வாழ்நாள் முழுவதும் அதிகாரத்துக்கும் தனக்கு விடுதலை வாங்கிக் கொடுத்த புத்திஜீவிகளுக்கும் அடிமையாக இருந்திருப்பார். ஆனால் ஜெனே சொன்னார், "என்னைக் குற்றவாளியாகக் கருதிய ஃப்ரான்ஸை நான் வெறுக்கிறேன். நான் இறந்து போனால் என் உடம்புகூட இந்த மண்ணில் புதையக் கூடாது." சொன்னதோடு மட்டுமல்ல, ஃப்ரான்ஸைப் புறக்கணித்துவிட்டு மொராக்கோவில் வாழ ஆரம்பித்தார். அவருக்குத் தெரியாத மொழி அரபி. தெரியாத மதம் இஸ்லாம். இத்தனைக்கும் இஸ்லாம் பாலியல் மீறல்களை வெகுவாகக் கண்டிக்கும் மதம். ஆனாலும் மானுட வாழ்வின் மீறல்களையும் மொராக்கோவின் இஸ்லாமியர் அனுதாபத்தோடு அணுகினார்கள். ஜெனேவுக்கு மொராக்கோ தன்னுடைய தேசத்தில் வாழ்வதுபோல் இருந்தது. இங்கேதான் நீங்கள் ஒன்றை கவனிக்க வேண்டும். இஸ்லாம்தான் அடிப்படைவாதத்தைப் பின்பற்றுகிறது என உலகம் பூராவும் நம்புகிறது. ஆனால் ஜெனேவினால் அவருடைய தாய்நாடான ஃப்ரான்ஸில் வாழவே முடியவில்லை.

தன் புத்தகங்களின் பதிப்பாளரைப் பார்த்துப் பேசுவதற்காக ஒருமுறை பாரிஸ் சென்றிருந்தார் ஜெனே. சொந்த நாட்டில் வீடு கிடையாது. ஓட்டலில் தங்கியிருந்தார். இறந்து விட்டார். அப்போதும் அவர் உடலை ஃப்ரான்ஸில் புதைக்காமல் பெருத்த சிரமங்களுக்கு இடையில் மொராக்கோவுக்குக் கொண்டு வந்தார்கள் ஜெனேயின் நண்பர்கள். இறந்த பிறகுகூட ஜெனேயின் வார்த்தைகள் அந்த அளவுக்கு மதிக்கப்பட்டன.

இங்கே ஃப்ரான்ஸையும் நாம் கொஞ்சம் எண்ணிப் பார்க்க வேண்டும். இப்படி ஒரு எழுத்தாளன் இந்தியாவில் செய்திருந்தால் அவனை தேசத்துரோகி என்றுதானே தூற்றியிருப்பார்கள்? ஆனால் என் உடம்பு கூட ஃப்ரான்ஸில் புதைக்கப்படக் கூடாது என்று சொன்ன ஜெனேயை ஃப்ரான்ஸ் தங்கள் பெருமைகளில் ஒன்றாகவே கருதிக் கொண்டாடுகிறது.

மொராக்கோவில் லராச்சே என்ற ஊரில் இருக்கும் ஜான் ஜெனேயின் கல்லறையைப் பார்க்க வேண்டும் என்பது என் கனவுகளில் ஒன்றாக இருக்கிறது.

ஜெனே மட்டுமல்லாமல் வில்லியம் பர்ரோஸ் போன்ற அமெரிக்க எழுத்தாளர்களும் மொராக்காவில் உள்ள தாஞ்ஜியர் நகரையே தங்கள் வாழ்விடமாகக் கொண்டார்கள்.

ஆனால் ஃப்ரான்ஸை எடுத்துக்கொண்டால், ஜெனேவை மட்டுமல்ல, அந்த்தோனின் ஆர்த்தோவையும் பைத்தியம் என்று சொல்லி மனநோய் விடுதியில் தள்ளியது ஃப்ரெஞ்ச் சமூகம். இத்தனைக்கும் அந்த மனநோய் விடுதியின் இயக்குனராக இருந்தவர் உலகப்புகழ் பெற்ற உளவியலாளரும் அமைப்பியல்வாதத்தின் பிதாமகர்களில் ஒருவருமான ஜாக் லக்கான் *(Jacques Lacan)*. ஆர்த்தோவை மனநோயாளி என்று சான்றிதழ் கொடுத்து பாரிஸின் மனநோய் இல்லத்தில் தள்ளியதற்குக் காரணமாக இருந்தவர் லக்கான். அதனால் ஆர்த்தோ லக்கானை வேசி மகன் என்று திட்டி எழுதியிருக்கிறார்.

எதற்குச் சொல்கிறேன் என்றால், ஐரோப்பாதான் அடிப்படைவாதக் குண்டாந்தடியால் கலைஞர்களைத் தாக்கிக் கொன்றிருக்கிறது. ஆஸ்கார் வைல்ட் மற்றொரு உதாரணம்.

9. அலஹாந்த்ரோ ஹொதரோவ்ஸ்கி (Alejandro Jodorowsky)

சினிமாவில் புதியதொரு மொழியை உருவாக்கியவர் என்பதற்காக மட்டும் அல்ல; இந்திய மரபின் வழியாக ஒரு புதிய வாழ்வியல் தத்துவத்தை உருவாக்கியதற்காகவும் அலஹாந்த்ரோ ஹொதரோவ்ஸ்கி என்னைக் கவர்ந்த ஓர் ஆளுமை.

10. பாணினி

கி.மு. ஆறாம் நூற்றாண்டைச் சேர்ந்த மொழியியலாளர். அவர் சம்ஸ்கிருதத்துக்கு உருவாக்கிய இலக்கணம் மனித மூளையால் சாத்தியமாகாத ஒன்று என்கிறார்கள் இன்றைய மொழியியல் வல்லுனர்கள்.

ஒரு மொழியியலாளரைப் போய் என்னைக் கவர்ந்த பத்து ஆளுமைகளில் ஏன் சொல்கிறேன்? ஃபெர்தினாந் தெ சஸூர் நவீன மொழியியலின் பிதாமகர்களில் முதன்மையானவர். இவரும் அமைப்பியல்வாத்தின் முன்னோடி சிந்தனையாளர்களில் ஒருவருமான லியொனார்ட் ப்ளூம்ஃபீல்ட் போன்றவர்களும் சம்ஸ்கிருதத்தில் பெரும் அறிஞர்கள். நாம் தமிழ்நாட்டில் இருந்து கொண்டு சம்ஸ்கிருதம் செத்துப் போன மொழி என்று சொல்லியபடி நம்மை நாமே ஏமாற்றிக் கொண்டிருக்கலாம். ஆனால் மேற்கண்ட அமைப்பியல்வாத அறிஞர்கள் தங்கள் கண்டுபிடிப்புகளை பாணினியின் இலக்கணத்திலிருந்துதான் பெற்றுக்கொண்டதாக சொல்கிறார்கள். ஆக, இன்றைய அமைப்பியல்வாதம், பின்நவீனத்துவம் ஆகிய இரண்டு சிந்தனைப் போக்குகளுக்கும் அடிப்படையே பாணினியின் சம்ஸ்கிருத இலக்கண நூலான அஷ்டாத்யாயிதான்.

11

காப்பியம், காவியம், பா வகைமைகளில் தொடங்கி சிறுகதை, புதுக்கவிதை, நாவல் என்று இலக்கியம் இன்று வந்தடைந்திருக்கும் இடத்திற்குக் காலகட்டத்தின் தேவையும் சமூகத்தின் அழுத்தமும்கூட முக்கியமானதாக இருந்திருக்கிறது. அப்படி அடுத்துவரும் தலைமுறைக்கு ஏற்ற ஒரு புது வடிவத்துக்கு எழுத்தாளர்கள் மாற வேண்டியிருக்கிறதா? ஊடகங்கள் இன்று இன்ஷார்ட்ஸ் வடிவத்தையும் ஏற்றிருக்கின்றன; கிரிக்கெட் டி20 வடிவத்தை வரித்திருக்கிறது; விஷுவல்ஸ் ரீல்ஸ் வடிவத்தையும் உள்வாங்குகின்றன; இலக்கியமும் அப்படி மாறுவதில் என்ன தவறு இருக்க முடியும்?

இலக்கியத்தில் காலப்போக்கிற்கு ஏற்ப மாற்றங்கள் நிகழ்வதில் எந்த ஆச்சரியமும் இல்லை. அப்படிப்பட்ட மாற்றங்கள் வந்தேதான் தீரும். விரும்பினாலும் விரும்பாவிட்டாலும் அதை யாராலும் தடுக்கவும் முடியாது. ஏனென்றால், சங்க காலக் கவிதைகளின் மொழி நமக்குக் கடினமாகவும் நாம் அறிந்தே இராததாகவும் இருக்கிறது. உரையாசிரியர்களின் உதவி இல்லாமல் புரிந்துகொள்ளவே முடியவில்லை. அதே சமயம் பாரதியின் தமிழ் உரையில்லாமல் புரிகிறது. இரண்டாயிரம்

ஆண்டுகளில் நடந்த மாற்றம் அது. பாரதியின் தமிழுக்கும் இன்றைய கவிஞர்களின் தமிழுக்குமான வித்தியாசத்தையும் நாம் காண்கிறோம். மேலும், பெருங்காப்பியங்களின் காலமும் முடிந்து விட்டது. நான் கம்பராமாயணத்தையும் மகாபாரதத்தையும் படித்துப் பார்த்தேன். அவ்வப்போது சம்ஸ்கிருத மூலத்தோடு ஒப்பிட்டுப்பார்த்தபடி மகாபாரதத்தை ஆங்கிலத்திலும் தமிழிலும் படித்தேன். இரண்டு காப்பியங்களுமே என்னை ஈர்க்கவில்லை. அக்காவியங்களின் நயங்களை நான் மறுக்கவில்லை. வெகுவாகவே ரசித்தேன். ஆனாலும் ஒரு பின்நவீனத்துவ எழுத்தாளனான எனக்கு அக்காவியங்களின் உயர்வுநவிற்சியும், கூறியது கூறலும் மிகவும் சலிப்பூட்டியது. காவியத் தலைவன் நடக்கும்போது அவன் புஜங்கள் ஆகாயத்தில் இடித்தன என்று படித்தால் எனக்கு சிரிப்புதான் வருகிறது. அடுத்த அத்தியாயத்திலேயே நாயகனின் தலை உத்தரத்தில் இடித்தது என்று வருகிறது. உயர்வுநவிற்சிக்கு உதாரணமாக, குருக்ஷேத்திரப் போரில் 166 கோடி பேர் இறந்ததாக யுதிஷ்டிரர் கூறுவதைச் சொல்லலாம். அப்போதைய பாரதத்தின் ஒட்டு மொத்த மக்கள் தொகையே அதில் பத்தில் ஒரு மடங்குதான் இருந்திருக்கும் இல்லையா?

எனக்கு இந்த இதிகாசங்களைப் படித்தபோது ஏதோ காட்ஸில்லா, ஹல்க் போன்ற ஹாலிவுட் படங்களைப் பார்ப்பது போல்தான் இருந்தன.

எதற்குச் சொன்னேன் என்றால், இலக்கியத்தின் வடிவம் எவ்வளவோ மாறி விட்டது. மாறிக்கொண்டிருக்கிறது. இப்போது பத்தே வரிகளில் குறுங்கதைகள் வந்துகொண்டிருக்கின்றன.

இன்னும் ஒரு பெரிய மாற்றத்தை எதிர்பார்த்துக்கொண்டிருக் கிறேன். அது, இன்னும் கொஞ்சகாலத்தில் புத்தகங்களை வாசித்துக் காதால் கேட்கும் பழக்கம் வரும். ஆங்கிலத்திலும் மற்ற ஐரோப்பிய மொழிகளிலும் அது புழக்கத்துக்கு வந்து விட்டது என்றாலும், தமிழில் இன்னும் பெரிய அளவில் நடைமுறையில் வரவில்லை. காரணம், தமிழை தமிழர்களால் பிழையின்றி எழுத முடியாததுபோலவே சரியாகப் பேசவும் வாய் விட்டு வாசிக்கவும் தெரியவில்லை. ஏற்ற இறக்கங்களே

இல்லாமல் ஏதோ ரோபோ மாதிரி படிக்கிறார்கள். பல கவிஞர்கள் தங்கள் கவிதைகளை வாசிக்கும்போது அந்த இடத்தை விட்டு ஓடிவிடலாமா என்று தோன்றுகிறது. வாசிப்பு என்பது ஒரு நிகழ்த்துக்கலை போன்றது.

இன்றைய காலகட்டத்தில் புத்தகத்தைப் படிப்பதை விட யாரேனும் வாசித்துக் கேட்பது பலருக்கும் வசதியாக இருக்கிறது. அது இன்னும் கொஞ்ச நாளில் நடக்கும்.

சமீபத்தில் அராத்துவின் குறுநாவல் ஒன்று என்.எஃப்.டி. என்ற முறையில் விற்பனைக்கு வந்தது. அதில் ஒவ்வொரு பக்கத்துக்கும் இசை, ஓவியம், நகரும் காட்சிகள் என்றெல்லாம் இருந்தன. ஒரு புத்தகத்தைத் தயாரிக்க இரண்டு லட்சம் ரூபாய் செலவானது என்று அறிந்தேன். இப்படி இன்னும் பலவிதமான மாற்றங்கள் வரலாம். வர வேண்டும்.

இன்றைக்கு யதார்த்த எழுத்து வகைமையை எப்படிப் பார்க்கிறீர்கள்?

சில ஆண்டுகளுக்கு முன்பு வரை எதார்த்த வகை எழுத்தின் காலம் முடிந்து விட்டது என்றே நினைத்துக்கொண்டிருந்தேன். ஆனால் ஹாருகி முராகாமி போன்றவர்களைப் படித்தபோது எதார்த்த வகை எழுத்துக்கு இன்னும் ஆயுள் இருக்கிறது என்று தோன்றியது. ஆனால் ஒற்றைப்பரிமாண எழுத்தின் காலம் முடிந்து விட்டது.

மேலும், எதார்த்த வகை எழுத்து எதில் நிலைகொண்டிருக்கிறது என்பது முக்கியம். நவீனத்துவத்தின் பக்கம் நிற்கிறது என்றால், அவ்வகையான எதார்த்த எழுத்துக்கு ஆயுள் இல்லை. அது இறந்தே பிறக்கும் சிசுவைப் போன்றது. பின்நவீனத்துவத்தை உள்வாங்கிக்கொண்ட எதார்த்தவகை எழுத்து என்றால், அது நீண்ட காலம் வாசிக்கப்படும். தமிழில் பெருந்தேவி, அராத்து போன்றவர்கள் உதாரணம்.

உங்களுக்கு சகிப்புத்தன்மை குறைவு என்பதை நீங்கள் ஏற்றுக் கொள்கிறீர்களா? குற்றம் பார்க்கில் சுற்றம் இல்லை என்ற பழமொழியைப் பற்றி...?

அடுத்த மனிதர்களை இம்சிப்பதில் முதல் இடம் வகிப்பது இந்தியர்கள்தான். மற்றவர்கள் அப்படி நம்மை இம்சிப்பதை சுயமரியாதையின் எந்தச் சுவடும் இன்றிப் பொறுத்துக் கொள்வதையே எல்லோரும் இங்கே சகிப்புத்தன்மை என்று நம்பிக்கொண்டிருக்கிறார்கள். சுயமரியாதை உள்ள எந்த மனிதரும் மற்றவர்கள் நம் சுதந்திரத்திலோ அந்தரங்கத்திலோ அத்துமீறுவதை, அவமதிப்பதை சகித்துக் கொண்டிருக்க மாட்டார்கள். என்னிடம் நீங்கள் ஒரு கோடி ரூபாயைக் கொடுத்தாலும் உங்கள் படைப்பு எனக்குப் பிடிக்கவில்லையெனில் அதை நான் சகிப்புத்தன்மையோடு அணுகி நன்றாக இருக்கிறது என்று பொய் கூற மாட்டேன். இதன் காரணமாகவே என்னுடைய நெருங்கிய நண்பர்கள் அழைத்தாலும் நான் சினிமா ப்ரீவ்யூ காட்சிகளுக்குச் செல்வதில்லை. எனக்கு ஒரு படம் சகிக்கமுடியாதபடி இருந்தால் பத்தே நிமிடத்தில் வெளியே வந்துவிடுவேன். ஆனால் ப்ரீவ்யூ காட்சியில் நீங்கள் அப்படிச் செய்ய முடியாது. அப்படிச் செய்தால் அது அவர்களை அவமதிப்பதுபோல் ஆகும். அந்த மோசமான படத்தை சகித்துக்கொண்டதோடு மட்டுமல்லாமல் படம் நன்றாக இருந்தது என்று பொய் வேறு சொல்ல வேண்டும்.

நமக்கு ஒவ்வாத விஷயங்களை நாம் ஏன் சகித்துக்கொள்ள வேண்டும், சொல்லுங்கள்?

சகிப்புத்தன்மை என்று சொல்லிக்கொண்டு எல்லா மனிதர்களும் தங்கள் சுயத்தை இழந்து அடிமைகளாக வாழ்ந்து கொண்டிருக்கிறார்கள். ஒவ்வொருவரும் மற்றவரை சகித்துக் கொள்ள முடியாமலே சகித்துக்கொண்டு மனநோயாளிகளைப் போல் வாழ்ந்து கொண்டிருக்கிறார்கள்.

நம்முடைய மகிழ்ச்சிக்காக அடுத்த மனிதரை இம்சிப்பது பற்றி நாம் கவலையே கொள்வதில்லை. அதைவிடக் கொடுமை, அந்த இம்சையை அன்பு என்ற பெயரில் எல்லோரும் சகித்துக் கொண்டிருப்பது. குடும்பங்களில்தான் இந்த சகிப்புத்தன்மை என்ற கொடூரத்தை அதிகமாகக் காண்கிறேன். அடித்தட்டு மக்கள் மத்தியில் பெண்கள் தம் மீதான ஆண்களின்

வன்முறையை சகித்துக் கொண்டிருக்கிறார்கள். மத்தியதர வர்க்கத்தில் ஆண்கள் தம் மீது பெண்கள் செலுத்தும் வன்முறையை சகித்துக்கொண்டிருக்கிறார்கள். இரண்டுமே சம அளவில் நடந்துகொண்டிருக்கிறது.

பதின்பருவத்துச் சிறார் செய்யும் கொடுமைகளையெல்லாம் பெற்றோர் அன்பு என்ற பெயரால் சகித்துக் கொள்கிறார்கள். ஆசிரியர்கள் அதை அச்சம் கருதி சகித்துக் கொள்கிறார்கள். சகித்துக் கொள்ளாவிட்டால் வேலை போய்விடும்.

குடும்பங்களை அடுத்து, அலுவலகங்களில் காணப்படும் சகிப்புத்தன்மையும் அருவருப்பாக இருக்கிறது. பெண்களுக்கு ஆண்களின் பாலியல் அத்துமீறல்களையெல்லாம் சகித்துக் கொள்ள வேண்டியிருக்கிறது. மீறினால் பொருளாதார ரீதியாக இழப்பு ஏற்படும். ஆண்களுக்கு வேறு மாதிரியான பிரச்சினைகள்.

சுருக்கமாகச் சொல்கிறேன். சகிப்புத்தன்மை என்பதன் மறுபெயர் அடிமைத்தனம். பிரிட்டிஷ்காரர்களின் ஏகாதிபத்தியத்தை காந்தி சகித்துக் கொண்டாரா? பிரிட்டிஷ்காரர்களுக்கு எதிரான போராளிகளைப் பார்த்தோ, தீண்டாமைக்கு எதிராகக் குரல் கொடுக்கும் தலித்தைப் பார்த்தோ நாம் சகிப்புத்தன்மை அற்றவர்கள் என்று சொல்ல முடியுமா?

அடிமைத்தனத்தில் ஊறிய மனங்கள்தான் சகிப்புத்தன்மையை வியந்தோதிப் பேசும். குற்றம் பார்க்கில் சுற்றம் இல்லை என்ற பழமொழியும் அடிமைகள் மத்தியில் எழுந்ததுதான்.

ஆனால் வேறோர் விதமான சகிப்புத்தன்மை இருக்கிறது. அதை நாம் பிரபஞ்ச ஓர்மைக்கு நம்மை சரணாகதி செய்து கொள்வதன் மூலம் அடைய முடியும். மதர் தெரஸா தொழுநோயாளிகளுக்கு செய்தது சகிப்புத்தன்மை. அந்த விதத்தில் நானுமே நம்ப முடியாத அளவுக்கு சகிப்புத்தன்மை கொண்டவன்தான். காலையில் எழுந்ததும் எல்லோரும் நடைப் பயிற்சியோ தியானமோ யோகாவோ செய்வார்கள். ஆனால் நான் என் பூனைகளின் மலஜலத்தை சுத்தம் செய்து கொண்டிருக்கிறேன். குடலைப்பிடுங்கும் நாற்றம் எடுக்கும்.

அதை நான் ஒரு சேவையாகக் கருதி சகிப்புத்தன்மையோடுதான் செய்கிறேன். ஆனால் ஒரு இலக்கியக்கூட்டத்தில் என்னை ஒருவர் செக்ஸ் ரைட்டர் என்று திட்டிய போது கையில் மைக்கைப் பிடித்தபடியே "செருப்பால் அடிப்பேன்" என்று சொன்னேன். தொடர்ந்தது ஒரு கலவரம். அந்த இடத்தில் நான் சகிப்புத்தன்மை பேண முடியாது. அது என் சுயமரியாதையைக் காப்பாற்றிக்கொள்ள வேண்டிய இடம். ஒரு பெண்ணின் பிருஷ்டத்தை ஒருவன் தட்டி விட்டுப் போனால் அவனைத் தாக்க வேண்டிய நிலையில் இருக்கிறாள் அவள்.

சகிப்புத்தன்மை என்ற விஷயத்தினால்தான் இந்தியர்கள் உலக அளவில் சகிக்கவே முடியாத அளவுக்கு அநாகரீக மனிதர்களாகக் கருதப்படுகிறார்கள். ஐரோப்பா அல்லது ஆஸ்திரேலியாவுக்குப் படிக்கச் செல்லும் மாணவர்கள் அங்கே உள்ள சக மாணவர்களால் தாக்கப்படும் செய்தியை அடிக்கடி கேள்விப்படுகிறோம். அதற்குக் காரணம், நம் இந்தியர்களின் மனோதர்மத்தின்படி, 'இரவில் நான் செவிகளைக் கிழிக்கும் அளவுக்கு சப்தமாகப் பாட்டு கேட்பேன், நீ சகித்துக் கொள்' என்ற மனோபாவம்தான். மற்ற வெள்ளை இனத்தவர் அதை ஆட்சேபிக்கும்போது இந்தியர்களுக்கு அதன் காரணமே புரிவதில்லை. மற்றவர்களை நாம் இம்சித்தால் அதை சகித்துக் கொள்வது அவர்களுடைய கடமை என்று சொல்லியே நாம் வளர்க்கப்பட்டிருக்கிறோம். குடும்பங்களில் சிறார் செய்யும் அராஜகங்களை பெற்றோர் பொறுத்துக்கொள்கிறார்கள். கணவன் செய்யும் அக்கிரமங்களை மனைவியும் மனைவி செய்யும் அக்கிரமங்களை கணவனும் பொறுத்துக்கொள்கிறார்கள். இதைப் பார்த்து வளரும் இந்திய மாணவர்கள் வெளியே போய் உதை வாங்குகிறார்கள்.

என் வீட்டுக்கு எதிரே புதிதாக வீடு கட்டினார்கள். தினமும் இரவு பூராவும் கட்டிடப் பணி. பகலில் வீடு கட்டுங்கள், இரவு பத்து மணிக்கு மேலாவது என்னைத் தூங்க விடுங்கள் என்று அவர்களிடம் கெஞ்சினேன். அவர்கள் அத்தனை பேரும் என்னைப் பைத்தியக்காரனைப்போல் விசித்திரமாகப் பார்த்தார்கள். இரவில் வீடு கட்டும் வேலையால்

பாதிக்கப்பட்டிருந்த என் பக்கத்து வீட்டுக்காரர்களும் கூட யார் இவன் என்பதுபோல் என்னை விசித்திரமாகவே பார்த்தார்கள்.

தொடர்ந்து பல நாட்கள் தூங்க முடியாமல் போகவே, காவல்துறையில் புகார் செய்தேன். அவர்களுமே என்னை விசித்திரமாகத்தான் பார்த்தார்கள். அந்த லாரியெல்லாம் பகலில் வர அனுமதி இல்லை சார், இரவில்தான் வேலை செய்ய முடியும் என்று போலீஸ்காரர்கள் எனக்குத்தான் சமாதானம் சொன்னார்கள். எனக்கு ஆச்சரியமாகப் போயிற்று, எதிர்வீட்டுக்காரர் வீடு கட்டுவதற்காக நான் ஆறு மாத காலம் உறங்காமல் இருக்க வேண்டுமா? ஒட்டு மொத்த சமூகமும் இந்த அராஜகத்தை சகித்துக்கொண்டுதான் போகிறது. நான் சட்ட ரீதியாக நடவடிக்கை எடுத்தேன். சட்டப்படி இரவில் வீடு கட்ட அனுமதி இல்லை என்று தெரிந்தது. அதற்குப் பிறகுதான் அவர்கள் பகலில் கட்ட ஆரம்பித்தார்கள்.

இந்தப் பிரச்சினையில் அதிர்ச்சிகரமான விஷயம் என்ன வென்றால், போலீஸ் வந்து விசாரித்தபோது என் அண்டை அயலார் எல்லோரும் சேர்ந்து 'நான்தான் சின்ன விஷயத்தைப் பெரிது படுத்துவதாகப்' புகார் செய்தார்கள். அவர்களுடைய ஒரே பிராது என்னவென்றால், நாங்களெல்லாம் சகித்துக் கொள்ளும்போது உன்னால் ஏன் சகித்துக்கொள்ள முடிய வில்லை என்பதுதான்.

சகிப்புத்தன்மை என்று சொல்லிச்சொல்லி சின்ன வயதிலேயே நம் நுண்ணுணர்வு, சுரணையுணர்வு அனைத்தையும் காயடித்து விட்டார்கள். அதனால்தான் எல்லாவற்றையும் சகித்துக் கொண்டு எருமைகளைப்போல் அடுத்தவர் மீது மூத்திரம் பெய்து வாழ்ந்துகொண்டிருக்கிறோம். 'நான் அவன் மீது மூத்திரம் போனால் அதை சகித்துக்கொள்ள வேண்டியதுதானே அவன் கடமை?' இப்படித்தான் ஒவ்வொரு இந்தியனும் சிந்திக்கிறான். அதேபோல் அவனும் அடுத்தவன் தன் மீது மூத்திரம் பெய்யும்போது பொறுத்துக்கொள்கிறான். இந்த மனோபாவத்தினால்தான் இந்தியர்கள் வெளிநாடு செல்லும் போது உதை வாங்குகிறார்கள்.

ஐரோப்பிய நாடுகளில் இப்படிப்பட்ட சகிப்புத்தன்மையோ அடிமைத்தனமோ கிடையாது. அடுத்த வீட்டு ஆடவன் தன் மனைவியை அடித்தால் அந்தப் பெண் அல்ல, அண்டை அயலாரே போலீஸில் புகார் கொடுத்துவிடுவார்கள். சகித்துக் கொண்டு இருக்க மாட்டார்கள்.

நண்பர்களிடையேயும் எனக்குப் போதுமான அளவு சகிப்புத்தன்மை இல்லை என்ற புகார் உண்டு. நேற்று நடந்த ஒரு சம்பவம். ஒரு நெருங்கிய நண்பர் காலை எட்டரை மணிக்கு ஒரு இடத்துக்கு வரச்சொல்லியிருந்தார். நான் ஐந்து நிமிடம் முன்னாலேயே போனேன். நண்பரோ சாவகாசமாக ஒன்பது மணிக்கு வந்தார். பத்து வருடம் முன்பாக இருந்தால் பத்து நிமிடம் பார்த்துவிட்டுக் கிளம்பிப்போயிருப்பேன். ஆனால் இப்போது என் போக்கை மாற்றிக்கொண்டு விட்டேன். நேற்று அவரிடம் நான் எதுவுமே கேட்டுக்கொள்ளவில்லை. ஆனால் இனிமேல் அவரை சந்திக்கமாட்டேன். அந்தக் காலத்துப் பேனா நட்பு மாதிரி ஃபோன் நட்பாக மட்டுமே வைத்துக்கொள்வேன்.

ஆனால் மனிதர்கள் எங்கே சகிப்புத்தன்மையோடு வாழ வேண்டுமோ அங்கே கொஞ்சமும் சகிப்புத்தன்மையில்லாமல் நடந்துகொள்கிறார்கள். அந்த இடம், மதம்.

> **‘எனக்கு நாலு கேர்ள் ஃப்ரண்ட்ஸ்’ என்று கிழட்டு எழுத்தாளர்கள் மார் தட்டும்போது பாவமாக இருக்கிறது. பெண்களையே அறியாதவர்கள் அவர்கள். பெண்களின் அருகாமையும் அன்பும் ஆதரவும் அனுபவிக்காததால் மட்டுமே இப்படி நாலு பேருக்கு முன் வழிகிறார்கள்’ என்று ஒரு எழுத்தாளர் எழுதியிருந்தார். அதைப் பற்றி...**

யார் பாவம் என்று அறிந்தவர்கள்தான் சொல்ல வேண்டும். இது கயிற்றின் மேல் நடப்பது போன்ற ஒரு விஷயம். “இதோ பார் என்னுடைய நாலு தோழிகளையும்” என்று அந்தக் ‘கிழட்டு’ எழுத்தாளர் தன் கேர்ள் ஃப்ரெண்ட்ஸின் புகைப்படங்களைத் தரமுடியாது. அவர் மீது பாலியல் குற்றச்சாட்டுகளை அடுக்கி அவரை சமூகத்திலிருந்து தனிமைப்படுத்தி விடுவார்கள். இந்தியச் சமூகத்தில் யாரையும் உயிரோடு குழிதோண்டிப் புதைப்பதற்கு

மிக எளிதான உபாயம், அவர் மீது பாலியல் குற்றச்சாட்டை சுமத்துவதுதான். அத்தனை ஊடகங்களும் ஒன்றாகச் சேர்ந்து அவரை அழித்துவிடும். அதனால் இதுபோன்ற ஏளனங்களை அப்படியே கடந்துவிட வேண்டியதுதான், வேறு வழியில்லை.

ஆனால் இப்படி ஒரு கேள்வி வந்துவிட்டதால், இது குறித்து சில அவதானங்களைச் சொல்கிறேன். மேற்கண்ட குற்றச்சாட்டை சொல்லும் எழுத்தாளர் அநேகமாக மதுரை, திருநெல்வேலி போன்ற பகுதியைச் சேர்ந்தவராக இருப்பார். நிச்சயமாக அவருக்குத் தஞ்சாவூரின் வாழ்க்கை பற்றித் தெரிந்திருக்க வாய்ப்பே இல்லை. தஞ்சாவூர்க்காரர்கள் எழுபது வயதிலும் திருமணம் செய்துகொள்வார்கள். அந்த ஊர் மண் அப்படி. தஞ்சைப் பிரகாஷின் கதைகளைப் படித்தால் புரிந்துகொள்ளலாம்.

கிழட்டுத்தனம் பற்றியும் கொஞ்சம் சொல்ல வேண்டும். இந்திய சராசரி மனிதன் நாற்பது வயதிலேயே கிழட்டுத்தனத்தை அடைந்து விடுகிறான். நாற்பது வயதுக்கு மேற்பட்டவர்களின் பாலியல் வாழ்வை ஆய்வு செய்தாலே இது தெரிந்து விடும். பெரிய அளவில் வேண்டாம். ஒரு நூறு பேரிடம் கேட்டுப் பாருங்கள். குட்டு வெளுத்து விடும். ஆனால் நல்ல முறையில் உடல் நலம் பேணுபவர்களால் எண்பது வயதில்கூட ஒரு பெண்ணோடு கூட முடியும்.

கமல்ஹாசனுக்கு இப்போது வயது அறுபத்தெட்டு. என்னை விட ஒரு வயது கம்மி. ஆனால் இன்னமும் பெண்களோடு கிசுகிசுக்கப்பட்டுக்கொண்டுதான் இருக்கிறார். அவர் வெளிநாடு செல்லும்போது யாராவது ஒரு பெண்ணோடு கை கோர்த்தாலே கைபேசியில் படம் எடுத்துப்போட்டு கிசுகிசு எழுதி விடுகிறார்கள். அப்படியிருக்கும்போது ஒரு எழுத்தாளன் சொன்னால் மட்டும் ஏன் ஐயா வயிற்றில் அடித்துக்கொண்டு அழுகிறீர்கள்?

பொறாமைதான் காரணம். மேற்கத்திய நாடுகளில் இப்படி யாரும் பொறாமை கொள்வது கிடையாது. சல்மான் ருஷ்டிக்கு இப்போதைய வயது எழுபத்தைந்து. அவருடைய

கேர்ள் ஃப்ரெண்ட் ரஷேல் எலிஸா க்ரிஃபித்ஸின் வயது நாற்பத்தைந்து. பார்க்க இருபத்தைந்து போல்தான் இருப்பார். ரஷேல் அமெரிக்காவைச் சேர்ந்த கவிஞர். தமிழ்நாட்டில்தான் இதையெல்லாம் ஒரு பிரச்சினையாகச் சொல்லி வயிறு எரிகிறார்கள், நாற்பதிலேயே கிழடாகி விட்ட எழுத்தாளர்கள்.

ஃபூக்கோ தன் தத்துவத்தின்படியே தன் வாழ்வையும் அமைத்துக் கொண்டவர் மற்றும் வாழ்ந்து காட்டியவர் என்று சொல்லி இருக்கிறீர்கள்... நீங்கள் நம்பும் தத்துவங்கள் அல்லது நீங்கள் உங்கள் எழுத்தில் எழுதிய வாழ்க்கை முறைப்படிதான் வாழ்ந்துகொண்டிருக்கிறீர்களா?

ஃபூக்கோவை நமக்கு அநேகமாக அவரது எழுத்து மூலமாக மட்டுமே தெரியும். அவரது வாழ்க்கை பற்றி அதிகம் தெரிந்திருக்க வாய்ப்பு இல்லை. ஃபூக்கோ மேட்டுக்குடியில் பிறந்தவர். அவரது தத்துவ ஆசிரியர் உலகப்புகழ் பெற்ற சிந்தனையாளரான லூயி அல்த்தூஸ்ஸர். தத்துவம், உளவியல் ஆகிய துறைகளில் ஃபூக்கோ முதுகலைப் பட்டம் வாங்கியது உலகின் முதன்மையான பல்கலைக்கழகங்களில் ஒன்றான ஸோர்போனில். படித்து முடித்த கையோடு பல வெளிநாடுகளில் கலாச்சாரத் தூதராக இருந்தார். திரும்பி ஃப்ரான்ஸ் வந்து பிரபலமான ஒரு பல்கலைக்கழகத்தில் ஏழு ஆண்டுகள் பேராசிரியர் பணி. பிறகு மூன்று ஆண்டுகள் துனீஷியாவில் பேராசிரியர். பிறகு 1970இல் அப்போது அவர் வயது 43 1984இல் அவர் மரணம் அடையும்வரை காலேஜ் த ஃப்ரான்ஸ் என்ற ஆய்வு நிறுவனத்தில் உறுப்பினர் பதவி. அது ஒரு கௌரவப் பதவி என்பதால் இங்கே உள்ள பேராசிரியர்களைப் போல் தினமும் மாணவர்களுக்குப் பாடம் எடுக்க வேண்டும் என்ற அவசியம் இல்லை.

அதாவது, கிட்டத்தட்ட இங்கே தமிழ்நாட்டில் ஒரு சூப்பர் ஸ்டார் எப்படியோ அவரைப் போல் வாழ்ந்தவர் ஃபூக்கோ. ஃப்ரெஞ்ச் அதிபரை விட ஃபூக்கோ ஃப்ரான்ஸில் பிரசித்தி பெற்றவராக வாழ்ந்தார். ஃப்ரான்ஸ் மட்டுமல்லாமல், உலகம் பூராவும் ஃபூக்கோவைக் கொண்டாடியது.

எனவே எந்த ஒரு ஃப்ரெஞ்ச் எழுத்தாளரையும் தமிழ்நாட்டு எழுத்தாளரோடு ஒப்பிடுவது சாத்தியமே இல்லை. நான் ஒரு சேரியில் பன்றிகளிடையே வாழ்ந்தவன். சமூகத்தில் தீண்டத்தகாதவர்களாக ஒதுக்கிவைக்கப்பட்டிருந்தவர்களின் சேரி அது. அங்கே இருந்தவர்கள் ஊரில் எடுப்பு கக்கூஸ்களில் மலம் அள்ளிக்கொண்டிருந்தார்கள். பன்னிரண்டாம் வகுப்பு என்று கருதத்தக்க புகுமுக வகுப்பில் எல்லா பாடங்களிலும் - தமிழ் உட்பட - தோல்வியடைந்தவன் நான். டிகிரி முடிக்கவில்லை. வீட்டில் பட்டினி. தந்தை ஒன்றாம் வகுப்பு ஆசிரியர். அம்மா சேரியில் வசிக்கும் ஏழைபாழைகளுக்கு இட்லி சுட்டு விற்று ஜீவனம் பண்ணினார்கள்.

வீட்டில் எட்டு உருப்படிகள். ஏதாவது ஒரு வேலையில் சேர்ந்தால்தான் எல்லோரும் சேர்ந்து தற்கொலை செய்து கொள்வதிலிருந்தும் தப்ப முடியும். ஒரு அரசு வேலையில் ஸ்டேனோவாகச் சேர்ந்தேன். ஓழிந்த நேரத்தில் படித்தேன். ஒழிந்த நேரத்தில் எழுதினேன். புத்தகங்களை வைக்க இடமில்லாமல் கட்டிலுக்கு அடியில் திணித்து வைத்தேன். எந்தப் புத்தகத்தையும் எடுக்கக்கூட முடியாது. எல்லாமே ஒரு மூட்டையாகக் கட்டப்பட்டு கட்டிலுக்கு அடியில் கிடந்தது. அதில் ஃபூக்கோ எழுதிய புத்தகங்களும் அடக்கம்.

இரண்டு ஆண்டுகளுக்கு முன்பும் அப்போது என் வயது அறுபத்தேழு சென்ற ஆண்டும் கிடைத்த விருது தவிர வேறு எந்த ஒரு அங்கீகாரமும் எனக்குக் கிடைத்ததில்லை. கிடைத்தது எல்லாம் செக்ஸ் ரைட்டர் என்ற அவப்பெயரும் குடிகாரன் என்ற பட்டமும்தான். ஆனால் இதுவரை நான் நூறு புத்தகங்கள் எழுதியிருக்கிறேன். அதில் எட்டு நாவல்கள். என் வாசகர்கள் என் மீது அன்பு கொண்டு தரும் பணத்தில்தான் நான் வாழ்ந்துகொண்டிருக்கிறேன். இதுவரை தமிழ்நாட்டில் எந்த ஒரு பல்கலைக்கழகத்திலும் கல்லூரியிலும் பேசுவதற்காக நான் அழைக்கப்பட்டதில்லை. ஒரே ஒருமுறை சென்னைப் பல்கலைக்கழகத்தின் ஃப்ரெஞ்ச் துறையில் பேராசிரியராகப் பணியாற்றியவர் என் வாசகி என்பதால் அந்த அதிசயம் நிகழ்ந்தது.

இன்றளவும் எனக்கு என்று ஒரு வீடு கிடையாது. என் காலத்துக்குப் பிறகு என் புத்தகங்கள் பழைய புத்தகக் கடைகளுக்குத்தான் போகும் என்பதில் எனக்குக் கொஞ்சமும் சந்தேகம் இல்லை. எழுத்தாளர்களுக்கு வீடு கொடுக்க வேண்டும் என்று ஒரு பத்திரிகையில் எழுதினேன். தமிழக முதல்வர் அதை நடைமுறையில் கொண்டு வந்தார். உடனே ஒரு பத்திரிகையாளர் "நாட்டில் எத்தனையோ பிரச்சினைகள் இருக்கும்போது எழுத்தாளர்களுக்கு எதற்கு வீடு? கொடுத்தாலும் எழுநூறு சதுர அடி போதும்" என்று எழுதினார். என் புத்தகங்கள் இருநூறு பிரதிகள்தான் விற்கின்றன. அதிக பட்சம் ஐநூறு. நாவல் என்றால் ஆயிரம். சாலையோரத்தில் இஸ்திரி போடும் தொழிலாளிக்குக் கிடைக்கும் மாத ஊதியத்தில் பாதிதான் என் ராயல்டி தொகை.

தமிழ்நாட்டில் ஒரு எழுத்தாளனின் நிலை இங்கே உள்ள பிச்சைக்காரனின் நிலையைவிடக் கேவலம். இதிலிருந்து மீள வேண்டுமானால் சினிமாவுக்கு வஜனம் எழுத வேண்டும். அதற்கு நான் ஏராளமான சமரசங்கள் செய்ய வேண்டும். அதில் எனக்கு இஷ்டம் இல்லை.

இதுதான் ஃப்ரெஞ்ச் எழுத்தாளருக்கும் தமிழ் எழுத்தாளருக்கும் உள்ள வித்தியாசம்.

கடந்த நாற்பது ஆண்டுகளாக நான் ஃப்ரெஞ்ச் தத்துவம் மற்றும் ஃப்ரெஞ்ச் இலக்கியம் பற்றி எழுதி வருகிறேன். எந்த அளவுக்கு என்றால், "ஃபூக்கோவின் பிரேதத்தைத் தமிழ்நாட்டுத் தெருக்களிலே இழுத்துக்கொண்டு போகிறார் சாரு நிவேதிதா" என்று சக எழுத்தாளர்கள் கிண்டல் செய்து எழுதும் அளவுக்கு. ஆனால் ஃப்ரான்ஸ் போவதற்கு வீசா கேட்டால் "உங்கள் கணக்கில் போதுமான பணம் இல்லை" என்று சொல்லி வீசா மறுக்கப்படுகிறது. இப்படி எனக்கு அமெரிக்க வீசா நான்கு முறை மறுக்கப்பட்டிருக்கிறது. இதே காரணத்தினால் ஒரு முறை கனடா வீசாவும், ஒரு முறை ஜெர்மன் வீசாவும் மறுக்கப்பட்டது. உண்மையில் ஃப்ரெஞ்ச் சிந்தனை உலகுக்கு நான் செய்திருக்கும் பணிக்காக எனக்கு ஃப்ரெஞ்ச் குடியுரிமையே

தரப்பட்டிருக்க வேண்டும். ஆனால் யார் போய் என்னைப் பற்றி ஃப்ரெஞ்சுக்காரர்களிடம் சொல்வது? ஒருமுறை சென்னையில் உள்ள அலியான்ஸ் ஃப்ரான்ஸேஸ் மையத்துக்குச் சென்றேன். அங்கே கமல்ஹாசன், வைரமுத்து ஆகிய இரண்டு கவிஞர்களின் கவிதைகளை ஃப்ரெஞ்சில் மொழிபெயர்த்துக்கொண்டிருந்தா ர்கள். நான் திரும்பி விட்டேன்.

இப்படிப்பட்டதொரு கலாச்சார சூழலில், நான் நம்பும் தத்துவத்துக்கு நேர் எதிராக வாழ்வதற்கு மட்டுமே எனக்கு வாய்த்திருக்கிறது. என் தத்துவம் சுதந்திரம். ஒரு துறவி அளவுக்கு சுதந்திரமாக வாழ்வதே என் கனவு. என் லட்சியம். சுதந்திரமே என் எழுத்தின் ஆதார சுருதி. ஆனால் நானோ ஒரு அடிமையாக வாழ்ந்துகொண்டிருக்கிறேன். அது பற்றி அன்பு: ஓர் பின்நவீனத்துவவாதியின் மறுசீராய்வு மனு என்ற நாவலில் விரிவாகவே எழுதியிருக்கிறேன். ஒரு ஹிப்பியைப் போன்ற மனநிலையைக்கொண்ட நான் இருபது ஆண்டுகள் ஒரு அரசுத் துறையில் ஸ்டெனோவாக வாழ்வதெல்லாம் கற்பனை செய்யக்கூடியதா என்ன?

வேண்டுமானால் என் வாழ்வை மார்க்கி தெ ஸாத்-இன் *(Marquis de Sade)* வாழ்க்கையோடு ஒப்பிடலாம். ஸாத்-இன் எழுத்துக்கள் முழுவதும் ஸேடிஸம் என்று சொல்லப்படும் மானுட நிலை குறித்த விவரணங்கள்தான். ஆனால் அவரோ வாழ்நாளில் பெரும்பகுதியைத் தனிமைச்சிறையில் கழித்தவர். சிறைகளில் அவர் எழுதுவதற்குக் காகிதமோ எழுதுகோலோ கூடத் தர மாட்டார்கள். அதனால் அவர் எழுதுகோலை மட்டும் எப்படியோ கடத்திக் கொண்டு, கக்கூஸில் மலம் துடைக்கத் தரப்படும் டிஷ்யூ பேப்பரில் தன் நாவல்களை எழுதினார். அதையும்கூடக் கண்டுபிடித்து மூட்டை மூட்டையாக எரித்தார்கள். இதையெல்லாம் மீறித்தான் அவரது ஏராளமான நாவல்கள் வெளியாயின. அவரது நாவல்கள் ஃப்ரான்ஸில் தடைசெய்யப்பட்டிருந்ததால் அவர் டிஷ்யூ பேப்பரில் எழுதிய மூட்டைகள் சுவிட்ஸர்லாந்துக்குக் கடத்தப்பட்டு அங்கிருந்துதான் வெளியிடப்பட்டன.

அந்த அளவுக்கு எனக்குப் பிரச்சினை இல்லை என்றாலும், நான் எழுதத் தொடங்கி பதினைந்து ஆண்டுகள் என் நூல்களைப் பிரசுரிக்க யாருமே முன்வரவில்லை. தமிழின் இரண்டாயிரம் ஆண்டு சரித்திரத்தில், எல்லாப் பிரசுர நிலையங்களாலும் கைவிடப்பட்ட நிலையில் தன்னுடைய நூல்களைத் தானே வெளியிட்டுக் கொண்ட ஒரே எழுத்தாளன் நானாகத்தான் இருப்பேன்.

ஆனால் இத்தனை நெருக்கடிகளுக்கு இடையிலும் நான் ஒரு ஐரோப்பிய எழுத்தாளனைப் போலத்தான் வாழ்ந்து கொண்டிருக்கிறேன். அதை ஒரு ஐரோப்பிய மனநிலை என்று கூறலாம். தவிரவும், எனக்கென்று ஒரு ரகசிய வாழ்க்கை இருக்கிறது. அது என்னுடைய வாசகர் வட்டத்தினர் மட்டுமே அறியக்கூடியது.

உங்களுக்கு மீண்டும் 30 வயதாகி விடுகிறது. நீங்கள் விரும்பும் விதமான வாழ்க்கையை உருவாக்கிக் கொள்ளலாம் என்றால்... தற்போது இருக்கும் உலகச் சூழலில் என்ன மாதிரியான வாழ்க்கையைக் கட்டமைத்துக் கொள்வீர்கள். எந்த நாட்டில் வாழ்வதைத் தேர்ந்தெடுப்பீர்கள்... யாரை இணையாகக் கொள்வீர்கள்?

யாருமற்ற அனாதையாய் தெருவில் விழுந்து கிடக்க நேர்ந்தாலும் சரி, நிச்சயமாகத் திருமணம், குடும்பம் என்ற சிறைக்குள் நுழையவே மாட்டேன். யாரையும் இணையாகக் கொள்ளவும் மாட்டேன். எழுத்தாளர்களுக்குக் குடும்பம் என்ற அமைப்பு ஒத்து வராது.

முப்பது வயதுக்குள் செல்ல முடிந்தால் முதல் வேலையாக ஸ்பானிஷ் கற்றுக்கொண்டு ஸ்பெய்னில் போய் தங்கி விடுவேன். அப்போதுதான் ஐரோப்பா முழுவதும் சுற்றிக்கொண்டிருக்க முடியும். இதே கேள்வியைப் பதினைந்து ஆண்டுகளுக்கு முன் கேட்டிருந்தால் யோசிக்கவே இல்லாமல் சட்டென்று பாரிஸ் என்று சொல்லியிருப்பேன். ஆனால் அப்போது இருந்த பாரிஸ் இப்போது இல்லை. ஸ்பெய்னையும் நிரந்தர வாழ்விடமாகக் கொள்ளாமல் கொஞ்ச காலம் சீலே, கொஞ்ச

காலம் தாய்லாந்து, மீதிக் காலம் கிழக்கு ஐரோப்பிய நாடுகள் என்று சுற்றிக் கொண்டே இருப்பேன். ஸ்பெய்ன்தான் தலைமை இருப்பிடம். தமிழ்நாட்டுப் பக்கம் தலை வைத்தும் படுக்க மாட்டேன். ஆனால் தமிழில்தான் எழுதுவேன். ஏனென்றால், என்னதான் முயன்று கற்றுக் கொண்டாலும் முப்பது வயதில் கற்றுக் கொள்ளும் மொழியை நம்முடைய எழுத்து மொழியாகக் கொள்வது கடினம்.

Joker was here, நேநோ, நட்சத்திரங்களிடமிருந்து செய்தி கொண்டு வந்தவர்களும் பிணந்தின்னிகளும், கர்நாடக முரசும் நவீன தமிழிலக்கியத்தின் மீதான ஓர் அமைப்பியல் ஆய்வும் போன்ற பல பரிசோதனை முயற்சிகளான கதைகளை எழுதியுள்ளீர்கள். சமீபமாக அப்படி எதுவும் நீங்கள் எழுதியதாகத் தெரியவில்லை. எதிர்காலத்தில் எழுதுவதற்குத் திட்டம் இருக்கிறதா?

என் வாழ்வில் அது ஒரு காலகட்டம். குடும்ப அமைப்பிலிருந்து முற்றாக விலகி ஒரு நாடோடியாக வாழ்ந்த காலகட்டம். இப்போதும் குடும்பத்திலிருந்து விலகி ஏதோ ஒரு தொலைதூர இடத்தில் வாழ நேர்ந்தால் அப்படி எழுத முடியும். அதாவது, சமூகத்திலிருந்தும் குடும்பத்திலிருந்தும் முழுமையாகத் துண்டித்துக் கொள்ள வேண்டும். ஒரு வருட காலம் போதும். அப்படி ஒரு பத்து கதைகளை எழுதிவிட முடியும். இப்போது எப்படியென்றால், ஒரு வாக்கியத்தை எழுதுவேன். மனைவியிடமிருந்து அழைப்பு வரும். போய் அந்த வேலையைச் செய்து விட்டு வருவேன். அடுத்த வாக்கியத்தை எழுதுவேன். அடுத்த அழைப்பு. அடுத்து ஒரு பத்தியை முடிப்பேன். அழைப்பு. சில சமயங்களில் "என்னம்மா இது, டைடக்ஸ் பண்ணுவது போல் இருக்கிறது? இனிமேல் கூப்பிட்டால் ஐந்து நிமிடத்துக்கு வரமாட்டேன்" என்று சொல்லுவேன். இதோ இந்தப் பேட்டியைத் தட்டச்சு செய்துகொண்டிருக்கும்போது கூட சுமார் பதினைந்துக்கு மேற்பட்ட அழைப்புகள் வந்திருக்கும். (கடைசி அழைப்பு: 'பால் காய்ச்சிக் கொடு.' பத்து நிமிடம் அடுப்படியில் நின்று பாலைக் காய்ச்சிக் கொடுத்துவிட்டுத்தான் இந்தப் பத்தியைத் தொடர்கிறேன்.)

இங்கே இருந்து கொண்டுதான் ஆயிரக்கணக்கான பக்கங்களை எழுதிக் குவித்துக்கொண்டிருக்கிறேன். ஆனால் ஒருபோதும் நேநோ போன்ற கதைகளை இந்தச் சூழலில் வாழ்ந்துகொண்டு எழுத முடியாது. அது சாத்தியமே இல்லை.

இரவு பத்து மணிக்கு உறங்கும் பழக்கம் உள்ளவன் என்பதால் இரவிலும் எழுத முடியாது. இந்தப் பைத்தியக்கார விடுதியிலிருந்து வெளியேறினால் நீங்கள் குறிப்பிடும் கதைகளைப் போல் மீண்டும் எழுத முடியும். போர்ஹேஸ் அப்படியான தனிமையிலிருந்துதான் தன்னுடைய தனித்துவமிக்க கதைகளை எழுதினார். அவர் ஏன் தெருவுக்கு வந்து போராடவில்லை என்று ஹூலியோ கொர்த்தஸாரும் மற்ற அர்ஜெண்டினிய எழுத்தாளர்களும் குற்றம் சாட்டியபோது அது பற்றி போர்ஹேஸ் கவலையேபடவில்லை. ஃப்ரெஞ்சில் எழுந்த அமைப்பியல்வாதத் தத்துவப்போக்குக்கு போர்ஹேஸின் கதைகள் மிகச் சிறப்பான அடித்தளத்தை அமைத்துக்கொடுத்தன என்பதுதான் வரலாற்றில் அவரது இடம்.

உலக அளவில் இப்போது உயிருடன் இருக்கும் எழுத்தாளர்களில் நீங்கள் சந்திக்க விரும்பும் நபர் யார்?

எழுத்தாளர்களை வாசகர்கள் சந்திக்கலாம். ஆனால் ஒரு எழுத்தாளரை இன்னொரு எழுத்தாளர் ஒருபோதும் சந்தித்து விடக் கூடாது. ஏனென்றால், ஒவ்வொரு எழுத்தாளரும் தன்னை இந்த உலகின் தலைசிறந்த எழுத்தாளர் என்றே நினைத்துக் கொண்டிருக்கிறார். நான் உட்பட. அவர்களைப் பொருத்தவரை அவர்களே நம்பர் ஒன். எனவே, நான் ஒரு எழுத்தாளரைச் சந்தித்தால் மரியாதைக் குறைவு ஏற்படும். மேலும், என்னை வாசிக்காத யாரையும் நான் சந்திக்க விரும்புவதில்லை. அவர் சமூகத்தில் எத்தனை மேன்மையான இடத்தில் இருந்தாலும் சரி. நான் சந்திக்க விரும்பிய ஒரே நபர் மைக்கேல் ஜாக்ஸன். ஆனால் அவர்கூட என்னை வாசித்திருந்தால்தான் சந்திப்பேன். இப்போதைய நிலையில் என்னை ஈர்த்த ஆளுமைகள் என்று வேண்டுமானால் சிலரைச் சொல்லலாம். ஜெர்மானிய இயக்குனர் வெர்னர் ஹெர்ஸாக் (வயது 80), மிலன் குந்தேரா

(வயது 94), பாடகர் எல்ட்டன் ஜான் (76), சீலே அதிபர் காப்ரியேல் போரிச் (வயது 37). இப்படி ஒரு பத்து இருபது பேரைச் சொல்ல முடியும். இவர்களில் வெர்னர் ஹெர்ஸாக் மட்டுமே எனக்குச் சமமான சாதனையாளர் என்று கருதுகிறேன்.

நீங்கள் ஆணாக இருப்பதாலா என்று தெரியவில்லை... இளைஞர்களுக்குத்தான் நீங்கள் எப்படி வாழ வேண்டும் என்று பெரும்பாலான நேரங்களில் சொல்வதுபோல் தோன்றுகிறது. யுவதிகளுக்கு எப்படி வாழ்க்கையை அமைத்துக்கொள்ள வேண்டும் என ஏதேனும் சொல்ல விரும்புகிறீர்களா?

நான் பொதுவாக பாலின வேறுபாடு பார்ப்பதில்லை. சொல்லப் போனால், எழுதும்போது நான் வாசகர் பற்றியே நினைப்பதில்லை. ஆனாலும் பெண்களுக்காகவே 'அன்பு: ஓர் பின்நவீனத்துவ்வாதியின் மறுசீராய்வு மனு' என்ற நாவலை எழுதியிருக்கிறேன். அதைப் படித்த பல பெண்கள் வாழ்க்கை பற்றிய தங்கள் பார்வையே மாறிவிட்டதாக எழுதினார்கள். அந்த நாவலே பெண் இனத்துக்கு நான் கொடுத்த பெரிய பரிசு.

அதிகாரத்தின் வாயில் வரை செல்ல முடிந்த உங்களால் எது அதிகாரத்தின் உள்ளே செல்லத் தடுத்தது?

என் முன்னோடிகளின் வாழ்க்கையும் தரிசனமும் மட்டுமே காரணம். ஒரே வார்த்தையில் சொன்னால் பாரதி. அதன் பிறகு புதுமைப்பித்தன், க.நா.சு., சி.சு. செல்லப்பா, ந. பிச்சமூர்த்தி, சுந்தர ராமசாமி, அசோகமித்திரன் என்று ஏராளமான பேர். அரசர்களின் வாயிலைத் தட்டி உள்ளேபோய் அரசனை வியந்து பாடி, பரிசு பெற்ற கூட்டம்தான் எழுத்தாளர் கூட்டம் என்றாலும், நாமார்க்கும் குடியல்லோம், நமனை அஞ்சோம் என்று பாடியதும் எழுத்தாளன்தான். நான் பின்னதை எடுத்துக்கொண்டேன். சுதந்திரமே என் எழுத்தின் ஆதார சுருதி என்று குறிப்பிட்டேன். அதிகார வாயிலைத் தாண்டி உள்ளே போனால் சுதந்திரத்தை வாயிலுக்கு வெளியே கழற்றி வைக்க வேண்டியிருக்கும். அந்த சமரசத்தை என் உயிரே போனாலும் செய்யமாட்டேன். அதிகாரத்தினால்

கிடைக்கும் வசதி வாய்ப்புகளைவிட, புகழைவிட, சுதந்திர உணர்வு மேலானது. இந்திரா காந்தியின் தனிப்பிரிவில் ஸ்டெனோவாகப் பணியாற்ற தில்லி கவர்னர் என்னை அழைத்தபோது நான் அதை மறுத்ததன் காரணம், பொருளியல் ஆதாயங்களை விட சுதந்திரமே முக்கியம் என்று கருதியதுதான். ஒப்புக் கொண்டிருந்தால் நான் ஒரு மத்திய மந்திரியாகக்கூட ஆகியிருக்கலாம்.

12

எழுதுவதற்கு உகந்த நேரம் என்ற ஒன்று இருக்கிறதா? நீங்கள் எழுதும் நேரம் எது?

எழுதுவதற்கு உகந்த நேரம் காலை நான்கு மணியிலிருந்து பத்து வரை என்றே சொல்வேன். ஆனால் மூன்று ஆண்டுகளைத் தவிர மற்றபடி ஒருபோதும் அந்த நேரத்தில் எழுத வாய்த்ததில்லை. எக்ஸைல் என்ற ஆயிரம் பக்க நாவலைத்தான் அப்படி அதிகாலையில் எழுதினேன். அதற்காக நடைப்பயிற்சியை விட்டேன். எழுதி முடித்ததும் ஹார்ட் அட்டாக். அதிலிருந்து எக்காரணம் கொண்டும் ஆரோக்கியத்தை விடக்கூடாது என்று அதிகாலை எழுத்தைத் துறந்துவிட்டேன். பொதுவாக, அதிகாலையிலிருந்து முன்மதியம் வரைதான் மிகவும் சுறுசுறுப்பாகவும் மலர்ச்சியுடனும் இருப்பேன். மதியத்திலிருந்து அலுப்பு தட்டி விடும். எட்டு மணிக்கே தூக்கக்கலக்கம் வந்து பத்து மணிக்கெல்லாம் படுக்கைக்கு ஓடிவிடுவேன். ஆனால் அதிகாலையில் எழுதுவதற்கான வசதி எனக்கு இல்லை. காலையில் எழும் பழக்கம் உள்ளவர்கள் எல்லோரும் நடைப் பயிற்சி செய்வார்கள், யோகா செய்வார்கள். நான் என் வீட்டிலிருக்கும் பத்து பூனைகளின் மலஜலத்தை சுத்தம் செய்வேன். இருபது நிமிடம் எடுக்கும். அதற்குப் பிறகுதான்

பல் துலக்குவதே. அதற்குப் பிறகு நடைப்பயிற்சிக்காக வெளியே போய் விடுவேன். சுவரை வைத்துத்தானே சித்திரம் எழுத முடியும்?

எட்டு மணிக்கு வீடு திரும்புவேன். காலை உணவை முடித்து விட்டு எந்த இடையூறும் இல்லாமல் பன்னிரண்டு வரை எழுதுவேன். அதற்குப் பிறகு சமையல் வேலை ஆரம்பித்து விடும். பிறகு மூன்று மணியிலிருந்து இரவு பத்து வரை எழுத்தும் படிப்பும்தான்.

சுருக்கமாகச் சொன்னால், எழுதுவதற்கு இன்ன நேரம் என்று இல்லை. நாள் முழுவதுமே எழுத்துதான். இடைப்பட்ட நேரத்தில் வீட்டு வேலை.

ஆனால் ஒரு சராசரி மனிதருக்கு இருபத்து நான்கு மணி நேரம் என்றால் எனக்கு நாற்பத்தெட்டு மணி நேரம் கிடைக்கிறது என்று சொல்வேன். காரணம், தொலைபேசியில் வெட்டிப்பேச்சு அரட்டை எதுவும் கிடையாது. ஆரம்பத்திலிருந்தே என் வீட்டில் தொலைக்காட்சிப் பெட்டி கிடையாது. உற்றார் உறவினர் வீட்டு விசேஷங்களுக்கோ துக்கத்துக்கோ போகமாட்டேன். என் மனைவி அவந்திகாவுக்கு வீட்டைவிட்டு வெளியே செல்வது பிடிக்காது என்ற விஷயமும் எனக்கு ஒரு கொடுப்பினை. அவளுக்கு சினிமா, கோவில், கடல்கரை எதுவுமே பிடிக்காது. வெளியூர் செல்வதோ ஓட்டலில் சாப்பிடுவதோ பிடிக்காது. அதாவது, மக்கள் கூடும் இடங்கள்மீது எல்லாமே அவளுக்கு ஒவ்வாமை உண்டு. எனவே, அந்த வகையிலும் எனக்குக் கூடுதல் லாபம். நாங்கள் எங்கள் மணவாழ்வில் இரண்டே இரண்டு சினிமாதான் பார்த்திருக்கிறோம். மின்சாரக் கனவு, பாபா. நானும் அவளும் சேர்ந்து மணமான புதிதில் மூன்று நாள் குற்றாலம் இலக்கியச் சந்திப்புக்குப் போனோம். அதுவே முதலும் கடைசியும். இருபத்தைந்து ஆண்டுகளாக எங்கேயும் சேர்ந்து சென்றதில்லை. வீட்டில் நாய்களும் பூனைகளும் இருப்பது ஒரு காரணம்.

சுருக்கமாகச் சொன்னால், காட்டில் தவம் இருக்கும் முனிவனைப் போல்தான் எந்நேரமும் எழுதிக்கொண்டிருப்பேன்.

அதனால்தான் நூற்றுக்கு மேற்பட்ட அ-புனைவு நூல்களையும் எட்டு நாவல்களையும் எழுத முடிந்தது.

மற்ற எழுத்தாளர்களைப் போல் இரவு கண் விழித்து எழுதுவது என் வாழ்வில் இல்லை.

எழுத்துச் செயல்பாடு ஓர் ஒழுக்கம் என்றால், உங்களுடைய ஒழுங்கு என்ன?

எழுத்தாளனுக்கு உடல் முக்கியம்; உடல் பயிற்சி முக்கியம்; மது தொடங்கி மருந்துக் கட்டுப்பாடு வரை முக்கியம் என்கிறார் ஜெயமோகன். நீங்கள் என்ன சொல்கிறீர்கள்?

இந்தக் கேள்விக்கு நான் ஒரு நூறு பக்க நூலைத்தான் பதிலாக எழுத வேண்டும். நீங்கள் என் வாழ்க்கை வரலாற்றைக் கேட்டிருக்கிறீர்கள். இருந்தாலும் சுருக்கமாகச் சொல்ல முயல்கிறேன். எழுத்தாளனுக்கு உடலும் ஆரோக்கியமும் மிகவும் முக்கியமானவை. இல்லாவிட்டால் எழுத்து என்ற செயல்பாடே சாத்தியம் இல்லை. ஆனால் ஆரோக்கியத்தை எப்படிக் கண்டடைவது, எப்படித் தக்கவைத்துக்கொள்வது என்பதில் ஜெயமோகனோடு நான் பல வகைகளில் முரண்படுகிறேன்.

என் அளவுக்கு ஒழுக்கமான *(disciplined)* ஒரு நபரை என் வாழ்நாளில் நான் கண்டதில்லை. நான் மது அருந்துவேன். ஆனால் அதில் முக்கியமான விஷயம். நான் அருந்தும் மது சீலேயிலிருந்து தருவிக்கப்பட்டது. அதை அருந்துபவர்கள் அம்பது வயதில் ஹார்ட் அட்டாக்கில் சாக மாட்டார்கள். மது ஒன்றும் சயனைட் அல்ல, சாப்பிட்டதும் சாவதற்கு. ஆனால் என்ன மாதிரியான மது, அதை எப்படிச் சாப்பிடுகிறோம் என்பதைப் பொருத்ததுதான் நம் ஆரோக்கியம். சீலேயில் சராசரி வயது தொண்ணூறு. ஐரோப்பாவும் அப்படித்தான். மரணமே வர மாட்டேன் என்கிறது அங்கே. ஐரோப்பிய பூங்காக்களில் போய்ப் பார்த்தால் நூறு வயதான கிழவன் கிழவிகள் ஆகாயத்தை வெறித்துப் பார்த்தபடி உட்கார்ந்திருக்கிறார்கள். தமிழர்கள் சாப்பிடுவது மட்டமான மது. அதுதான் உடல்நலத்துக்குக் கேடாகிறது. கள் மிகவும் நல்லது. ஆனால் அதைத் தடை செய்து வைத்திருக்கிறோம். என்ன சொல்ல?

என்னுடைய ஒழுக்கம் என்ன? நான் எந்தப் பழக்கத்துக்கும் அடிமை இல்லை. மூன்று ஆண்டுகள் கஞ்ஜா புகைத்திருக்கிறேன். விட்டுவிட்டேன். (யாராலும் முடியாது.) திடீரென்று மது அருந்துவதை ஐந்து ஆண்டுகள் நிறுத்தி வைத்தேன். இப்போதும் இமயம் சென்றால் சந்நியாசிகளிடமிருந்து கஞ்ஜா வாங்கிப் புகைப்பதுண்டு.

ஒரே வார்த்தையில் சொல்கிறேன். என்னைப் பின்பற்றாதீர்கள். காரணம், சமூகத்துக்கு செய்தி சொல்வதற்காக சாமான்ய மனிதர்களால் செய்ய முடியாத வேலைகளைச் செய்து கொண்டிருக்கிறேன். தகப்பனின் மரணத்துக்கு வர இயலாது என்று சொல்லிவிட்டு எழுதிக்கொண்டிருக்கவில்லையா? எனக்கு சமூகம்தான் எல்லாமே, மற்றபடி உற்றம் சுற்றம் எதுவுமே எனக்குக் கிடையாது. அது மட்டும் அல்ல. எழுத்தாளனைப் பொருத்தவரை அவனுக்கு நேரும் எல்லாமே அனுபவம்தான். என்னைத் தூக்கி சிறையில் போட்டால் ஒரு அற்புதமான நாவலோடு வெளியே வருவேன். மரணத்தைத் தவிர வேறு எல்லாமே என் எழுத்துக்கான கச்சாப்பொருள்தான். மகாப் பெரியவர் சந்திரசேகரேந்திரரிடம் ஒரு பக்தர் கேட்டார், என் குரு சரியில்லை, அவரை மாற்றிக் கொள்ளவா என்று.

வீட்டை பெருக்கும் துடைப்பம் அழுக்காகத்தான் இருக்கும், வீடு சுத்தமாக இருக்கிறதா என்று பார் என்றார் மகாப் பெரியவர். இன்னொரு உதாரணம் தருகிறேன். புத்தர் ஞானத்தைத் தேடுவதற்காகத் தன் மனைவியையும் அன்றைய தினம்தான் பிறந்த தன் மகனையும் பிரிந்தார். அதைவிட முக்கியம், அவரது உயிருக்கு உயிரான காந்தகா என்ற வெண்புரவியையும் பிரிந்தார். பிரிகின்ற வேளையில் காந்தகா அவர் காலைத் தன் நாசியினால் தொட்டுக் கெஞ்சியது, என்னையும் அழைத்துச் செல் என்று. புத்தர் கேட்கவில்லை. அன்றைய தினமே உயிரை விட்டது காந்தகா. இப்படிப்பட்ட கொடூரங்களைத் தாண்டித்தான் புத்தர் ஞானம் அடைந்தார். ஆசைதான் மானுட துயரத்துக்குக் காரணம் என்று நம்மிடம் சொன்னார். ஆக, நாம் எடுத்துக்கொள்ள வேண்டியது புத்தரின் வாழ்வை அல்ல. வாழ்வை எடுத்துக்கொண்டால், நாம் பிரேதங்களின்

மீது நடக்க வேண்டியிருக்கும். மாறாக, நாம் அவர் சொன்ன ஞானத்தை எடுத்துக் கொள்ள வேண்டும்.

அதேபோல் என் வாழ்வையே பணயம் வைத்து நான் கண்ட உண்மைகளைச் சொல்கிறேன். அந்த உண்மைகளை எடுத்துக் கொள்ளுங்கள். என்னைப் பின்பற்றாதீர்கள். கண்ணதாசனும் ஜெயகாந்தனுமே அதற்குச் சிறந்த உதாரணங்கள். கண்ணதாசனைப் பற்றி அவரே வேண்டுமளவு சொல்லியிருக்கிறார். ஆனால் அவர் பாடல்கள் சாகாவரம் பெற்றவை அல்லவா? ஜெயகாந்தனுக்கு இரண்டு மனைவியர். கஞ்ஜா வேறு. ஆனால் அவர் எத்தனையோ பேருக்கு ஆசானாக விளங்கியிருக்கிறாரே? என் சிறுவயதில் நான் ஜெயகாந்தனைப் பற்றிக்கொண்டிருக்காவிட்டால் நானும் ஒரு சராசரியாகத்தான் இருந்திருப்பேன்.

எனவே நான் மது அருந்துவேன் என்பதைக் கூட இந்த சமூகச் சூழலில் மிகவும் தயக்கமாகத்தான் சொல்ல வேண்டியிருக்கிறது. ஏனென்றால், ஒழுக்கமின்மை என்பதே இங்கே நடைமுறையாக ஆகிப் போயிருக்கிறது. நான் தீவிரமாக ஒழுங்கைப் பேணுபவன் என்றேன். மாதம் ஒருமுறைதான் மது அருந்துவேன். அதுவும் பல ஆண்டுகள் ஊறலில் போட்ட திராட்சை ரசம். அதற்குத் தொட்டுக் கொள்ளக் கூட பழங்கள்தானே தவிர எண்ணெய் வழிந்தோடும் சிக்கன் ஃப்ரை அல்ல.

இதை ஏன் இத்தனை விவரமாகச் சொல்கிறேன் என்றால், உடல் வளர்த்தேன் உயிர் வளர்த்தேனே என்ற சித்தர் வாக்கின்படி வாழ்பவன் நான் என்பதை வலியுறுத்துவதற்காக.

நொறுக்குத் தீனி சாப்பிடுவதில்லை. காலையில் அரசனைப் போலவும், மதியம் மத்தியமாகவும், இரவில் பிச்சைக்காரனைப் போலவும் உண்பவன் நான். ஆனால் இது ஆகாது, அது ஆகாது என்று ஒருபோதும் சொல்வதில்லை. காஃபி, ஊறுகாய், அப்பளம், வடை, பஜ்ஜி, ஹல்வா, ஜிலேபி எதற்குமே தடை இல்லை. ஆனால் சாயுங்காலம் ஒரு வடை, ரெண்டு மிளகாய் பஜ்ஜி, ரெண்டு ஜிலேபி சாப்பிட்டுவிட்டு இரவில் சிக்கன் பிரியாணி சாப்பிட மாட்டேன். ஒருவேளை தின்பண்டம் என்றால் அடுத்தவேளை பட்டினி.

இருபது ஆண்டுகளுக்கு முன் ஹார்ட் அட்டாக் வந்தபோது மருத்துவர் "உங்களுக்கு ஷுகர், ரத்த அழுத்தம் எல்லாம் உண்டா?" என்றார். "நான் இதுவரை மருத்துவரிடமே போனதில்லை டாக்டர்" என்றேன். காரணம், ஐம்பது வயது வரை எனக்கு தலைவலி, ஜுரம், வயிற்று வலி என்று எந்த உடல் உபாதையும் வந்ததில்லை. மாத்திரையே போட்டதில்லை. அது மட்டுமல்ல. கடந்த நாற்பத்தைந்து ஆண்டுக் கால எழுத்து வாழ்வில் இதுவரை எனக்கு உடம்பு சரியில்லை என்று சொல்லி, நான் தர வேண்டிய எதையும் பத்திரிகைகளுக்குத் தராமல் இருந்ததில்லை. மூன்று முறை ஹார்ட் அட்டாக் வந்தது. அப்போதும்கூட என் எழுத்து பத்திரிகைக்குப் போவது சுணங்கியதில்லை. இப்போதும்கூட கடந்த இருபது ஆண்டுகளாக எனக்கு எந்த உடல் உபாதையும் வந்ததில்லை. ஒருநாள் கூட, 'எனக்கு உடம்பு சரியில்லை' என்று சொல்லி என் காரியத்தை நான் ஒத்தி வைத்தது இல்லை. ஆனால் நான் பார்க்கும் அத்தனை பேருமே "உடம்பு சரியில்லை" என்று தொடர்ந்து சொல்லிக் கொண்டே இருப்பதை கவனிக்கிறேன். அவர்களில் பலர் இளைஞர்கள்.

நான் என்னுடைய அனுபவத்தினால் கண்ட ஒரு ரகசியத்தைச் சொல்கிறேன். இன்றே, இப்போதே, நடைப்பயிற்சி செல்வதை நிறுத்துங்கள். பதிலாக யோகா செய்யுங்கள். சூரிய நமஸ்காரம் செய்யுங்கள். நூறு வயது வரை மருத்துவரிடம் செல்லாமல் வாழலாம். அதெல்லாம் ஹிந்துத்துவா, எனக்கு வேண்டாம் என்றால், இன்னொரு வழி சொல்கிறேன். குஷ்வந்த் சிங் நூறு ஆண்டுகள் வாழ்ந்தார். தினமுமே விஸ்கி குடிப்பார். தினமும். நூறாவது வயதில் சாகின்ற அன்றுகூட இரண்டு பெக் விஸ்கி அருந்தி விட்டுத்தான் உறங்கச்சென்றார். இருந்தும் எப்படி நூறு ஆண்டு வாழ்ந்தார் என்று பார்ப்போம்.

அவரைப் போல் ஒழுக்கமாக வாழ்ந்த ஆளைப் பார்ப்பது அரிது. பத்து மணிக்கெல்லாம் படுக்கப் போய்விடுவார். நான்கு மணிக்கு எழுந்து கொள்வார். தினமும் இரண்டு மணி நேரம் நீச்சல் அடிப்பார். இந்த நீச்சல் எழுபது வயது வரை தொடர்ந்தது.

நீச்சல் ஒரு நாள் கூடத் தவறியது இல்லை என்பது முக்கியம். எல்லோருக்கும் அவர் தினமும் குடிப்பார் என்பது தெரியும். ஆனால் தினமும் இரண்டு மணி நேரம் நீச்சல் அடிப்பார் என்று தெரியாது. எழுபது வயது வரை நாலு பெக். அதற்குப் பிறகு மூன்று. தொண்ணூறு வயதிலிருந்து இரண்டு பெக். இத்தனை ஒழுங்காக வேறு யாராலும் வாழ முடியுமா?

இன்னொரு மிக முக்கியமான விஷயத்தைச் சொல்கிறேன். அநேகமாக பலருக்கும் தெரியாத விஷயம். சுவாமி விவேகானந்தர் சிகரெட் புகைப்பார். அவர் மாட்டுக்கறி சாப்பிடுகிறார் என்று ராமகிருஷ்ண பரமஹம்சரிடம் சிலர் புகார் சொன்னபோது "விவேகானந்தர் எதை வேண்டுமானாலும் செய்யலாம், அவர் எல்லாவற்றையும் கடந்தவர்" என்றார். ஒரு சந்நியாசி (பெயர் வேண்டாம்) தாகத்தினால் மதுவை அருந்தி விட்டார். அப்போது ஒரு சீடர் அதை ஆட்சேபிக்கவே பக்கத்தில் இருந்த நெருப்புத் துண்டங்களை எடுத்து உண்டார். உண்டுவிட்டு "இதைச் செய்ய முடிந்தவர்கள் மதுவை அருந்தலாம்" என்றார். அப்படித்தான் விவேகானந்தரும்.

என்னுடைய ஆரோக்கியத்துக்கு இன்னொரு காரணம், கூடுமானவரை ஆயுர்வேதத்தையே பின்பற்றுகிறேன். அதற்காக ஹார்ட் அட்டாக் வந்தால் ஆயுர்வேதம் பக்கம் போக மாட்டேன். அதற்கு அலோபதிதான். மற்றபடி வாரம் ஒருமுறை, இரண்டு முறை கஷாயம். தினமும் அப்யங்கம் (எண்ணெய்க் குளி). இது எல்லோராலும் முடியாது. வாரம் ஒருமுறை செய்யலாம். செய்ய வேண்டும். முடிந்த வரை மூலிகைகளை எடுத்துக் கொள்கிறேன். கொரோனா காலத்தில் எனக்குக் கொரோனா வரவில்லை. காரணம், முன்னெச்சரிக்கையாக மூலிகைகளை உட்கொண்டேன்.

இன்றைய இளைஞர்களுக்கு ஆரோக்கியத்தின் மந்திரமாக நான் சொல்வது, காலையில் எழுந்ததும் ஒரு மணி நேரம் யோகா செய்யுங்கள், பிராணாயாமம் செய்யுங்கள், சூர்ய நமஸ்காரம் செய்யுங்கள். இதில் ஒன்றுகூட செய்தால் போதும்.

மற்றபடி மதுவுக்கும் ஆரோக்கியத்துக்கும் சம்பந்தம் இல்லை. நீங்கள் எந்த மதுவை அருந்துகிறீர்கள், எப்படி அருந்துகிறீர்கள் என்பதே முக்கியம். ஐரோப்பாவில் மது அருந்தும் பழக்கம் அதிகம். ஆனால் ஐம்பது வயதிலேயே ஹார்ட் அட்டாக்கினால் சாவது அங்கே அகதிகளாக வசிக்கும் இலங்கைத் தமிழர்கள்தான். ஐரோப்பியர் அல்ல. காரணம், ஐரோப்பியர் வைன் அருந்துகிறார்கள். தமிழர்கள் அருந்துவது விஸ்கி. ஐரோப்பியர் மசாலா கலக்காமல் மாமிசம் உண்கிறார்கள். தமிழர்கள் அளவுக்கு அதிகமாக எண்ணெய் சேர்த்து உண்கிறார்கள். இப்படிப் பல காரணங்கள் இருக்கின்றன. எண்ணெயை விட மது கெடுதல் அல்ல.

மனநிலை உங்களுடைய எழுத்தில் எத்தகைய தாக்கத்தை உருவாக்கும்? உதாரணமாக, இன்று அனுப்ப வேண்டிய பத்தியை முதல் நாள் மகிழ்ச்சிகரமான ஒன்றாகத் திட்டமிட்டுள்ளீர்கள்; இடையே துயரமான ஒரு மனநிலை உண்டாகிவிடுகிறது. என்ன செய்வீர்கள்?

இதற்கு நான் சொல்லப் போகும் பதிலை நம்புவதற்குக் கடினமாக இருக்கும். நான் ஒரு குழந்தை அல்லது ஞானியைப் போன்ற மனநிலை கொண்டவன். அது எனக்குப் பயிற்சியினால் வந்ததல்ல. சுகம் துக்கம் எல்லாமே அனுபவம்தான் என்ற நிலையை இலக்கியத்தின் மூலமே அடைந்தேன். எனக்குத் துயரமான மனநிலை என்ற ஒன்றே இருந்தது இல்லை. மரணத்தை விட துயரம் வேறு ஏதேனும் உண்டா? ஒருநாள் காலை ஆறு மணிக்கு வேர்த்துக் கொட்டியது. தாடையும் கையும் கொடூரமாக வலித்தது. கடுமையான ஹார்ட் அட்டாக் என்று தெரிந்துவிட்டது. அவந்திகாவை எழுப்பி "செக்கப்புக்காக மருத்துவமனை செல்கிறேன்" என்று பொய் சொல்லிவிட்டு, கழிப்பறை சென்றேன். மருத்துவமனையில் படுக்கையிலேயே பெட்பேன் கொடுத்து மலம் கழிக்கச் சொல்வார்கள். அதைவிடக் கொடுமை வேறு எதுவும் இல்லை. கழிப்பறைக் கதவை உள்ளே தாளிடவில்லை. ஹார்ட் அட்டாக் அதிகமாகி இறந்து போனால் பிரேதத்தை எடுக்க கதவை உடைக்கும் சிரமம் ஏற்படும். காலைக்கடன்களை முடித்துவிட்டு நிதானமாக

வெளியே வந்து ஆட்டோ பிடித்து நண்பரின் வீட்டுக்குப் போய் அவருடன் மருத்துவமனைக்குப் போனேன். போகும்போது நான் இறந்து போனால் உடனடியாக என்னென்ன செய்ய வேண்டும் என்று சொல்லிக்கொண்டே போனேன். சடங்குகள் அல்ல. மொழிபெயர்ப்புப் பணிகள்.

அதேபோல் மாற்றாரின் மரணமும் என்னை பாதிப்பதில்லை. ஏனென்றால், உயிரானது தான் தங்கியிருந்த கூட்டை விட்டு விட்டு வேறு இடம் செல்கிறது, அவ்வளவுதான் என்ற புரிதல். நான் சொல்வது நிச்சயமாக ஆன்மீகம் அல்ல. விஞ்ஞானம். ஆனாலும் இந்த பதிலைத் தட்டச்சு செய்துகொண்டிருந்தபோது அவந்திகா ஸோரோவின் புகைப்படத்தைக் காண்பித்தாள். கண்கள் கலங்கி அழுதுவிட்டேன். ஸோரோ நான் வளர்த்த பல நாய்களில் ஒன்று. கிரேட் டேன். அதன்மீது மட்டும் எனக்கு அளவு கடந்த அன்பு. ஐந்து ஆண்டுகள் ஆகியும் அதன் மரணத்தை என்னால் தாங்க முடிந்ததில்லை. ஆனாலும் ஒரு கணம்தான். துடைத்துவிட்டு எழுத ஆரம்பித்துவிட்டேன். மேலும், ஸோரோ என்னைப் பிரியவில்லை, வேறு வேறு ரூபங்களில் என்னோடுதான் இருக்கிறது என்ற ஞானம் வேறு சேர்ந்து கொண்டது.

மரணத்தின் பிடியில் நெஞ்சைப் பிடித்தபடி மருத்துவமனைக்குச் செல்லும்போது, இந்த க்ஷணத்தில் உயிர் பிரிந்தால் இந்த உலகிலேயே அதிசந்தோஷமான மனிதனாக வாழ்ந்தேன் என்ற திருப்தியோடு செல்வேன் என்று சொன்னேன். இப்போதும் அதையேதான் சொல்கிறேன். எனக்கு துக்கமே இல்லை. எப்போதும் சந்தோஷம்தான்.

மேலும், சமஸ், துயரமான மனநிலை ஏன் ஏற்படுகிறது? நாம் ஒன்றின்மீது கொண்ட பற்றின் காரணமாகத்தானே? எதன் மீதும் யார் மீதும் பற்று இல்லையென்றால் துயரமும் இல்லைதானே? என் வாழ்க்கையின் அடிநாதமே இந்தக் குறள்தான்.

யாதனின் யாதனின் நீங்குவான் நோதல்
அதனின் அதனின் இலன்.

என் தம்பி ஒரு குடிகாரன் என்று வைத்துக்கொள்வோம். குடித்துக் குடித்தே நாற்பது வயதில் இறந்து போகிறான். அதற்காக நான் துயரப்பட முடியுமா என்ன? அது அவன் வாழ்க்கை. அதை விட இன்னும் கொடூரமான மரணங்களையும் சந்தித்திருக்கிறேன். இரண்டு வயதுக் குழந்தைக்கு சாப்பாடு ஊட்டும்போது விக்கலெடுத்து இறந்தது உட்பட. எதுவுமே என்னைப் பாதித்ததில்லை. எல்லா உறவுகளிலிருந்தும் நான் நீங்கியிருக்கிறேன் என்பதால் அவற்றினால் ஏற்படும் நோதலும் இல்லை.

சரி, பணத்தை எடுத்துக்கொள்வோம். பங்குச்சந்தையில் என்னுடைய மொத்த சேமிப்பும் போய்விட்டது என்றால், சரி பரவாயில்லை என்று போய் விடுவேன். ஏனென்றால், போயும் போயும் ஒரு காகிதம் நம்முடைய மனநிலையை நிர்ணயம் செய்வதாக இருந்துவிடக் கூடாது.

ஒற்றை வாக்கியத்தில் சொன்னால், நான் ஒரு துறவியின் மனநிலையில் வாழ்பவன். என்னை எதுவும் துயரத்தில் ஆழ்த்துவதில்லை. ஆனால் எனக்கும் ஆசைகள் உண்டு. ஒன்று, பயணம். இன்னொன்று, என் எழுத்து இந்திய எல்லையைத் தாண்டி பலராலும் வாசிக்கப்பட வேண்டும். ஏனென்றால், என் எழுத்தின் பண்பு சர்வதேச வாசகர்களை நோக்கியதாக இருக்கிறது.

புனைவுக்கு என்று தனித்தும், அபுனைவுக்கு என்று தனித்தும் எழுத்து ஒழுங்கை வைத்திருக்கிறீர்களா?

இல்லை. என் எழுத்து புனைவு மற்றும் அபுனைவு என்ற இரு நிலைகளுக்கும் நடுவில் பயணம் செய்கிறது. இப்போது நம்முடைய இந்த உரையாடலையே எடுத்துக் கொண்டால், இதை என்னால் ஒரு நாவலின் இடையே இரண்டு நண்பர்கள் உரையாடுவதைப் போல் செருகி விட முடியும். இல்லையா?

எழுத்து சார்ந்து உங்களுக்கு மூத்த எழுத்தாளர்களிடமிருந்து கிடைத்த மிகச் சிறந்த அறிவுரைகள் என்று எவற்றையெல்லாம் சொல்வீர்கள்?

நான் அசோகமித்திரனைத் தவிர வேறு யாருடனும் நெருக்கமாகப் பழகியதில்லை. சார்வாகன், ஞானக்கூத்தன், ஆ. மாதவன், நகுலன், க.நா.சு., தி. ஜானகிராமன், சி.சு. செல்லப்பா, தர்மு சிவராமு போன்றவர்களை ஓரிரு முறை சந்தித்திருக்கிறேன். சார்வாகனோடு மட்டும் உணர்வுபூர்வமான நட்பு இருந்தது. ஆனால் எழுத்தாளர்கள் யாருமே யாருக்கும் அறிவுரைகளோ யோசனைகளோ சொல்வதில்லை என்பதால் எனக்கும் எதுவும் அப்படி நேரடியாகக் கிடைத்ததில்லை. ஆனால் என் மூத்தோர் அனைவரிடமிருந்தும் நான் கற்றது இரண்டு விஷயங்கள். ஒன்று, போராட்ட குணம். அதற்கு எனக்கு உதாரண புருஷர் அசோகமித்திரன். உங்களுக்கு ஆச்சரியமாக இருக்கும். அசோகமித்திரன் ஒரு பிராமண, மத்தியதர வர்க்கத்து வாழ்வை வாழ்ந்தவர். எந்தப் போராட்டத்திலும் கலந்து கொண்டதில்லை. ஆனாலும் அவரை நான் ஒரு போராளி என்றுதான் சொல்வேன். வாழ்வில் ஒருபோதும் அவர் சமரசம் செய்துகொண்டதில்லை. ஆஸ்துமாவினால் மூச்சு விட சிரமப்படுவார். மருந்து வாங்கக் காசு இருக்காது. பிள்ளைகள் இரண்டும் படித்துக்கொண்டிருக்கும் சூழல். ஆங்கிலப் பத்திரிகையில் எழுதியதற்கு மணியார்டர் வருமா என்றுதான் எதிர்பார்த்துக்கொண்டு இருப்பாரே தவிர பணத்துக்கு வேறு எந்த வழியையும் அவர் யோசித்தது இல்லை. சமரசமும் செய்ததில்லை.

அடுத்து, அச்சமின்மை. யாமார்க்கும் குடியல்லோம், நமனை அஞ்சோம் என்ற நிலை. இதைக் கற்றது சுந்தர ராமசாமி யிடமிருந்து. சு.ரா. அப்போது ஒரு கனவான் என்ற நிலையில் வாழ்ந்தவர். அகிலனுக்கு ஞானபீடப் பரிசு கிடைத்ததும் தன் அந்தஸ்தைக்கூட புறக்கணித்துவிட்டு, “அகிலன் மலக்கிடங்கு” என்று எழுதியவர்.

ஓர் இளம் எழுத்தாளர் தன்னுடைய பயிற்சிக்காக உங்களிடம் பரிந்துரை கேட்டால், இந்தப் புத்தகங்களை எல்லாம் வாசிக்க வேண்டும் என்று எவற்றைச் சொல்வீர்கள்; தமிழில் பத்து புத்தகங்கள், ஆங்கிலத்தில் பத்து புத்தகங்கள்?

புத்தகங்கள் என்று சொல்வதை விட ஒரு பாடத்திட்டத்தைத்தான் கொடுப்பேன். சங்க இலக்கியம் பூராவையும் படித்துவிட வேண்டும். அடுத்து, ராமாயணம், மகாபாரதம். அடுத்து, பக்தி இலக்கியம். குறிப்பாக நாலாயிரத் திவ்யப் பிரபந்தம். பிறகு, பாரதியிலிருந்து தொடங்கி புதுமைப்பித்தன், ஆ. மாதவன், தஞ்சை ப்ரகாஷ், ஆதவன், அசோகமித்திரன் வரை அனைவரையும் படித்திருக்க வேண்டும். ஆங்கிலத்தில், கிரேக்க நாடகங்கள், ஷேக்ஸ்பியர், ஜான் ஜெனே, மிலன் குந்தேரா, கஸான்ஸாகிஸ். இது தவிர, ஐரோப்பிய சினிமா.

ஒரு பிரதியை எத்தனை முறை திருத்துவீர்கள்?

கணக்கே இல்லை. பலமுறை திருத்துவேன். இரண்டு மூன்று நண்பர்களிடமும் கொடுத்து படிக்கச் சொல்வேன். பதிப்பகத்துக்குப் போவதற்கு முன்னால் இறுதியாகத் திருத்துவேன். பத்துப் பன்னிரண்டு முறை என்று சொல்லலாம். செப்பனிட்டுக் கொண்டே இருப்பேன். வாய்விட்டுப் படித்துப் பார்ப்பேன். எழுத்தில் எனக்கு ஒரு இசை லயம் வர வேண்டும். அது வரும் வரை திருத்துவேன்.

ஒரு நாளைக்கு எத்தனை சொற்கள் எழுதுகிறீர்கள்?

அபுனைவு இரண்டாயிரம் வார்த்தைகள், புனைவில் ஆயிரம் வார்த்தைகள்.

வெளியூர் செல்லும் நாட்களில் எழுதுவதில்லை. வைனும் இசையும்தான். மாதத்தில் அப்படி ஒரு நான்கு நாட்கள் போகும்.

நீங்களே பலமுறை எடிட்டிங் செய்யக்கூடியவர் என்பதை நாவல்களைப் பார்க்கும்போது தெரிகிறது. எடிட்டிங்கின் முக்கியத்துவம் என்ன?

எடிட்டிங் என்பதே இப்போது தமிழ் இலக்கியத்தில் இல்லாமல் போய் விட்டது மிகவும் துரதிர்ஷ்டவசமானது. எஸ். சம்பத்தின் இடைவெளி நாவல் உமாபதி நடத்திய தெறிகள் இதழில் வந்தபோது மிகவும் கச்சாவாக இருந்தது. அதை சி.மோகன்தான் பிரமாதமாக எடிட் செய்து க்ரியாவிடம் கொடுத்தார். க்ரியா ராமகிருஷ்ணன் ஒரு அற்புதமான எடிட்டர். அதேபோல்

பெருமாள் முருகன், கவிஞர் சுகுமாரன் போன்றவர்களும் மிகச் சிறந்த எடிட்டர்கள். பேட்டை நாவலை சுகுமாரன் எடிட் செய்த பிறகுதான் அது அந்த அளவு வெற்றியைப் பெற்றது. என்னுடைய ராஸ லீலா நாவலை வரிவரியாகப் படித்து எடிட் செய்தவர் தினமலர் ரமேஷ். இப்போதும் எனக்கு இரண்டு மூன்று நண்பர்கள் எடிட் செய்து கொடுக்கிறார்கள். கடைசியாக நானும் ஒருமுறை எடிட் செய்வேன். ஆங்கிலத்தில் இந்தப் பிரச்சினை இல்லை. பதிப்பகங்களில் இதற்கென்றே ஒரு குழு இருப்பதால் அந்த வேலை சுலபமாக நடந்துவிடுகிறது.

ஜெயமோகன் எழுத்து கனவு மாதிரி என்கிறார். அதில் திருத்த ஏதும் இல்லை என்கிறார். நீங்கள் என்ன நினைக்கிறீர்கள்?

ஜெயமோகனும் நானும் எல்லா விஷயத்திலுமே துருவ வித்தியாசம் உள்ளவர்கள். எழுத்து கனவு மாதிரிதான். அந்தக் கனவை பொருண்மையாக ஒரு மொழியில், எழுத்தில் கொண்டு வரும்போது அங்கே ஏகப்பட்ட செயல்பாடுகள் நடக்கின்றன. நம் மனதில் உள்ள மொழிக்கிடங்கு இரண்டாயிரம் ஆண்டு சிந்தனை மரபையும் மொழி வரலாற்றையும் கொண்டது. அதைக் கொண்டுதான் சிந்திக்கிறோம். அதைக் கொண்டுதான் சிந்தனையை மொழிப்படுத்துகிறோம். இங்கே என்னுடைய ஆளுமை என்பதோடு கூட மொழியின் மானுடவியல் வரலாறும் செயல்பட்டுக் கொண்டிருக்கிறது. ஒரு சொல் இரண்டாயிரம் ஆண்டு மானுடவியல் சரித்திரத்தைக் கருவில் வைத்துக் கொண்டுதான் என் மனதில் அமர்ந்திருக்கிறது. எனவே எழுத்தாளனின் ஆளுமையும் மொழியின் மானுடவியல் வரலாறும் சேர்ந்த ஒரு கூட்டுச்செயல்பாடு (*praxis*)தான் எழுத்தாக மாறுகிறது. அதனால்தான், ஒரு படைப்பில் ஏகப்பட்ட திருத்தங்களைச் செய்ய வேண்டிய அவசியம் ஏற்படுகிறது.

13

நீங்கள் டெல்லியில் கணிசமான காலம் வாழ்ந்திருப்பதால் கேட்கிறேன், பலமொழிக்காரர்களும் வாழும் நிலமாக இருந்தாலும் ஏன் அங்கே நவீன தமிழுக்கு என்று ஓர் இலக்கிய வட்டத்தை உருவாக்க முடியவில்லை?

எந்த ஊரில்தான் உருவாக்கியிருக்கிறார்கள்? அமெரிக்காவில் இல்லாத தமிழர்களா? ஐக்கிய அரபு நாடுகளில் இல்லாத தமிழர்களா? ஐக்கிய அரபு நாடுகளில் உள்ள மலையாளிகள் இலக்கியரீதியாக மிகச்சிறந்த முறையில் ஒருங்கிணைந்து செயல்படுகிறார்கள். கேரளத்துக்கும் ஐக்கிய அரபு நாடுகளுக்கும் இலக்கியரீதியாக எத்தனையோ பரிவர்த்தனைகள் நடந்துகொண்டிருக்கின்றன.

அமெரிக்காவில் ஒவ்வொரு பெருநகரிலும் தமிழ்ச் சங்கங்கள் இருக்கின்றன. ஆண்டுதோறும் பொங்கல், தீபாவளிப் பண்டிகைகள் கொண்டாடுவதுதான் அவர்களின் கலாச்சாரச் செயல்பாடு. இல்லாவிட்டால் தமிழ் சினிமா மிமிக்ரி ஆட்களை அழைத்து ஸ்டார் நைட் நடத்துகிறார்கள். மற்றும் பட்டிமன்றப் பேச்சாளர்களை அழைக்கிறார்கள். மற்றபடி அங்கே உள்ள தமிழர்களும், இந்தியர்களும் ஈடுபடும் கலாச்சாரச் செயல்பாடு, கோவில் கட்டுவதுதான். இப்போது கார்ப்பரேட் சாமியார்களை

வரவழைத்து தியானம், யோகா என்றெல்லாம் கற்றுக்கொள்ள ஆயிரக்கணக்கான டாலர்களை செலவழிக்கிறார்கள். பொதுவாக வெளிநாட்டில் வாழ்பவர்கள் குறிப்பாக மேற்கத்திய நாடுகள் தாம் இந்தியாவில் விட்டுவிட்டு வந்த ஹிந்துத்துவ அடையாளத்தை விரும்பி அணிந்துகொள்வதைப் பார்க்கிறேன். ஆனால் பாவம், அவர்கள் அணிந்துகொள்வது அரசியல் ஹிந்துத்துவமே ஒழிய இந்தியாவின் மரபோ மதிப்பீடுகளோ அல்ல. குறிப்பாக, இந்திய மரபின் சிறப்பு அதன் பன்மைத்துவம். அதுபற்றிய பிரக்ஞையே வெளிநாடுகளில் வசிக்கும் ஹிந்துக்களிடம் இருப்பதில்லை.

எட்டரைக் கோடி தமிழர்கள் வாழும் தமிழ்நாட்டில் ஒரு எழுத்தாளனின் புத்தகம் இருநூறு பிரதிகள் விற்கிறது. ஆக, இலக்கியம் என்றால் என்னவென்றே தெரியாத ஒரு சமூகத்தைச் சேர்ந்தவர்கள்தானே அமெரிக்காவுக்கும் தில்லிக்கும் போகிறார்கள்? சுந்தர் பிச்சை நம் ஸ்ரீரங்கத்துக்காரர். அவருக்கு வள்ளுவரையும் பாரதியையும் தவிர வேறு ஒரே ஒரு தமிழ் எழுத்தாளரின் பெயராவது தெரியுமா? ஏன், இந்தியாவே கொண்டாடிய முன்னாள் ஜனாதிபதி அப்துல் கலாமை எடுத்துக்கொள்ளுங்கள். அவர் நினைத்திருந்தால் தமிழின் சமகால இலக்கியத்துக்கு எவ்வளவு செய்திருக்கலாம்? ஆனால் அவருக்குத் தெரிந்த இரண்டு எழுத்தாளர்கள், ஒருவர் வைரமுத்து. இன்னொருவர், கமல்ஹாசன். எப்படி தில்லியிலோ நியூயார்க்கிலோ தமிழ் இலக்கிய வட்டத்தை உருவாக்க முடியும்?

ஒட்டுமொத்தமான ஒரு ஃபிலிஸ்டைன் சமூகத்தினர் வேறு ஒரு மாநிலத்தில் அல்லது தேசத்தில் சென்று மட்டும் என்ன செய்துவிடப் போகிறார்கள்? அதுவும் தவிர, தில்லித் தமிழர்கள் பெரியாரின் இயக்கத்தினால் வெறுப்புற்று தில்லியில் குடியேறியவர்கள். அதனால் அவர்கள் தமிழையே துறக்கப் பழகினார்கள். ஹிந்திக்காரர்களும் அவர்களை ஏற்றுக்கொள்ள மறுத்துவிட்டதால் பாவம் ரெண்டும்கெட்டானாக வாழ்கிறார்கள்; பெயருக்குப் பின்னே தம் ஜாதிப்பெயரைப் போட்டுக்கொண்டு நிற்கிறார்கள்; பாதி ஹிந்தியும் பாதி

பிராமணத் தமிழுமாக ஏதோ ஒரு அசட்டு மொழியில் பேசிக் கொண்டிருக்கிறார்கள்.

சுருக்கமாகச் சொன்னால், உலகமெங்கும் தமிழர்கள் வாழ்கிறார்கள். ஆனால், அவர்களுக்கும் சமகால இலக்கியத்துக்கும் தொடர்பே இல்லை. சிங்கப்பூர், மலேஷியா கொஞ்சம் தேவலாம். ஆனால், அங்கே தெருவுக்கு ஒரு கோஷ்டி. கோஷ்டிகளுக்குள் கடும் சண்டை. அதனால் அந்த ஊர்களுக்கு என்னால் ஒரு இலக்கியப் பயணம்கூட செய்யமுடியவில்லை.

இத்தனைக்கு இடையிலும் ஒரே ஒரு நல்ல விஷயம். ஐரோப்பிய நாடுகளில் வசிக்கும் இலங்கைத் தமிழர்களில் சிலர் சமகால இலக்கியத்தின் சிறந்த வாசகர்களாகவும், எழுத்தாளர்களாகவும் திகழ்கிறார்கள்.

எங்கோ விஷயத்தை நீங்கள் பொதுமைப்படுத்த முற்படுகிறீர்கள் என்று எண்ணுகிறேன். எழுத்தாளர்கள் மதிக்கப்பட வேண்டும் என்பதிலோ, தமிழ்ச் சமூகம் இந்த விஷயத்தில் மோசமான இடத்தில் இருக்கிறது என்பதிலோ எனக்குச் சந்தேகம் இல்லை. ஆனால், வாசகர்களால் எழுத்தாளர்கள் கொண்டாடப்பட வேண்டும் என்றால், அவர்களுடைய உலகத்துக்குள் இவர்கள் இருக்க வேண்டும். ஜெயகாந்தன் போன்ற ஒருவரின் எழுத்துகள் – பேச்சுகளையும் அவருக்குக் கிடைத்த சமூக அங்கீகாரத்தையும் 'வெகுஜன எழுத்தாளர்' என்ற சிமிழுக்குள் அடைத்துக் கடந்துவிட முடியுமா? இதே சொற்களைக் கேரளத்தில் யாரோ ஒருவர் உங்களை நோக்கிக் குறிப்பிடலாம்தானே? தமிழ்நாட்டில் இலக்கியத்துக்கும் அரசியலுக்கும் இடையிலான பிணக்கு; சினிமா அடைந்த பெரும் செல்வாக்கு இரண்டுமே திராவிட இயக்க எழுச்சியோடும் பிணைந்திருக்கிறது. நான் இந்த விஷயத்தில் எந்த ஒரு தரப்பையும் சார்ந்தோ, குற்றஞ்சாட்டியோ பேசவில்லை. இதில் இரு தரப்புத் தவறுகளும் பேசப்பட வேண்டும்; ஆக்கபூர்வமாக விவாதிக்கப்பட வேண்டும் என்று எண்ணுகிறேன். நீங்கள் முற்றுமுதலாக இந்த விஷயத்தைப் புறக்கணிக்கிறீர்களோ என்று தோன்றுகிறது. ஞானி தியாகராஜர்தான் உண்டு; தன்னுடைய இசை

உண்டு என்று செல்வதை எவரும் குறை கூற முடியாது. ஆனால், 'என்னை ஏன் ஒட்டு மொத்த சமூகமும் கொண்டாடவில்லை?' என்று அவர் அரற்றவும் இல்லை என்பதை நாம் எண்ணிப்பார்க்க வேண்டும். யாரையெல்லாம் கர்நாடக இசை அறிவு எட்டியதோ, எட்டுகிறதோ அவர்கள் எல்லாம் அவரைக் கொண்டாடுவார்கள்; அவ்வளவுதானே! மேலும், நீங்கள் தமிழ் சினிமாவின் சமூகத்தாக்கத்தைத் துளியும் அங்கீகரிக்க மறுக்கிறீர்களோ என்றும் தோன்றுகிறது. எல்லாக் காலகட்டங்களின் ஏக்கங்களையும் அபிலாஷைகளையும் தமிழில் சினிமாவால் மக்களிடம் கொண்டுசேர்க்க முடிந்திருக்கிறது. ஆச்சர்யமூட்டும் வகையில் அரசியலோடு சினிமா இங்கே இணைந்து பங்காற்றியும் இருக்கிறது. நாம் இதை விவாதத்துக்கு அப்பாற்பட்ட உரையாடலாக முன்னெடுத்துச் செல்வோம். சொல்லுங்கள், கேரளத்தில் இதுபோன்ற போராட்டங்களில் நீங்கள் பங்கெடுத்த காலங்களில் அதற்கு உங்கள் சக எழுத்தாள நண்பர்களிடம் எத்தகைய வரவேற்பு இருந்தது? அவர்கள் எந்த அளவுக்கு இதையெல்லாம் முக்கியத்துவத்துடன் பார்த்தார்கள்?

அதிர்ஷ்டவசமாக நம் நேர்காணல் வெறும் கேள்வி பதில் என்ற முறையில் வராமல் ஒரு உரையாடலாகச் சென்று கொண்டிருப்பது மகிழ்ச்சி அளிக்கிறது. பாதாளக் கொலுசு பற்றிக் கேள்விப்பட்டிருப்பீர்கள். கொலுசு போன்ற வடிவத்தில் பல கொக்கிகள் ஒரு இரும்பு வளையத்தில் இணைக்கப்பட்டிருக்கும். கிணற்றில் விழுந்துவிட்ட சொம்பு, குடம் போன்றவற்றை அதைக் கொண்டு எடுப்பார்கள். அப்படி என்னிடமிருந்து இதுகாறும் வெளிவராத பல அரிய விஷயங்களை உங்களின் பாதாளக் கொலுசு கேள்விகள் இந்த உரையாடலில் வெளிகொண்டு வருகின்றன.

கிட்டத்தட்ட நூறு மணி நேரம் விவாதிக்கக் கூடிய தரவுகளை வேண்டி நிற்கின்றன உங்கள் கேள்விகள்.

கேரளத்தில் என் இடம் என்ன என்பது பற்றிச் சில நிகழ்வுகளைக் குறிப்பிட்டேன். அதில் இன்னும் இரண்டு சம்பவங்களைச்

சொல்ல வேண்டும். 2008இல் பிளாச்சிமடா போராட்டம் முடிந்தவுடன் அப்போது கேரள முதல்வராக இருந்த வி.எஸ். அச்சுதானந்தனிடம் ஒரு தொலைக்காட்சி நிருபர் "தமிழ் எழுத்தாளர் சாரு நிவேதிதா 'அச்சுதானந்தன் தலைமையிலான கம்யூனிஸ்டுகள் மக்கள் இயக்கங்களை அதிகார பலத்தினால் ஒடுக்க முயற்சிக்கிறார்கள்' என்று குற்றம் சாட்டியிருக்கிறார். அதற்கு உங்கள் பதில் என்ன?" என்று கேட்டார். அதற்கு முதல்வர் "அவர் தமிழ்நாட்டிலிருந்து வருவதால் இங்கே உள்ள எதார்த்த நிலவரம் அவருக்குத் தெரியவில்லை" என்று பதில் கூறினார். இங்கே தமிழ்நாட்டில் இலக்கியத்துக்கும் அரசியலுக்குமான உறவு இப்படி இருக்கிறதா என்பதே என் கேள்வி.

இன்னொரு முறை, ஒரு மலைப்பகுதியில் என் கூட்டம் இருந்தது. நகரிலிருந்து மலைப்பாதையில் நெடுந்தொலைவு செல்ல வேண்டும். கூட்டத்தில் கேரளத்தின் முன்னணி சமூகப் போராளியான சி.கே. ஜானுவும் கலந்துகொண்டார். கூட்டம் மாலை ஆறு மணிக்கு. எனக்கு ரயில் சற்று தாமதம். மலைப்பகுதியில் கடந்த சில தினங்களில் மழை பெய்திருந்ததால் பாதைகள் சிதைந்து போய் நாங்கள் கூட்டம் நடந்த மலைக்கிராமத்துக்குப் போகும்போது நள்ளிரவு ஆகி விட்டது. இருநூறு பேர் வந்திருந்த கூட்டத்தில் நாங்கள் சென்ற போது நாலு பேர் இருந்தார்கள். ஆனால் மேடையில் ஏழெட்டு பேர். சி.கே. ஜானு அந்த நேரத்திலும் எனக்காகக் காத்துக் கொண்டிருந்தார். சி.கே. ஜானுவுக்காகவும் கூட்டத்திலிருந்த நாலு பேருக்காகவும் அன்று நான் பேசினேன்.

அதன் பிறகு கேரளா செல்வது கொஞ்சம் கொஞ்சமாக நின்று விட்டது. கல்லிலும் முள்ளிலும் படுத்துப் போராடிக் கொண்டிருந்த களச் செயலாளிகளின் வாழ்க்கையை என் உடம்பு தாங்கவில்லை. ஒருமுறை ஒரு மிகப்பெரிய தொழிலாளர் போராட்டத்துக்கு நான் தலைமை தாங்க வேண்டும். காலை பத்து மணிக்குப் போராட்டம். நான் முந்தின இரவே போய்ச் சேர்ந்து விட்டேன். கிளர்ச்சிக்காரர்கள் என்னைக் குடிக்க அழைத்தார்கள். அவர்கள் குடிக்கும் மது

எனக்கு ஒத்துக்கொள்ளாது என்பதாலும், அடுத்த நாள் போராட்டத்துக்குத் தெளிவாகச் செல்ல வேண்டும் என்பதாலும் நான் குடிக்கவில்லை. நான் தங்கியிருந்த அறைக்கு வந்து விட்டேன். பன்னிரண்டு மணி அளவில் எனக்குக் கடுமையான நெஞ்சு வலி. பதினாறு மணி நேர ரயில் பயணமும், அதற்கடுத்த ஜீப் பயணமும் எனக்கு ஒத்துக்கொள்ளவில்லை. ஹார்ட் அட்டாக்குக்கான அறிகுறிகள் (அதீத வியர்வை, தாடையில் வலி) தெரிந்தன. தோழர்களை ஃபோனில் அழைத்தால் யாருமே எடுக்கவில்லை. மது அருந்தி விட்டு மல்லாந்து விட்டார்கள். ஆபத்துக்குப் பாவம் இல்லை என்று சென்னையில் இருந்த என் நண்பரான ஒரு ஆர்.எஸ்.எஸ். தொண்டரை அழைத்து விஷயத்தைச் சொன்னேன். அவர் நான் தங்கியிருந்த ஊரின் ஆர்.எஸ்.எஸ். தொண்டர்களை அழைத்து எல்லாம் ஐந்து பத்து நிமிடங்களில் நடந்து முடிந்தது அவர்கள் உடனடியாக என்னை அழைத்துச் சென்று மருத்துவமனையில் சேர்த்து என்னைப் பிழைக்கச் செய்தார்கள். கம்யூனிஸ்ட் போராளிகளோடு போராட வந்தவனை ஆர்.எஸ்.எஸ். தொண்டர்கள் காப்பாற்றிய நகைமுரண் அன்று நடந்தது.

அதே போல் என் கேரளப் பயணத்தில் இன்னொரு முறையும் இதயத்தில் கடும் வலி ஏற்பட்டு விமானத்தில் திரும்ப வேண்டியதாயிற்று. சுவரை வைத்துத்தானே சித்திரம் எழுத முடியும் என்று அப்போதிருந்து கேரளம் செல்வதை நிறுத்தி விட்டேன்.

இப்போது உங்கள் கேள்விகளுக்கு வருவோம்.

ஜெயகாந்தன் காமராஜரோடு மட்டும் நட்பில் இல்லை. கருணாநிதி, எம்ஜியார், மூப்பனார் போன்ற எல்லா தலைவர்களோடும் சந்திர பாபு, இளையராஜா போன்ற சினிமா கலைஞர்களோடும் நட்பில் இருந்தார். இல்லை, மாற்றிச் சொல்ல வேண்டும். இவர்கள்தான் அவரோடு நட்பில் இருந்தார்கள். இரண்டு சம்பவங்களைச் சொல்கிறேன். கருணாநிதியும் ஜெயகாந்தனும் ஜெயகாந்தன் நடத்திய கல்பனா பத்திரிகைக்காக உரையாடுகிறார்கள். கீழே வருவது உரையாடல்:

மு.க.: காமராஜரைப் போன்ற பெரிய தலைவர்கள் வற்புறுத்தியதனால், அதற்காக திமுகவின் மீது அபவாதங்களைக் கூறி மக்கள் மத்தியில் தொடர்ந்து எதிர்ப்பை உருவாக்கியதனால், நான் மதுவிலக்கை மறுபடியும் கொணர நேர்ந்தது. இந்தியா முழுவதும் மதுவிலக்கை அமல்படுத்தாமல் ஓரிரு மாநிலங்களில் மட்டும் அமல்படுத்துவது வெற்றி தராது என்பது என் கருத்து.

ஜெ.கா.: நான் அது விஷயத்தில் காமராஜரின் விமர்சனங்களை அப்போதே ஏற்கவில்லை... நீங்கள் சட்டம் போட்டுவிட்டீர்கள் என்பதற்காக, தண்டித்து விடுவீர்கள் என்பதற்காக பயந்து கொண்டு ஒரு கோழை போல நான் குடிக்காமல் இருக்க வேண்டுமென்று விரும்புவீர்களா? என்னைப்போன்றவர்களைக் குற்றவாளியாக்குவதும், கோழையாக்குவதும்தான் சட்டத்தின் நோக்கமா?

மு.க.: (வாய் விட்டுச் சிரிக்கிறார்) ஜெயகாந்தனின் வாதங்கள் சுவையானவை. சிந்திக்கத் தூண்டுபவை. ஆனாலும் அவற்றோடு என் கருத்துக்களை இணைத்துவிட வேண்டாம்.

நம்முடைய இந்த நீண்ட உரையாடல் முழுவதுமே நான் சொல்ல விரும்பியது இதைத்தான். கருணாநிதி முதல்வர். ஜேகே எழுத்தாளர். ஆனால் ஜெயகாந்தனின் செருக்கைப் பாருங்கள். பாரதியிடம் இருந்த அதே செருக்கு. இப்படி ஒரு பாவனையோடும் செருக்கோடும் எந்த ஒரு தமிழ் எழுத்தாளனும் எந்த ஒரு முதல்வரிடமும் பேசி விட முடியுமா சொல்லுங்கள்?

கருணாநிதியாவது சமகால இலக்கியத்தோடு பரிச்சயம் கொண்டவர். எம்ஜியார் இலக்கியத்துக்கு வெளியே இருந்தவர். ஜெயகாந்தன் தான் கஞ்ஜா குடிப்பதை மறைத்தவர் அல்ல. மிக வெளிப்படையாக பொதுவில் நடக்கும் கூட்டங்களிலும் கஞ்ஜா குடித்தவர். எம்ஜியாரோ இது போன்ற போதைப் பொருட்களுக்கு மிகவும் எதிரானவர். ஜேகே பொது இடங்களில் கஞ்ஜா புகைப்பது பற்றி எம்ஜியாரிடம் சிலர் புகார் செய்தபோது "கலைஞர்களை நாம் தொந்தரவு செய்யக்கூடாது" என்று சொன்னார்.

இன்றைய தமிழ் எழுத்தாளனுக்கு இந்த அடையாளமும் இந்த இடமும் இருக்கிறதா என்பதே என் கேள்வி.

ஐம்பது ஆண்டுகளாக நான் என் கருத்துக்களை வெளிப் படுத்துவதற்கு யாருக்காகவும் அஞ்சியதில்லை. யாரோடும் ஒருபோதும் சமரசமும் செய்துகொண்டதும் இல்லை. எனவே எழுபது வயது ஆகும் இந்த நேரத்திலும் என் கருத்துக்களுக்காக அஞ்ச வேண்டியது இல்லை. ஆம், நான் சொல்லப்போவது அந்த அளவுக்கு அதிரடியானது.

நான் தமிழ்நாட்டில் மக்களுக்காகப் போராடவில்லை, மக்களை எதிர்த்துத்தான் போராடுகிறேன். என் எழுத்தின் மூலம்.

ஏன் என்று பார்ப்போம். தமிழ் மக்கள் என்றால் யார்? அவர்களுடைய இப்போதைய குணாம்சம் என்ன? இதற்கு முன்னர் அவர்கள் எப்படி இருந்தார்கள்? இப்போது எப்படி இருக்கிறார்கள்? நடந்தது ஒரு சீரழிவு என்றால் அதற்குக் காரணமாக இருந்தது எது?

சுதந்திரப் போராட்ட காலத்தில் கொடைக்கானலிலிருந்து ஒருவர் வயதுக்கு வந்த தன் மகளைத் தனியாக சென்னைக்கு அனுப்புகிறார். இரவு நேரம். தந்தைக்கு பயம். ஆனால் அந்தப் பெட்டியில் நாலைந்து காந்தித் தொப்பிக்காரர்களைப் பார்த்ததும் அவருக்கு பயம் தீர்ந்துவிடுகிறது. அவர்களும் அந்தப் பெண்ணை சென்னையில் நல்ல முறையில் கொண்டு சேர்த்து விடுகிறோம் என்கிறார்கள்.

எண்பது ஆண்டு கடந்து விட்டது. நெஞ்சைத் தொட்டுச் சொல்லுங்கள். இப்போது ரயிலில் ஒரு அரசியல்வாதியை நம்பி அப்படி நாம் செய்வோமா? நான் அரசியல்வாதியை மட்டும் குற்றம் சொல்லவில்லை. அரசியல்வாதியும் நம் வீட்டிலிருந்துதானே செல்கிறார்? அவர் மட்டும் என்ன நரகத்திலிருந்தா வந்து குதிக்கிறார்?

என்ன சொல்ல வருகிறேன் என்றால், காற்றும் நீரும் மாசு அடைந்தது போலவே நம் மதிப்பீடுகளும் சீரழிந்து விட்டன. வனங்களை அழித்ததால் யானைகளுக்குக் குடிக்க நீரின்றி அவை

ஊருக்குள்ளே வந்ததை நான் ஸ்ரீவில்லிபுத்தூர் காட்டழகர் கோவிலுக்குச் சென்றபோது கண்டேன். மனிதனின் பேராசை யானைகளையும் புலிகளையும்கூட வனங்களிலிருந்து துரத்தி விட்டது.

பள்ளிகளில் ஆசிரியை குத்துப்பாட்டுக்கு டான்ஸ் ஆடுகிறார். மாணவ மணிகளும் சேர்ந்து ஆடுகிறார்கள். வலைத்தளங்களைத் திறந்தாலே இந்தக் கண்மணிகளின் குத்துப்பாட்டுதான் காணக் கிடைக்கிறது.

ஆனால் என் மாணவப் பருவத்தில் நாங்கள் ஜெயகாந்தனின் பேச்சைக் கேட்டு வளர்ந்தோம். அவர் பேசாத கல்லூரியே அந்தக் காலத்தில் இல்லை. கல்லூரி விழாக்களில் அப்போது ஜெயகாந்தனை அழைத்தார்கள். இப்போது சினிமா நடிகனை அழைக்கிறார்கள். ஒன்று தெரியுமா உங்களுக்கு? நான் தமிழ்நாட்டில் எந்தக் கல்விக்கூடத்திலும் பேச அழைக்கப் பட்டதில்லை. ஒரே ஒரு முறை சென்னைப் பல்கலைக்கழகத்தின் ஃப்ரெஞ்சுத் துறை மட்டுமே பேச அழைத்தது. முழுக்கவும் ஃப்ரெஞ்ச் இலக்கியம் பற்றியும் ஃப்ரெஞ்ச் தத்துவவாதிகள் பற்றியும்தான் பேசினேன். அங்கே இருந்த தமிழ்த்துறையினருக்கு என் பெயர்கூடத் தெரிந்திருக்கவில்லை. அவர்களுக்குத் தெரிந்த கடைசித் தமிழ் எழுத்தாளர் பாரதியாராக இருந்தார். இப்போது புதுமைப்பித்தனை சேர்த்திருக்கலாம். என் பெயர் வர இன்னும் நூறு ஆண்டுகள் ஆகும்.

சில ஆண்டுகளுக்கு முன்பு என் நண்பரின் பத்திரிகை அலுவலகத்துக்கு ஒரு கட்டை விரல் பார்சல் வந்தது. நடிகர் விஜய்யிடம் கொடுத்துவிடச் சொல்லி அதில் ஒரு துண்டுச் சீட்டு. சமீபத்தில் ஒரு சினிமாவின் முதல் நாள் காட்சியை நடிகரின் ரசிகர் லாரியில் ஏறிக் கொண்டாடியபோது கீழே விழுந்து செத்தார். பிரபல நடிகர்களின் படம் வெளிவரும்போதெல்லாம் முதல் நாள் முதல் காட்சியை அதிகாலை மூன்று மணிக்கு மூவாயிரம் ரூபாய் கொடுத்துப் பார்க்கிறது மக்கள் கூட்டம்.

இந்த மக்களை எதிர்த்துத்தான் போராடிக்கொண்டிருக்கிறேன், என் எழுத்தின் மூலம். இவர்களைத்தான் ஃபிலிஸ்டைன் சமூகம் என்று குற்றம் சாட்டுகிறேன்.

நடிகர் தனுஷ் தன் பட வெளியீட்டில் பேசுகிறார். அவர் படிக்கும்போது டியூஷனுக்குப் போகாமல் கட் அடித்துவிட்டு பைக்கில் அமர்ந்து கொண்டு தன் கேர்ள் ஃப்ரெண்டுக்குக் கேட்கும் விதத்தில் பைக்கிலிருந்து தொடர்ந்து ஹாரன் அடிப்பாராம். அதனால் வகுப்பு நடத்தமுடியாமல் போகும் ஆசிரியை "அவன் (தனுஷ்) உருப்படாமல் கூத்தாடியாகத்தான் போவான்" என்று சபிப்பாராம். அவர் சபித்தபடியே தனுஷ் இன்று கூத்தாடியாகி விட்டாராம். இதைக் கேட்டு கை தட்டுகிறது சமூகம்! என்ன ஒரு அறிவார்ந்த சமூகம் இது! சரி, அந்தக் "கூத்தாடி"யின் சம்பளம் எவ்வளவு என்று பார்த்தால் அம்பது கோடி!

இந்தப் பேச்சைக் கேட்டு விட்டுத்தான் இந்த நடிகர்களைப் பின்பற்றுகிறார்கள் இளைஞர்கள். ஆனால் லட்சத்தில் ஒரு நடிகர்தான் அப்படி வருகிறார். அம்பது கோடி ஊதியமும் பெறுகிறார். அவரை முன்மாதிரியாகக் கொள்ளும் இளைஞர்களோ கொலைக்கேஸில் மாட்டிச் சாகிறார்கள். நுங்கம்பாக்கம் ரயில் நிலையத்தில் ஒரு பெண்ணைக் கொலை செய்து விட்டுத் தானும் இறந்த ஒரு இளைஞனை வேறு எப்படிப் பார்ப்பது? ஒட்டு மொத்தத் தமிழ்ச் சமூகத்திலும் இன்றைய காதல் தனுஷ் சொன்ன நிஜக்கதை மாதிரிதான் இருக்கிறது. நுங்கம்பாக்கம் இளைஞனின் கதை. அவன் படிக்க மாட்டான். பதினாறு வயதிலேயே சிகரெட் குடிப்பான். தண்ணி அடிப்பான். ஒரு அழகான பெண்ணைப் பார்த்ததும் காதல் வயப்பட்டு ஐ லவ் யூ சொல்வான். அவளும் சொல்ல வேண்டும். சொல்லாவிட்டால் முகத்தில் அமிலம் ஊற்றுவான். இல்லாவிட்டால் கொலைபண்ணுவான்.

தமிழில் வருகின்ற பெரும்பாலான சினிமாவில் வேறு என்ன மாதிரியான காதல் வருகிறது சொல்லுங்கள்?

இங்கே உள்ள பூங்காக்களுக்குக் காலை பத்து மணி அளவில் சென்று பாருங்கள். தமிழ் சினிமாவையே மிஞ்சும் காட்சிகளைக் காணலாம். நான் காதலுக்கு எதிரி அல்ல. ஒன்பதாம் வகுப்பு மாணவியும் அவள் கூடவே ஒரு லும்பனும்

அமர்ந்திருக்கிறார்கள். அந்தக் காதலுக்கு நான் எதிரி. என் நண்பர் ஒருவர் அப்படி ஒரு ஜோடியைப்பார்த்து கண்டிக்கப் போக, அந்தப் பதினைந்து வயதுப் பெண் தமிழில் உள்ள அத்தனை கெட்ட வார்த்தைகளையும் சொல்லி என் நண்பரைத் திட்டினாளாம்.

லும்பன் என்றால் யார்? கல்வியையும் உழைப்பையும் ஒதுக்கித் தள்ளி விட்டு, அடுத்தவர் உழைப்பில் வாழும் சமூக ஒட்டுண்ணிகளையே நான் லும்பன் என்று அழைக்கிறேன். இவர்களை நாம் *sociopath* என்றும் சொல்லலாம். தன்னுடைய மகிழ்ச்சிக்காக கொலை உட்பட எதையும் செய்யத் துணிபவரே சோஷியோபேத் எனப்படுவர். அதைப் பெரிய அளவில் செய்தவன் பாப்லோ எஸ்கோபார்.

லும்பன் என்று நான் குறிப்பிடுவது பொருளாதார ரீதியான அர்த்தத்தில் அல்ல. சமூகத்தின் மேல்தட்டிலும் லும்பன்களே நிறைந்திருக்கிறார்கள். ஒரு உதாரணம் தருகிறேன். உயர் நடுத்தர வர்க்கத்தைச் சேர்ந்த ஒரு கல்லூரி மாணவன். சிறுவயதிலிருந்தே *prodigy* என்று கருதப்பட்டவன். சகலகலா வல்லவன். அவன் ஒரு ஓவியம் வரைந்திருந்தான். உருவம் தத்ரூபமாக புகைப்படம் எடுத்தது போல் இருக்கவே எல்லோரும் பாராட்டினார்கள். நான்தான் மக்களுக்கு எதிராகப் போராடுபவன் ஆயிற்றே? நான் மட்டும் அவனைத் திட்டினேன். இப்படி:

"உனக்கு நம்முடைய தேசத்தந்தையைத் தெரியாதா? நம்முடைய வ.உ.சிதம்பரம் பிள்ளையைத் தெரியாதா? தியாகராஜர், பீத்தோவன் போன்ற இசைமேதைகளைத் தெரியாதா? சினிமாவையே எடுத்துக் கொண்டாலும் உலகப்புகழ் பெற்ற சத்யஜித் ரேயைத் தெரியாதா? சரி, உனக்குத் தெரிந்த ஓவியத் துறையிலேயே ஒரு வான்கோவைத் தெரியாதா? சே குவேரா போன்ற போராளிகளைத் தெரியாதா? நோபல் பரிசு பெற்ற நம்முடைய விஞ்ஞானிகளைத் தெரியாதா? போயும் போயும் ஒரு தமிழ் சினிமா நடிகரை மட்டும்தானா உனக்குத் தெரியும்? உனக்காக நான் வெட்கப்படுகிறேன்."

அவன் வரைந்திருந்த ஓவியத்தில் தத்ரூபமாகக் காட்சியளித்தவர் நடிகர் அஜித்.

இன்றைய இளைஞர்கள் எப்படி இருக்கிறார்கள் என்பதற்கு இன்னொரு உதாரணம்: என் நண்பரும் எழுத்தாளருமான அபிலாஷ் சந்திரன் பெங்களூரில் ஒரு ஆங்கிலப் பேராசிரியர். அவர் வகுப்பில் பல மாநிலங்களைச் சேர்ந்த மாணவர்கள் உண்டு. அன்றைய தினம் மொழிபெயர்ப்பு வகுப்பு. அபிலாஷ் அவர்களிடம் தங்கள் மொழிகளிலிருந்து ஒரு எழுத்தாளரைத் தேர்ந்தெடுத்து அவர் கதை ஒன்றை ஆங்கிலத்தில் மொழிபெயர்க்கச் சொல்கிறார். கன்னட மாணவர்கள் பைரப்பா, காரந்த் போன்றவர்களையும், மலையாள மாணவர்கள் பஷீர், ஸக்கரியா போன்றவர்களையும், ஹிந்தியில் நிர்மல் வர்மா போன்றவர்களையும் மொழிபெயர்க்க, தமிழ் மாணவர்கள் மட்டும் ஒன்றும் தெரியாமல் முழித்துக் கொண்டிருந்திருக்கிறார்கள். வெகுஜன எழுத்தாளரான சுஜாதாவின் பெயர் கூட அவர்களுக்குத் தெரிந்திருக்கவில்லை. ஒட்டு மொத்த சமூகமே ஃபிலிஸ்டைனாக மாறி விட்டதன் அடையாளம் இது.

நம் உரையாடலை வாசித்துக் கொண்டிருக்கும் ஒரு வாசகர் "சாரு ஸ்டெர்லைட் போராட்டத்தில் கலந்துகொண்டாரா?" என்று கேட்டிருக்கிறார். கலந்துகொண்டால் அடித்துக் கொன்றிருப்பார்கள். ஏனென்றால், போலீஸ்காரருக்கு என்னை யாரென்று தெரியாது. இந்தியாவில் ஒரு சராசரி மனிதன் என்பவன் கொசுவுக்குச் சமானம். ஸ்டெர்லைட்டை விடுங்கள். என் வீட்டுக்குப் பின்னால்தான் இருக்கிறது மெரினா கடற்கரை. அங்கே நடந்த ஜல்லிக்கட்டுப் போராட்டத்தில் லட்சக்கணக்கான இளைஞர்கள் குவிந்தனர். அது பற்றி எழுதினேன். தமிழிலும் ஆங்கிலப் பத்திரிகையிலும் எழுதினேன். நேரில் போய் வேடிக்கை பார்த்தேன். அவர்களில் யாருக்குமே என்னைத் தெரியாது. நான் சினிமா நடிகன் இல்லையே? அவர்களோ தம் வாழ்நாளில் ஒரு இலக்கிய நூலையும் படித்திராதவர்கள். படிப்பதை விடுங்கள். இன்றைய தினம் தமிழ் தமிழ்நாட்டிலேயே தமிழ் பேச்சு மொழியாகி விட்டிருக்கிறது. இளைஞர்கள் பலருக்கு தமிழ் பேச மட்டுமே தெரியும். எழுதத்தெரியாது. எழுதத்தெரிந்தவர்களுக்கும்

பிழையில்லாமல் எழுதத் தெரியாது. நான் ஒரு தினசரியில் நடக்கும் சிறுகதைப் போட்டிகளுக்கு பல ஆண்டுகள் நடுவராக இருந்திருக்கிறேன். சொன்னால் நம்ப மாட்டீர்கள். ஒரு ஊரில் ஒரு ரஜா இருந்தன்... என்றுதான் கதையையே ஆரம்பிப்பார்கள். ஆயிரம் கதையில் ஐந்து கதையே தேறும். அந்த ஐவரும் அறியப்பட்ட எழுத்தாளர்களாக இருப்பார்கள். ஆக, ஒரு ஊரில் ஒரு ரஜா இருந்தன் என்று எழுதுபவர்கள்தான் ஜல்லிக்கட்டு தமிழனின் அடையாளம் என்று சொல்லி போராட்டத்தில் ஈடுபட்டவர்கள். இளைஞர்களை விடுங்கள். இளம் தலைமுறை எழுத்தாளர்களில் பலருக்கே தமிழைப் பிழையின்றி எழுதத் தெரியவில்லை. சகிக்கவே முடியாத அளவுக்கு இலக்கணக் கொலையாக இருக்கிறது அவர்கள் எழுதும் தமிழ். வாழ்கை என்றும் நிர்பந்தம் என்றும் எழுதுகிறார்கள். நிர்பந்தத்தைக் கூட விடுங்கள், வாழ்கையைத்தான் என்னால் சகிக்கவே முடியவில்லை.

ஒரு எழுத்தாளனின் சமூகப்பங்களிப்பும் சமூகப் போராட்டமும்தான் நம் உரையாடலின் மிக முக்கியமான இடத்தைப் பிடித்திருக்கிறது. அது குறித்து, இரண்டு சம்பவங்களைக் குறிப்பிட விரும்புகிறேன். தி.ஜ. ரங்கநாதன் என்று ஒரு எழுத்தாளர் இருந்தார். சுதந்திரப் போராட்டத்தில் ஈடுபட்டவர். அதற்காகவே லௌகீக வாழ்வைப் புறக்கணித்தவர். அவர் இளைஞனாக இருக்கும்போது ஒருமுறை சென்னையில் ஒரு பெரிய காங்கிரஸ் மாநாடு ஏற்பாடாகியிருந்தது. சுதந்திரத்துக்கு முன்னே. மூன்று நாள் மாநாடு. காந்தியும் வந்திருக்கிறார். மூன்று நாட்களும் பம்பரமாய்ச் சுழன்று வேலை செய்த தி.ஜ.ர. மூன்றாவது நாள் மாநாடு முடிந்த கையோடு அரக்கப் பரக்கக் கிளம்பப்பார்க்கிறார். மாநாட்டுத் தலைவர் “எல்லாம்தான் முடிந்துவிட்டதே, கொஞ்சம் இருந்து ஆற அமர சாப்பிட்டுவிட்டுக் கிளம்பலாமே?” என்கிறார். அதற்கு இளைஞர் சொன்னார், “என் பத்து மாதக் குழந்தை காலையில் இறந்துவிட்டது, நான் போய்த்தான் காரியம் செய்ய வேண்டும்.”

“அடப்பாவி, நீ மனுசன்தானா?” என்று கேட்டார் தலைவர். “இல்லை, நான் தொண்டன்” என்றார் தி.ஜ.ர.

நன்றி: காலச்சுவடு

பிற்காலத்தில் நல்ல எழுத்தாளராகவும் திகழ்ந்தார் தி.ஜ. ரங்கநாதன். ஆனால் தமிழ்நாட்டில் ஓசியில்தானே எழுத வேண்டும்? குடும்பம் பட்டினி கிடந்தது. காந்தீய மதிப்பீடுகளில் வாழ்ந்தவர். யாரிடமும் யாசகம் கேட்க மாட்டார். சாரு நிவேதிதாவைப் போல் அரற்ற மாட்டார். கடைசியில் அவர் மனைவி இங்கே மைலாப்பூரில் வீடுகளில் பாத்திரம் தேய்த்து வாழ்ந்தார். இருக்க இடம் இல்லை. அரசாங்கத்தில் யாரோ சொல்லி, மைலாப்பூரில் உள்ள குயில்தோப்பு என்ற சேரிப் பகுதியில், குடிசையை விட மட்டமான ஒரு சிறிய வீட்டை அளித்தது அரசு. அது முக்கியம் இல்லை. அந்த வீட்டைக் கொடுத்ததற்கான அரசு ஆணையின் எண்ணை சிலேட்டில் எழுதி அந்த சிலேட்டை தி.ஜ.ரங்கநாதனைப் பிடித்துக்

கொள்ளச் சொல்லி புகைப்படம் எடுத்துக்கொண்டது அரசு. உலகம் பூராவும் சிறைக் கைதிகளுக்குத்தான் அப்படி நம்பர் அட்டை கொடுத்து புகைப்படம் எடுப்பது வழக்கம்.

நம் தமிழ் மொழியின், தமிழ்ப் பண்பாட்டின், தமிழ்ச் சமூகத்தின் சீரழிவின் குறியீடாக அந்தப் புகைப்படத்தைப் பார்க்கிறேன்.

தி.ஜ. ரங்கநாதனின் குழந்தை இறந்த சம்பவத்தைப் போலவே எனக்கும் அப்படி நடந்தது. ஜூன் 25, 2009. உயிர்மை இலக்கியப் பத்திரிகையில் தொடர்ந்து நான் கட்டுரைகள் எழுதி வந்தேன். அன்றைய தினம்தான் மைக்கேல் ஜாக்ஸன் இறந்திருந்தார். அதனால் அந்த மாதம் நான் எழுதியிருந்த கட்டுரைக்குப் பதிலாக மைக்கேல் ஜாக்ஸன் பற்றி ஒரு இரங்கல் கட்டுரை தர முடியுமா என்று கேட்டார் உயிர்மை ஆசிரியர் மனுஷ்ய புத்திரன். மைக்கேல் ஜாக்ஸன் என் ஆதர்ச நாயகன். இரண்டே நாட்களில் கட்டுரை வேண்டும். மாதக் கடைசி என்பதால் தாமதம் கூடாது. பத்திரிகை அச்சுக்குப் போக வேண்டும். என் கட்டுரைக்கான இடத்தை விட்டுவிட்டு பத்திரிகை தயாராகி விட்டது. கட்டுரையை மதியம் கொடுக்கவேண்டும். காலையில் என் தந்தை இறந்து விட்டார். என்னை ஒரு பேரரசனைப் போல் வளர்த்தவர். யோசிக்கவே இல்லை. "பிரேதத்தை எடுத்து விடுங்கள், நான் எழுதிக் கொடுத்துவிட்டு வருகிறேன்" என்று சொல்லி விட்டேன். நான் வீட்டுக்கு மூத்த மகன்.

எழுதிக் கொடுத்து விட்டு மனுஷ்ய புத்திரனிடம் "கட்டுரையில் ஏதும் சந்தேகங்கள் இருந்தால் என்னால் தொலைபேசியை எடுக்க முடியாது, ஏதும் நினைக்க வேண்டாம்" என்று சொல்லி விஷயத்தைச் சொன்னேன். "நீங்கள் மனுஷன்தானா?" என்று கேட்டார் மனுஷ்ய புத்திரன்.

"இல்லை, எழுத்தாளன்" என்றேன்.

இது எல்லாம் போராட்டத்தில் சேர்த்தியா, இல்லையா? அண்ணா சாலையில் போய் கொடி பிடித்தால்தான் போராட்டமா?

இந்த இடத்தில் மகாப் பெரியவர் சந்திரசேகரேந்திரர் கூறியதை உங்களுக்கு மீண்டும் நினைவுபடுத்துகிறேன்.

அவர் ஏன் ஒரு இனத்தின் அடையாளமாக தன்னைப் போன்ற ஒரு ஆன்மீகவாதியை வைக்காமல் எழுத்தாளனை வைத்தார்? மகத்தான ஆன்மீகவாதிகளான ஆதி சங்கரரும், பட்டினத்தடிகளும் கூட தங்கள் தாய் இறந்தபோது ஓடிப்போய் இறுதிச் சடங்குகளைச் செய்தார்கள். பட்டினத்தடிகள் "முந்தித் தவம் கிடந்து முந்நூறு நாள் சுமந்து" என்றெல்லாம் தன் தாய் பற்றி எழுதிய பாடல்களை நாம் மறக்கமுடியுமா? ஆனால் எழுத்தாளனுக்கு இந்த சமூகமே குடும்பமாக விளங்குகிறது என்பதற்காக இந்தச் சம்பவங்களைக் குறிப்பிட்டேன்.

தமிழில் மூன்று விதமான எழுத்தாளர்கள் இருக்கிறார்கள். அசோகமித்திரன், லா.ச. ராமாமிர்தம் மாதிரி அரசியலுக்கு வெளியே இருப்பவர்கள். அரசியல் என்றால் கட்சி அரசியலைச் சொல்லவில்லை என்பது உங்களுக்குத் தெரியும். அடுத்து, இடதுசாரி இயக்கங்களோடு இணைந்து செயல்படும் எழுத்தாளர்கள். மூன்றாவது, என்னைப் போன்றவர்கள்.

என்னைப் போன்றவர்களின் அரசியல்தான் தமிழுக்கு முக்கியமானதும், தேவையானதும் என்று கருதுகிறேன். கடந்த நாற்பது ஆண்டுகளாக நான் லத்தீன் அமெரிக்க அரசியல், சினிமா, இலக்கியம் ஆகிய மூன்றிலும் பங்களித்தவர்கள் பற்றித் தொடர்ந்து எழுதிக்கொண்டிருக்கிறேன். தமிழ் மொழியில் சே குவேரா என்ற பெயர் முதல்முதலாக அச்சில் வந்ததே என்னுடைய கட்டுரையின் மூலம்தான். எண்பதுகளின் தொடக்கத்தில் வந்த படிகள் என்ற பத்திரிகையில் சே குவேரா பற்றி ஒரு நீண்ட கட்டுரை எழுதினேன். அதுதான் தமிழில் சே பற்றிய முதல் பதிவு. அடுத்த புத்தகமே லத்தீன் அமெரிக்க சினிமா. இன்று மாற்று சினிமாவை முன்வைக்கும் பா. ரஞ்சித் போன்ற இயக்குனர்கள் சாரு நிவேதிதா எழுதிய சினிமா புத்தகங்களிலிருந்து கற்றுக்கொண்டோம் என்று சொல்கிற போது நான் செய்ததெல்லாம் ஒரு நுணுக்கமான *(micro)* அரசியல் செயல்பாடாகத் தெரியவில்லையா?

அதேபோல் கடந்த முப்பது ஆண்டுகளாக அரபி இலக்கியத்திலிருந்து எத்தனையோ எழுத்தாளர்களை

மொழிபெயர்த்திருக்கிறேன், அறிமுகப்படுத்தியிருக்கிறேன். நான் அறிமுகப்படுத்திய பிறகு அதைப் படித்துத்தான் அரபி எழுத்தாளர்களான தாஹர் பென் ஜெலோனையும், அப்துர்ரஹ்மான் முனிஃபையும் லெபனியப் பெண் எழுத்தாளர்கள் பலரையும் இன்று தமிழில் மொழிபெயர்த்துக் கொண்டிருக்கிறார்கள். இதை நான் முப்பது ஆண்டுகளுக்கு முன்பு செய்தது பற்றிய குறிப்புகள் இன்றைய நூல்களில் இல்லை. அந்த அங்கீகாரம் எனக்குத் தேவையும் இல்லை. நான் ஒரு கர்ம யோகி. வேலை நடந்தால் மகிழ்ச்சி.

யாரைப் பற்றி எழுதவும், மொழிபெயர்க்கவும், அறிமுகப்படுத்தவும் செய்கிறேன் என்ற தேர்ந்தெடுப்பிலேயே என் அரசியல் செயல்பாடு அடங்கியிருக்கிறது என்பதுதான் நான் வலியுறுத்துகின்ற விஷயம்.

தமிழ் சினிமாவின் சமூகப் பங்களிப்பு பற்றிக் குறிப்பிட்டீர்கள். எனக்கும் அதில் உடன்பாடு உண்டு. இன்றைய தினம் பிஹாரில் ஒரு அரசு அதிகாரிக்கு அவர் கீழ் உள்ள பணியாளர் கால் அமுக்கி விட வேண்டும். இதை நான் நேரிலேயே கண்டிருக்கிறேன். பிஹார், உத்தரப் பிரதேசம், சத்தீஸ்கர் போன்ற மாநிலங்களில் நிலப்பிரபுத்துவம் இன்னும் நீங்கவில்லை. தமிழ்நாட்டில் அப்படி இல்லை. இங்கே நிலப்பிரபுத்துவம் ஓரளவு ஒழிந்து விட்டது என்றே சொல்லலாம். அதற்கு முக்கியக் காரணமாக இருந்தது தமிழ் சினிமா. ஆனால் அந்தக் காலகட்டம் அண்ணாதுரை, கருணாநிதி காலத்திலிருந்து தொடங்கி எம்ஜியார், சிவாஜியோடு முடிந்துவிட்டது. நாடோடி மன்னனில் எம்ஜியார் சொல்லும் “என் ஆட்சியில் உழைப்பவனுக்கே நிலம் சொந்தம்” போன்ற வசனங்கள் கண்ணதாசனுடையவை. கண்ணதாசன் கார்ல் மார்க்ஸை அறிந்தவர். ஆனால் எம்ஜியார், சிவாஜிக்குப் பிறகு வந்த ரஜினிதான் லும்பனிசத்தை *(Lumpenism)* சினிமாவிலும் சமூகத்திலும் புகுத்தியவர். அதை ரஜினிக்குப் பிறகு விஸ்தரித்தவர் விஜய். விஜய்யோடு போட்டி போடுவதற்காக அதை முன்னெடுத்தவர் அஜித். இப்போது தனுஷ் வரை அந்த லும்பனிசம் வளர்ந்திருக்கிறது. இந்த லும்பன் கலாச்சாரத்தில் சேராத ஒரே நடிகர் கமல்ஹாசன். அது குறித்து அவருக்கு நாம் நன்றி சொல்லலாம்.

ஆக, இப்படி லும்பனிசத்தில் கிடந்து உழலும் மக்களுக்கும் மக்களின் நாயகர்களுக்கும் எதிராகவே நான் போராடுகிறேன். இந்தப் போராட்டத்தின் காரணமாகத்தான் மக்கள் என்னை எதிர்க்கிறார்கள். உதாரணமாக, சில ஆண்டுகளுக்கு முன் ஒரு பத்திரிகை கேட்டுக் கொண்டதற்கு இணங்க வாரம் ஒரு தமிழ் சினிமாவை காணொலி மூலம் விமர்சிக்க ஆரம்பித்தேன். அந்தந்த நடிகர்களின் ரசிகர்கள் என் விமர்சனத்துக்கு இட்ட ஆயிரக்கணக்கான பின்னூட்டங்களை என் வாழ்நாளில் மறக்க மாட்டேன். எல்லாமே கொலை மிரட்டல். தொலைபேசியிலும் பல மிரட்டல்கள் வந்தன. பின்னூட்டங்களில் ரசிகர்கள் என் வீட்டுப் பெண்களை மதக் கலவரத்தின் போது பெண்களை எப்படியெல்லாம் சின்னாபின்னப்படுத்துவார்களோ அப்படியெல்லாம் செய்யப்போவதாகச் சொன்னார்கள். என் வீட்டுப் பெண்களின் ஜனன உறுப்பைக் கிழிப்பேன் என்பதுதான் அவர்கள் எல்லோருடைய கூச்சலாகவும் இருந்தது. இப்படி ஒன்று இரண்டு அல்ல, ஆயிரக்கணக்கான பின்னூட்டங்கள். எல்லாம் விஜய், அஜித் ரசிகர்கள். இந்த சமூகமே பெரும் மனநோய்க் கூடாரமாக ஆகியிருக்கிறது சமஸ். இங்கே யாருக்காகப் போய் நான் போராடுவது சொல்லுங்கள்? முதலில் இந்தப் பைத்தியக்காரக் கும்பலின் மனநோயை குணப்படுத்த வேண்டும். இவர்களை மாற்ற வேண்டும். இவர்களுக்குத் தேவை போராட்டம் அல்ல, சிசுருக்ஷை. அந்த சிசுருக்ஷையை சினிமா விமர்சனத்தின் மூலம் செய்ய வேண்டாம் என்று விட்டு விட்டேன். ஏனென்றால், தமிழ்நாட்டில் சினிமா மதம். மதத்தில் கை வைத்தால் தலை போய் விடும்.

ஆகவே, இந்த மக்கள் லும்பன் கலாச்சாரத்திலிருந்தும் ஃபிலிஸ்டைன் மதிப்பீடுகளிலிருந்தும் விடுபட்ட பிறகுதான் இவர்களுக்காகப் போராடுவது பற்றி நாம் யோசிக்க முடியும். விவாதிக்க முடியும்.

இந்த சமூகத்தின் லும்பன் கலாச்சாரத்தையும் ஃபிலிஸ்டைன் மதிப்பீடுகளையும் எழுத்தாளர்கள் எதிர்ப்பதால் சமூகம் அவர்கள் மீது எந்த அளவு வன்மம் பாராட்டுகிறது என்பதற்கு உதாரணமாக ஜெயமோகனுக்கு நடந்த ஒரு சம்பவத்தைச்

சொல்கிறேன். ஒருநாள் அவர் நாகர்கோவிலில் உள்ள ஒரு மளிகைக்கடைக்கு இட்லி மாவு வாங்கப் போகிறார். வீட்டுக்கு வந்து பார்த்தால் மாவு புளித்துப் போய் இருப்பது தெரிகிறது. மாவை எடுத்துக் கொண்டுபோய் திரும்பக் கொடுக்கிறார். உபயோகிக்கக்கூடிய நிலையில் இல்லாத ஒரு பண்டத்தை வாங்கிச்செல்பவருக்கு இருக்கக்கூடிய எரிச்சலை நாம் புரிந்து கொள்ளலாம். இதற்கு அந்த மளிகைக்கடை அம்மாள் என்ன செய்திருக்க வேண்டும்? தெரியாமல் நடந்துவிட்டது, மாற்றித் தருகிறேன் என்று சொல்லலாம். இல்லாவிட்டால் காசைத் திருப்பிக்கொடுக்கலாம். ஆனால் கடைக்கார அம்மாளும் பதிலுக்குக் கத்த ஜெயமோகனும் கத்த அந்த அம்மாளின் கணவர் ஜெயமோகனை அடித்து விட்டார். ஜெயமோகன் காவல்துறையில் புகார் கொடுத்தார். காவல்துறை அந்த ஆள் மீது நடவடிக்கை எடுத்தது.

ஆனால் அதற்குப் பிறகு நடந்ததுதான் தமிழ்ச் சமூகம் எழுத்தாளர் இனத்தின்மீது கொண்ட வன்மத்தின் வெளிப்பாடாக அமைந்தது. ஜெயமோகனை சக எழுத்தாளர்களும், பத்திரிகைகளும், சமூக வலைத்தளங்களில் போராளிகளாகத் திரிபவர்களும் ஒட்டு மொத்தமாகச் சேர்ந்து தாக்கினார்கள். 'புளிச்ச மாவு' என்று பட்டப் பெயர் வைத்தார்கள். எப்பேர்ப்பட்ட அவலம் இது!

என் ஒருவனைத் தவிர ஜெயமோகனை ஆதரித்து அப்போது ஒருவர்கூட குரல் கொடுக்கவில்லை என்பதை இங்கே நான் பதிவு செய்யவேண்டும். ஜெயமோகனும் நானும் எதிரிகள் என்று நினைத்துக்கொண்ட ஒரு தொலைக்காட்சி நிருபர் என்னிடம் வந்து ஜெயமோகனை நான் தாக்கிப் பேச வேண்டும் என்பதற்காக அந்த மளிகைக்கடை பிரச்சினையை முன்வைத்து நான் ஜெ.வுக்கு ஆதரவாகப் பேசியும் என் வாயிலிருந்து வார்த்தைகளைப் பிடுங்கும் விதத்தில் வளைத்து வளைத்து கேள்வி கேட்டார். ஒரு கட்டத்தில் பொறுமை இழந்த நான், உங்களுக்குப் பதில் சொல்ல முடியாது, போய் வாருங்கள் என்று கத்திவிட்டேன்.

ஒரு கவுன்சிலரிடம் கூட அந்த மளிகைக்கடைக்காரர் அப்படி நடந்து கொண்டிருக்க மாட்டார் இல்லையா? இதுவே

ஜெயமோகனின் இடத்தில் ஒரு தொலைக்காட்சி சீரியல் நடிகர் இருந்திருந்தால் ஈ ஈ என்று இளித்துக்கொண்டு அல்லவா பேசியிருப்பார் கடைக்காரர்?

நான் கொஞ்ச நாள் நீயா நானாவில் வந்துகொண்டிருந்தபோது என் தெருமுனையில் இருந்த கறிக்கடைக்காரர் "விஜய் டீவி சார்" என்று என்னை அழைத்து நெஞ்செலும்பாகப் போட்டுக் கொடுத்துக்கொண்டிருந்தார். ஆனால் ஒரு எழுத்தாளன் என்றால் மட்டும் ஒட்டுமொத்த சமூகமும் ஒன்று சேர்ந்து தாக்குகிறது.

அந்த மளிகைக்கடை சம்பவத்தின்போது நான் நண்பர்களிடம் நகைச்சுவையாக சொல்லிக்கொண்டிருந்தேன், "நல்லவேளை, ஜெயமோகனுக்குப் பதிலாக சம்பவம் எனக்கு நடந்திருந்தால் 'இவன் அந்த அம்மாளின் கையைப்பிடித்து இழுத்தான், அதனால்தான் கடைக்காரர் அடித்தார்' என்று என் மீது பழி போட்டிருப்பார்கள்." அந்தப் பழியிலிருந்து மீள்வது எனக்குப் பெரும் சிரமமாகியிருக்கும். ஜெயமோகன் அந்த வகையில் அதிர்ஷ்டக்காரர்தான்.

"என்னை ஏன் ஒட்டு மொத்த சமூகமும் கொண்டாடவில்லை என்று தியாகராஜர் அரற்றவில்லை" என்ற உங்கள் கூற்று பற்றியும் கொஞ்சம் சொல்ல வேண்டும். தியாகராஜர் எதற்காகவும் அரற்றவில்லை. அவர் வாழ்நாள் பூராவும் ராமனைக் குறித்துத்தான் அரற்றினார்; ராமன் பௌதிக ரூபத்தில் தனக்குக் காட்சியளிக்கவில்லையே என்றுதான் துக்கம் கொண்டார். மற்றபடி சமூகம் அவரை வெகுவாகக் கொண்டாடியது. சரஃபோஜி மகாராஜா அவரைத் தன் அரண்மனையில் வைத்துக்கொள்கிறேன் என்று கெஞ்சினார். இதைவிட வேறு மரியாதை வேண்டுமா என்ன?

தியாகராஜரின் தந்தை சர்ஃபோஜி மன்னரின் அரண்மனையில் அரசவைக் கவிஞராக இருந்தவர். எனவே, தியாகராஜர் மீது உஞ்சவிருத்தி என்ற வாழ்க்கை முறை சமூகத்தால் திணிக்கப் பட்டதல்ல. அதைத் தியாகராஜரே தேர்ந்தெடுத்தார். அப்போதைய பிராமணர்கள் - குறிப்பாக ஆசிரியர்கள் -

தமக்கென்று அடுத்த நாளுக்குக்கூட அரிசியோ பருப்போ எதுவும் வைத்துக் கொள்ளலாகாது என்பது விதி. அரிசி பருப்புக்கே அப்படியென்றால் பணம் காசு பற்றிச் சொல்லவே வேண்டாம். மாற்று உடையைத் தவிர வீட்டில் எதுவுமே இருக்கலாகாது. பிச்சை எடுத்துத்தான் உண்ண வேண்டும். தியாகராஜரின் தந்தை சாகும்போது உஞ்சவிருத்தி செய்வதற்கான பாத்திரத்தைத்தான் ஆஸ்தியாகத் தன் பிள்ளையிடம் கொடுத்தார்.

தியாகராஜர் ஒரு இசை மேதை என்பது சர்ஃபோஜி மன்னருக்குத் தெரியும். அப்படிப்பட்ட மேதை தன் ஆட்சியில் இப்படி பிச்சை எடுத்து வாழ்வதா என்று வருந்தி ஒருநாள் பொன்னும் பொருளும் கொடுத்து அனுப்பினார். அதை அப்படியே திருப்பி அனுப்பிவிட்டார் தியாகராஜர்.

அதனால் தியாகராஜர் பாடிக்கொண்டே உஞ்சவிருத்தி செய்து கொண்டிருந்த வேளையில் அவரது பையில் தங்கத்தைப் போடச் சொல்லி சேவகனை அனுப்பினார் மன்னர். வீட்டுக்கு வந்து பார்த்த தியாகராஜர் அந்தப் பொற்காசுகளை எடுத்து வந்து தெருவில் போட்டுவிட்டார். அப்போது அது பற்றி ஒரு கீர்த்தனையும் பாடினார். (தியாகராஜரின் வாழ்வில் நடந்த அத்தனை சம்பவங்களுக்கும் அவர் கீர்த்தனைகளைப் பாடி வைத்திருக்கிறார். அந்த வகையில் அவர் எனக்கு முன்னோடியான *autofiction writer* என்று சொல்லலாம்!)

தஞ்சை சர்ஃபோஜி மன்னர் மட்டும் அல்ல, தியாகராஜரின் சங்கீதத்தைக் கேள்விப்பட்டு திருவனந்தபுரம் ராஜா ஸ்வாதித் திருநாளும் தியாகராஜரைத் தன் அரசவையில் இருத்திக் கொள்ள விரும்பினார். அதன் பொருட்டு தன் அரசவையில் இருந்த ஒரு இசையறிஞரை திருவையாறுக்கு அனுப்பி தியாகராஜரை அழைத்துவரச் சொல்லி அனுப்பினார். அரசவைக்குப் போனால் அரச மரபுப்படி அரசரைப் புகழ்ந்து பாட வேண்டும். அதனால், “நான் ராமனைத் தவிர மானுடர் யாரையும் பாட மாட்டேன்” என்று சொல்லி வந்தவரைத் திருப்பி அனுப்பிவிட்டார் தியாகராஜர்.

ஆக, தியாகராஜர் உஞ்சவிருத்தி செய்தார் என்பது அவருடைய விருப்பத் தேர்வு. மற்றபடி அரசர்களையே திருப்பி அனுப்பிய சூப்பர் ஸ்டார் அவர். ஆனால் தமிழ் எழுத்தாளர்கள் பிச்சை எடுத்துக்கொண்டிருப்பது சமூகம் அவர்கள் மீது திணித்தது. தமிழ் எழுத்தாளர்கள் பிழைப்புக்காக வேறு வேலைக்குச் செல்வதைத் தவிர அவர்களுக்கு வேறு வழியில்லை. எந்நேரமும் எழுத்தும் படிப்புமாக இருக்க வேண்டிய எழுத்தாளர்கள் அலுவலகத்தில் பணி புரிந்து கொண்டும், சினிமாவுக்கு வசனம் எழுதிக் கொண்டும் இருப்பதை வேறு என்னவென்று சொல்வீர்கள்? ஒரு மருத்துவர் மருத்துவம் செய்கிறார். எஞ்ஜினியர் அவருக்குரிய பணியைத்தான் செய்கிறார். நடிகர் நடிக்கிறார். நடிப்புதான் அவருக்கு சோறு போடுகிறது. நீங்கள் பத்திரிகையாளர். அந்தப் பணிதான் உங்கள் வாழ்வாதாரம். நான் குறிப்பிட்ட யாருமே வயிற்றுக்காக வேறு வேலை செய்யவில்லையே? எழுத்தாளன் மட்டும்தான் சோற்றுக்காக வேறு வேலை செய்கிறான். இப்படி நடப்பது இந்த உலகத்திலேயே தமிழ் மொழியில் மட்டும்தான். அதிலும் நாம் எட்டரை கோடி!

இப்படி எதார்த்தத்தை வெளிப்படையாகச் சொன்னால் தங்கள் கௌரவம் பாதிக்கப்பட்டு விட்டது என்று என் சக எழுத்தாளர்களே என்னை வசைபாடுகிறார்கள். நான் அவர்களுக்காகப் பேசுகிறேன் என்பதுகூட அவர்களுக்குத் தெரியவில்லை. இரண்டாயிரம் ஆண்டுகளாகப் பிச்சை எடுத்துக் கொண்டிருக்கிறான் தமிழ் எழுத்தாளன் என்று இந்த இரண்டாயிரம் ஆண்டுகளில் முதல் குரல் கொடுத்தவன் நான். எழுத்துக்கும் என் நேரத்துக்கும் கூலி கொடுங்கள் என்று சொல்லி பூனைக்கு மணி கட்டிய முதல் ஆள் நான். ஒரு பிரபலமான தொலைக்காட்சி நிகழ்ச்சியில் கலந்துகொண்டால் ஒரு இரவு முழுவதும் வீணாகிறது என்று சொல்லி அதற்கு சன்மானமாக வெறும் ஐயாயிரம் ரூபாய் பணம் கேட்டேன். பத்து ஆண்டுகளுக்கும் மேலாக எனக்கு அங்கே தடைபோட்டு விட்டார்கள். அவர்களின் வாதம், ஒரு எழுத்தாளருக்கு இலவச விளம்பரம் தருகிறோம் என்பது. ஆனால் நான் தினந்தோறும் தொலைக்காட்சியில் தோன்றினாலும் என் புத்தகம் இருநூறு

பிரதிக்கு மேல் விற்காது. ஆனானப்பட்ட சுஜாதாவுக்கே மாரடைப்பு வந்தபோது மருத்துவச் செலவை மணி ரத்னம்தான் கவனித்துக்கொள்ள வேண்டியிருந்தது. பிரபஞ்சனுக்கும் அப்படி நேர்ந்த போது அவருடைய மருத்துவச் செலவை ஏற்றுக் கொண்டவர் ஒரு சினிமா இயக்குனர்.

என்னை சமூகம் கொண்டாடவில்லை என்று நான் அரற்றவில்லை. என் சக எழுத்தாளர்களே என்னை இன்னமும் திருடன் என்றும், செக்ஸ் ரைட்டர் என்றும் சொல்லிக் கொண்டிருக்கும்போது சமூகத்திடமிருந்து அவ்வளவு பெரிய அங்கீகாரத்தையெல்லாம் எதிர்பார்ப்பேனா? எழுத்தாளனின் நூல்களை வாங்கிப் படியுங்கள் என்றுதான் சொல்கிறேன். எட்டரை கோடி பேரில் என்னைப் போன்ற பிரபலமான எழுத்தாளனின் நாவலே அதிகபட்சம் ஆயிரம் பிரதிதான் விற்கிறது என்றால் என்ன அர்த்தம் என்றே இந்த சமூகத்திடம் கேட்கிறேன். பத்திரிகையில் எழுதினால் 900 ரூ. தருகிறார்கள் (வருமான வரி நூறைக் கழித்துக்கொண்டு!)

எனக்குத் தமிழ்ச் சமூகத்தின் அங்கீகாரம் தேவையில்லை. நான் இந்தியா முழுதும் அறியப்பட்டிருக்கிறேன். நான்கு ஆண்டுகள் ஏஷியன் ஏஜ் தினசரியின் அகில இந்தியப் பதிப்பில் வாரா வாரம் பத்தி எழுதியிருக்கிறேன். (லண்டனிலும் வெளியாகும் அதன் தென்னிந்தியப் பதிப்புதான் டெக்கான் கிரானிகிள்.)

இந்த ஆங்கில தினசரியின் அகில இந்தியப் பதிப்பில் எழுதியது என் வாழ்வில் நடந்த ருசிகரமான சம்பவங்களில் ஒன்று. ஜெய்ப்பூர் இலக்கிய விழாவின் மதுபான விருந்து ஒன்றின்போது ஏஷியன் ஏஜ் தில்லிப் பதிப்பின் ஆசிரியர் அந்த தினசரியில் வாராவாரம் என்னை 'பத்தி' எழுதச்சொன்னார். அவர் என் வாசகி. வரும் புத்தாண்டிலிருந்து தொடங்கலாம் என்றார். அது டிசம்பர் மாதம். உடனடியாக எழுதி சென்னைப் பதிப்பின் ஆசிரியருக்கு அனுப்பி விடச் சொன்னார். அனுப்பினேன். எதுவும் பதிலே இல்லை. சென்னை அலுவலகத்தில் கேட்டதற்கு ஆசிரியருக்கு உடம்பு சரியில்லை என்று பதில் வந்தது. அதோடு விட்டு விட்டேன். சில மாதங்கள் சென்று தில்லி எடிட்டரை

மீண்டும் சந்தித்த போது “நான் ’பத்தி’ எழுதச் சொன்னதை விளையாட்டாக எடுத்துக் கொண்டீர்களா?” என்று கேட்டார். நடந்ததைச் சொன்னேன். சதிவேலை நடந்திருக்கிறது என்பதைப் புரிந்து கொண்டார். அகில இந்தியப் பதிப்பில் நான் எழுதுவதை சென்னை எடிட்டர் விரும்பவில்லை.

காரணம், நான் நாற்பத்தைந்து ஆண்டுகளுக்கு முன்பு எழுத ஆரம்பித்தபோதே தமிழ் இலக்கியத்தின் வழிபாட்டு பிம்பத்தை உடைத்துவிட்டேன். ஜே.ஜே. சில குறிப்புகள் ஒரு போலிப் படைப்பு என்று எழுதிவிட்டதால் அந்த சென்னை எடிட்டருக்கு என் மீது கோபம்போல. பிறகு தில்லி எடிட்டரின் ஆலோசனையின் பேரில் கட்டுரைகளை தில்லிக்கே அனுப்பினேன். நான்கு ஆண்டுகள் தொடர்ந்து வந்தது. ஆனால் பாருங்கள், கடைசியில் சென்னைப் பதிப்பில் என் கட்டுரைகள் வருவது நின்று போயிற்று. ஏன் என்று கேட்டேன். அலுவலகம் பொதுமக்களால் தாக்கப்படும் என்று அஞ்சுவதாக தில்லி எடிட்டர் சொன்னார். ஏனென்றால், அந்த அளவுக்கு இந்த ஃபிலிஸ்டைன் சமூகத்தின் மனநோய்க்கு எதிராக எழுதிக் கொண்டிருந்தேன். “அதுதான் அகில இந்தியப் பதிப்பிலும் லண்டன் பதிப்பிலும் வருகிறதே, தொடர்ந்து எழுதுங்கள்” என்றார்கள். எனக்குத்தான் கொஞ்சம் அலுத்து விட்டது. சொந்த மண்ணிலேயே எழுத முடியாமல் என்னடா வாழ்க்கை என்ற வருத்தத்தில் இருந்தபோது ஒரு அதிசயம் நடந்தது. *ArtReview Asia* என்று லண்டனிலிருந்து ஒரு ஓவியப் பத்திரிகை வந்து கொண்டிருக்கிறது. அந்தப் பத்திரிகையிலிருந்து ‘பத்தி’ எழுத அழைப்பு வந்தது. எனக்கு ஓவியம் பற்றித் தெரியாதே என்றேன். என்ன வேண்டுமானாலும் எழுதுங்கள் என்றார் அதன் ஆசிரியர். அரைப் பக்கம் கொடுத்தார். இரண்டு பக்கத்துக்கு அனுப்பி, ஒன்றரைப் பக்கத்தை வெட்டிக்கொள்ளுங்கள் என்றேன். தொடர்ந்து இரண்டு பக்கமே எழுதுங்கள் என்று சொல்லி விட்டார். பிறகு அந்தப் பத்திரிகையின் ஆசிரியர் குழுவே என்னுடைய தீவிர வாசகர்களாகி விட்டார்கள். அதனால்தான் என் மண்ணிலேயே நான் ஒரு நாடு கடத்தப்பட்டவனாக வாழ்வதாகச் சொல்கிறேன். அதனால்தான் எக்ஸைல் (நாடு

கடத்தப்பட்டவன்) என்ற பெயரில் நாவல் எழுதினேன். அநேகமாக உலகிலேயே 'சொந்த மண்ணில் நாடு கடத்தப்பட்ட எழுத்தாளன்' நான் ஒருவனாகத்தான் இருக்க வேண்டும்.

கடந்த நான்கு ஆண்டுகளாக *ArtReview Asia*வில் எழுதிக் கொண்டிருக்கிறேன்.

சென்ற ஆண்டு *Miuccia Prada* என்ற பெண்மணியிடமிருந்து எனக்கு ஒரு கடிதம் வந்தது. என் எழுத்து எவ்வளவு தூரம் அவருக்குப் பிடித்திருக்கிறது என்பதை விளக்கிவிட்டு அவர்களுடைய நிறுவனத்துக்கு ஒரு சிறுகதை வேண்டும் என்று கேட்டிருந்தார். ஒன்றரை லட்சம் ரூபாய் சன்மானம். ஆயிரம் வார்த்தை கதை. கதை போனதும் பணம் வந்தது. அந்த ப்ராதா பற்றி நீங்கள் கேள்விப்பட்டிருக்கலாம். உலகின் மிகப் பெரிய கோடீஸ்வரர்களில் ஒருவர். அலங்காரக் கலைச் சாதனங்கள் செய்வதில் பிரபலமான நிறுவனம் ப்ராதா.

என் சொந்த மண்ணில் நாடுகடத்தப்பட்டவன் என்று சொன்னாலும், எல்லாவிதமான *Cult*களுக்கும் எதிரானவன் என்றாலும் எனக்கென்று தமிழ்நாட்டில் ஒரு *cult following* இருக்கத்தான் செய்கிறது. அதனால்தான் நான் இங்கே ஒரு *rapper* போல் வாழ்ந்துகொண்டிருக்கிறேன்.

14

இனி வருவது அருஞ்சொல் வாசகர்களின் கேள்விகள்

தமிழ்நாட்டுப் பல்கலைக்கழகமொன்றில் கௌரவப் பேராசிரியர் பணி வழங்கப்படுமெனில் ஏற்பீர்களா?

- விஜயகுமார் சாமியப்பன்.

இந்தக் கேள்விக்கு நான் விரிவாக பதில் சொல்ல வேண்டும். இருதய மாற்று அறுவை சிகிச்சை நிபுணர் ஒருவர் இருக்கிறார், அவரால் தினந்தோறும் ஐந்தாறு இதய நோயாளிகள் மரணத்திலிருந்து காப்பாற்றப்படுகிறார்கள். அவரைக் கொண்டு போய் மருத்துவத்துறை மந்திரியாக நியமிக்கிறார்கள். இரண்டுமே மக்கள் பணிதான். ஆனால் மருத்துவத் துறை மந்திரியாக வேறு ஒருவர் இருக்கலாம். தினமும் ஐந்தாறு உயிர்களைக் காப்பாற்றக் கூடிய நிலையில் இருக்கும் நிபுணரை நாம் இழக்கலாமா?

அதேபோல் நான் ஒரு பல்கலைக்கழகத்தில் பேராசிரியராக இருந்தால் என்னால் சில நூறு அல்லது சில ஆயிரம் மாணவர்கள் பயன்பெறுவார்கள்தான். சந்தேகம் இல்லை. ஆனால்,

நான் உலக அளவில் அறியப்பட்ட எழுத்தாளனாக இருக்கிறேன். அப்படி நான் உலக அளவில் அறியப்பட்டவன் என்பதே என் ஊர்க்காரர்களுக்குத் தெரியாது என்பது வேறு விஷயம். அப்படித் தெரியாததால் மேற்படி உண்மை பொய் என்று ஆகிவிடாது இல்லையா? லண்டனிலிருந்து வெளிவரும் ஆர்ட்ரெவ்யூ ஏஷியா என்ற சஞ்சிகையில் நான்கு ஆண்டுகளாக தொடர் கட்டுரை எழுதி வருகிறேன். அமெரிக்காவிலிருந்து வெளிவரும் கதைத்தொகுதிகளில் என் கதையைக் கேட்டுப் பெற்று வெளியிடுகிறார்கள். ஐரோப்பியக் கலை இலக்கிய விழாக்களில் என்னைப் புதிதாகக் கதை எழுதச்சொல்லி அதை மொழிபெயர்த்து வெளியிடுகிறார்கள். சென்ற ஆண்டு என் கதையும் சல்மான் ருஷ்டியின் கதையும் வெனிஸில் நடந்த சிற்பக்கலைக்கான ஒரு விழாவில் வாசிக்கப்பட்டது.

என்னுடைய ஸீரோ டிகிரி என்ற நாவல் சில அமெரிக்கப் பல்கலைக்கழகங்களில் மாடர்ன் ஏஷியன் கிளாஸிக் என்ற பிரிவில் பாடமாக வைக்கப்பட்டுள்ளது.

இதையெல்லாம் எதற்குச் சொல்கிறேன் என்றால், என்னைப் பயன்படுத்திக் கொள்வதன் மூலம் தமிழ் இலக்கியம் உலகமெங்கும் பிரபலம் ஆகமுடியும்.

எப்படி?

வானளாவிய கட்டிடங்கள் கட்டப்படுவதை நீங்கள் பார்த்திருப்பீர் கள். அப்படிப்பட்ட கட்டிடங்களைக் கட்டுவதற்காக பிரம்மாண்டமான எந்திரங்கள் பயன்படுத்தப்படுகின்றன. அவ்வகை ராட்சச எந்திரங்களைத் தயாரிக்கும் ஒரு நிறுவனம் ஜேசிபி. அதற்கும் ஒரு எழுத்தாளனான எனக்கும் என்ன சம்பந்தம்? அதற்கும் இலக்கியத்துக்கும் என்ன சம்பந்தம்?

ஜேசிபி என்ற அந்த நிறுவனம் கோடிக்கணக்கில் செலவழித்து ஒவ்வொரு ஆண்டும் இந்தியாவின் மிகப் பெரிய இலக்கியப் பரிசை வழங்கிக்கொண்டிருக்கிறது. பரிசுத்தொகை இருபத்தைந்து லட்சம். இந்திய மொழிகளில் வெளியாகி, அது ஆங்கிலத்தில் மொழிபெயர்க்கப்பட்டிருப்பதே அதன் தகுதி. பரிசுக்குரிய நாவலை ஒரு நிபுணர் குழு பரிசீலித்துத் தேர்ந்தெடுக்கிறது.

ஐந்து ஆண்டுகளாக வழங்கப்பட்டு வருகிறது இந்தப் பரிசு.

தமிழ்நாட்டில் இல்லாத கோடீஸ்வரர்களா? இதுபோன்ற ஒரு காரியத்தை அவர்களால் செய்ய முடியாதா? ஏன் செய்யவில்லை? காரணம், இந்தியாவிலேயே ஆதி நாகரீகம் தமிழ் நாகரீகம் என்று மார்தட்டிக் கொள்ளும் நாம் (அதற்கான வரலாற்று ஆதாரம் கீழடி; இலக்கிய ஆதாரம் தொல்காப்பியம்) இன்றைய நிலையில் என்ன செய்துகொண்டிருக்கிறோம்? சினிமா நடிகர்களுக்குப் பாலாபிஷேகம் செய்துகொண்டிருக்கிறோம்.

எல்லோரும் அப்படி இல்லை, சாரு எப்போதும் எதிர் மறையாகவே பேசுவார் என்பீர்கள்.

இல்லை. எல்லோரும் நடிகர்களுக்குப் பாலாபிஷேகம் செய்வதில்லை என்றாலும், இலக்கியத்துறையில் நாம் கண்ணை மூடிக்கொண்டுதான் இருக்கிறோம்.

ஆதாரம் தர முடியுமா?

முடியும். இதோ ஆதாரம்:

ஜேசிபி இதுவரை ஐந்து ஆண்டுகளாக ஐந்து நாவல்களை பரிசுக்குரியவையாகத் தேர்ந்தெடுத்திருக்கிறது.

ஐந்தில் மூன்றை மலையாளிகள் பெற்றிருக்கிறார்கள்.

நாம் சும்மாவேனும் மோட்டுவளையைப் பார்த்துக்கொண்டு உட்கார்ந்திருக்கிறோம்.

இப்போது சொல்கிறேன், எழுதி வைத்துக் கொள்ளுங்கள். தாகூருக்கு அடுத்தபடியாக இந்தியாவுக்கு இலக்கியத்துக்கான நோபல் பரிசு கிடைக்கவில்லை. கிடைத்தால் அதை ஒரு வங்காளியோ மலையாளியோதான் வாங்கப்போகிறார்.

ஆனால், இன்றைய தினம் இந்தியாவிலேயே மகத்தான இலக்கியப் படைப்புகள் தமிழில்தான் உருவாகிக்கொண்டிருக்கின்றன. வங்காளம், கன்னடம், மலையாளம் எல்லாம் தமிழுக்குக் கீழேதான். ஆனாலும் நமக்கு எந்த இலக்கிய விருதும் கிடைக்காது.

ஏன்?

இரண்டு காரணங்கள்.

ஒன்று, ஜேசிபி பரிசு அறிவிக்கப்பட்ட உடனேயே என் நாவல் (மார்ஜினல் மேன்) அவர்கள் பார்வைக்குச் சென்றது. அவர்கள் தமிழ்நாட்டின் ஒரு இலக்கியப் பிரபலத்திடம் என்னைப் பற்றிக் கேட்டார்கள். அந்த நாவலை சாருவே செல்ஃப் பப்ளிஷ் செய்துகொண்டார் என்று சொல்லிவிட்டார் பிரபலம். நாமே வெளியிட்டுக் கொண்டால் பரிசுக்குத் தகுதி இல்லை. இப்படியாக நான் தகுதிநீக்கம் செய்யப்பட்டேன். ஆனால் உண்மை என்னவென்றால், அந்த நாவலை நானே வெளியிட்டுக் கொள்ளவில்லை. வெளியிட்டது ஸீரோ டிகிரி என்ற பதிப்பகம். அந்தப் பதிப்பகத்துக்கும் எனக்கும் எந்தத் தொடர்பும் இல்லை.

தமிழ் நண்டு கதை தெரியுமா உங்களுக்கு? ஒரு குடுவையில் பல நண்டுகள் இருந்தன. எல்லா நண்டும் வெளியேறிவிட்ட நிலையில் இரண்டு நண்டுகள் மட்டும் குடுவைக்குள்ளேயே கிடந்தன. ஒன்று மேலே ஏறினால் இன்னொரு நண்டு அதைப் பிடித்து கீழே விட்டது. ஏன் அப்படி என்று கேட்டார் பார்த்துக் கொண்டிருந்தவர். அது அப்படித்தான், இரண்டும் தமிழ் நண்டுகள் என்றார் விஷயம் தெரிந்தவர்.

சமீபத்தில் கூட இப்படி ஒரு தமிழ் நண்டு என்னைக் கீழே பிடித்து இழுத்துப்போட்டது. ஒரு சர்வதேச இலக்கிய விருதுக்கான குறும்பட்டியலில் என் நாவலும் இடம் பெற்றது. பிறகு நான்தான் விருதுக்கு உரியவனாகத் தேர்வு செய்யப்பட்டேன் என்ற தகவலையும் என் மொழிபெயர்ப்பாளருக்குத் தெரியப்படுத்தினார்கள். குறும்பட்டியலும் வெளியிடப்பட்டது. உடனே இங்கே உள்ள தமிழ் நண்டு ஒன்று அந்தப் போட்டியை நடத்துபவர்களோடு பேசி என்னைப் பற்றி அவதூறு சொல்லி என்னைக் கீழே பிடித்து இழுத்துப் போட்டது. பரிசுக்குரியவனாகத் தேர்ந்தெடுக்கப்பட்டு பின்னர் நிராகரிக்கப்பட்டேன்.

இரண்டாவது காரணம், நம்மிடம் நல்ல பல படைப்புகள்

இருந்தாலும் அதை வெளியே எடுத்துச் சொல்ல ஆள் இல்லை. உதாரணமாக, அமெரிக்காவில் ஒரு ஆண்டில் மட்டும் 7600 ஆங்கிலம் அல்லாத அந்நிய மொழி இலக்கியப் படைப்புகள் ஆங்கிலத்தில் மொழிபெயர்க்கப்பட்டு வெளிவருகின்றன. அவற்றில் அறுபது புத்தகங்கள்தான் தெற்காசிய மொழி நூல்கள். அதாவது, ஒரு சதவிகிதத்துக்கும் கீழே. அப்படியானால் நம்முடைய சமகாலத் தமிழ் இலக்கியத்தை ஆங்கிலம் பேசுபவர்கள் படிப்பது எப்போது நடக்கும்? நம்முடைய மகத்தான இலக்கிய கர்த்தாக்கள் உலக அளவில் தெரியாமல் போனதற்கு இதுதான் காரணம்.

இந்த நிலைமை இனிமேலாவது நீடிக்காமல் இருக்க என்ன செய்யலாம்?

சமகால இலக்கியத்துக்காக ஒரு குழு அமைத்து அதை உலகம் முழுவதும் கொண்டுபோய் சேர்க்க வேண்டும். இங்கே உள்ள செல்வந்தர்களிடம் பேசி ஜேசிபி போன்ற விருதுகளை உருவாக்க வேண்டும். இப்படி நூறு யோசனைகள் என்னிடம் உள்ளன. இதைச் செயல்படுத்துவதற்கு அரசும் சமூகமும் என்னைப் பயன்படுத்திக்கொள்ளலாம்.

மற்றபடி பல்கலைக்கழகத்தின் பேராசிரியராக அல்ல, துணைவேந்தராகவே இருக்கத் தகுதியானவர்கள் ஜெயமோகனும் எஸ். ராமகிருஷ்ணனும். அவர்களை அரசு உரிய முறையில் பயன்படுத்திக்கொள்ள வேண்டும்.

நீங்கள் எழுதிய ஒரு புத்தகத்தின் பகுதியைப் பள்ளிக்கல்வியில் பாடமாக வைக்கலாம் என்று முடிவு செய்து உங்களிடம் பரிந்துரைக்க கேட்கிறார்கள். நீங்கள் எந்த புத்தகத்தின் எந்த பகுதியைப் பரிந்துரைப்பீர்கள்?

- த. செந்தமிழ்

கிட்டத்தட்ட தொண்ணூறு அ-புனைவு நூல்களை எழுதியிருக்கிறேன். அவற்றில் பாதி அளவு மாணவர்களுக்கு ஆனவைதான். ஆனாலும் பழுப்பு நிறப் பக்கங்கள் என்ற தலைப்பில் எழுதிய மூன்று தொகுதிகளும் மிக நிச்சயமாக தமிழ்

தெரிந்த ஒவ்வொருவரும் வாசிக்க வேண்டியவை. சமகாலத் தமிழ் இலக்கியம் பற்றிய ஒரு முழுமையான அறிமுகத்தை அந்தத் தொகுதிகளிலிருந்து ஒருவர் பெற முடியும்.

ஆன்மீகம் சார்ந்து நிறைய எழுதியுள்ள நீங்கள் என்றாவது ஒரு நாள் எழுத்துத் துறையை விட்டுவிட்டு முழுமையாக ஆன்மீகத்திற்குள் சென்றுவிடலாம் என்று சிந்தித்திருக்கிறீர்களா?

- த. செந்தமிழ்

என்றாவது ஒருநாள் என்ன, பணத்துக்காக சிங்கியடிக்கும் போதெல்லாம் அப்படி நினைப்பது உண்டு. என்னுடைய ஃப்ரெஞ்ச் தாடியை எடுத்து விட்டு, நீண்ட தாடியை வைத்துக் கொண்டு ஆன்மீகத்தில் குதித்தால் ஓஷோவை விடப் பிரபலம் ஆகி விட முடியும். அதற்கான அத்தனை தகுதியும் என்னிடம் இருக்கிறது. ஆனால் பணத்துக்காகவும் பிரபலத்துக்காகவும் என் ஆன்ம சக்தியை விற்றுவிடக் கூடாதே? என் ஆன்மா இலக்கியம்தான் இல்லையா? ஒருவர் ஓஷோவிடமிருந்து பெறக் கூடிய அனைத்தையும் என் எழுத்துக்களிலிருந்தும் பெற முடியும். அதைவிடக் கூடுதலாகவே.

பத்து பதினைந்து ஆண்டுகளுக்கு முன் தமிழில் இரு சிந்தனைப் பள்ளிகள் இருக்கின்றன, அவை சுந்தர ராமசாமி மற்றும் நகுலன் என குறிப்பிட்டிருப்பீர்கள். ஜெயமோகன் சுரா பள்ளியின் முக்கிய முகமாகவும், உங்களை நகுலன் பள்ளியின் முகமாகவும் சுட்டி இருப்பீர்கள். இன்று அவை இன்னும் தெளிவாகி இருக்கின்றன. அதேபோல் இளம் எழுத்தாளர்களை அந்த இரு சிந்தனைப் பள்ளிகளின் நீட்சியாக வகைப்படுத்திப் புரிந்து கொள்வது சாத்தியமா?

- ஜகந்நாதன் கோவிந்தன்

இது பற்றிக் கொஞ்சம் விளக்கியாக வேண்டும். சுந்தர ராமசாமி பள்ளி, நகுலன் பள்ளி என்றெல்லாம் ஒரு பள்ளியும் இல்லை. சுந்தர ராமசாமி ஒரு பாணியிலும் நகுலன் ஒரு பாணியிலும் எழுதினார்கள். சுந்தர ராமசாமியின் பாணி மரபார்ந்ததாகவும்,

நகுலனின் பாணி மனப்பிறழ்வு நிலையை கலையாக மாற்றியதால் எனக்கு நெருக்கமாக இருந்தது என்பதாலும் ஒரு வசதிக்காக அப்படி நான் குறிப்பிட நேர்ந்தது.

நகுலனை எனக்குப் பிடித்திருந்ததே தவிர எனக்கும் நகுலனுக்கும் அதிக ஒற்றுமைகள் இல்லை. சொல்லப்போனால், நான் நகுலன் பள்ளியைச் சேர்ந்தவனே இல்லை எனலாம்.

ஒரு சிந்தனைப் பள்ளி என்றால் அதற்கு ஒரு தத்துவப் பின்புலம் தேவை. அந்தத் தத்துவப் பின்புலம் சு.ரா., நகுலன் ஆகிய இரண்டு பிரிவுக்குமே இல்லை.

இந்தச் சூழலில் சாரு நிவேதிதாவின் இடம் என்ன? நான் முழுக்க முழுக்க ஃப்ரெஞ்ச் தத்துவப் பின்புலத்திலிருந்து எழுந்து வருகிறேன். ஜாக் தெரிதா *(Jacques Derrida)*, ரொலாந் பார்த் *(Roland Barthes)*, மிஷல் ஃபூக்கோ *(Michel Foucault)* ஆகிய மூவரிடமிருந்தும் பயின்று தமிழ்நாட்டில் வந்து குதிக்கிறேன். எத்தியோப்பியாவின் ஏதோ ஒரு கிராமத்தில் கொண்டு போய் ஒரு சர்வதேசப் பள்ளியை நிறுவுவதைப் போல. ஆனால் தமிழ்நாடு எத்தியோப்பியா அல்ல. இங்கே நாலாயிரம் ஆண்டு வளமான பாரம்பரியம் உண்டு. இரண்டாயிரம் ஆண்டுக்கு முந்தைய தொல்காப்பியரே தான் சொல்வதெல்லாம் தான் கண்டுபிடித்தது அல்ல, தன் மூதாதையர் கண்டு பிடித்தது என்மனார் புலவர் என்கிறார். ஆனாலும், நான் என்னுடைய புனைவுகளின் மூலம் சொன்னது எல்லாமே தமிழுக்குப் புதிது என்பதால்தான் நான் தமிழ்ச் சூழலில் மிகவும் புதியவனாகவும் முன்னோடிகள் அற்றவனாகவும் இருந்தேன். என்னை வாசிக்கும் பலருக்கும் என் அ-புனைவுகள் பிடித்திருந்து, புனைவுகள் பிடிக்காமல் போனதற்கும் இதுதான் முக்கியக் காரணம். உதாரணமாக, என்னுடைய காமரூப கதைகள் என்ற நாவல் பற்றி இதுவரை ஒரு வார்த்தை மதிப்புரையோ விமர்சனமோ வந்ததில்லை.

ஒரு நூற்றாண்டுக்கு முன்பு அப்படி எழுதிய டி.ஹெச். லாரன்ஸின் பல புத்தகங்களை புத்தகக்கடைகளிலிருந்து கைப்பற்றி எரித்தார்கள். லாரன்ஸின் லேடி சேட்டர்லீஸ் லவ்வர்

நாவலை வெளியிட்ட பெங்குவின் பதிப்பகத்தின்மீது ஆபாசத் தடைச் சட்டத்தின் கீழ் வழக்குத் தொடரப்பட்டு வழக்கில் பெங்குவின் வென்றதால் அந்த நாவல் முப்பது லட்சம் பிரதிகள் விற்றது. காமரூப கதைகள் நாவலுக்கு அப்படி நடந்திருக்க வேண்டும். நடக்காததற்குக் காரணம், இங்கே யாருமே இலக்கியம் படிப்பதில்லை. அதனால் அப்படி ஒரு நாவல் வந்திருப்பதே இங்கே யாருக்கும் தெரியாது. அந்த நாவலைப் படித்தவர்களும் ஏதோ நெருப்பைத் தொட்டுவிட்டதுபோல விலகிக்கொண்டார்கள். அவ்வளவுதான். சொல்லப்போனால், லேடி சேட்டர்லீஸ் லவ்வரை விடவெல்லாம் பலமடங்கு அதிர்ச்சிகரமான கதைப் புலனையும் சொல்லாடலையும் கொண்டது காமரூப கதைகள். அந்த நாவலுக்கு இணையான அதிர்ச்சியைக் கொண்ட எழுத்து என்று சொன்னால் உலக இலக்கியத்திலேயே ஜார்ஜ் பத்தாய் *(Georges Bataille)* எழுதிய மதாம் எத்வார்தா, மை மதர் ஆகிய இரண்டு நாவல்கள்தான். இதில் முதலாவதை ஜார்ஜ் பத்தாய் யாருக்கும் தெரியாத ரகசியப் பெயரில்தான் எழுதினார். இரண்டாவது நாவல் மை மதர், அவர் மரணத்துக்குப் பிறகு வெளிவந்தது.

என்னுடைய எழுத்துக்குத் தத்துவப் பின்புலம் உண்டு. ஆனாலும் என் பள்ளியிலிருந்து என்னைத் தொடர்ந்து வேறு யாரும் வர சாத்தியம் இல்லை. ஏனென்றால், தெரிதா, ரொலாந் பார்த், ஃபூக்கோ ஆகியோரிடமிருந்து வெளிவந்த புனைவிலக்கியப் படைப்பாளி என்று ஃப்ரான்ஸிலேயே யாரும் இல்லை. அதனால் தமிழிலும் எனக்குப் பின்னால் என்னைப் பின்பற்றி, என் தத்துவப் பள்ளியைச் சேர்ந்தவராக யாரையும் சொல்ல முடியும் எனத் தோன்றவில்லை. ஆனால் என் நுண்ணுணர்வுகளையும், என் வாழ்க்கைப் பார்வையையும் புரிந்துகொண்டவராக அராத்துவைச் சொல்லலாம். அதிலும், அவர் ஒரு அதிபுத்திசாலியான மாணவராக இருந்ததால் அது சாத்தியமாயிற்று. அதாவது, நான் பயின்ற ஃப்ரெஞ்ச் தத்துவவாதிகளை நேரடியாகப் படிக்காமல் என் மூலமாக அறிந்துகொண்டு ஓரளவு அதன் போக்குகளைத் தெரிந்து கொண்டு தன் அறிதலில் அதற்கான வழிவகைகளைக் காண

முயல்கிறார். கவனியுங்கள், அறிதலில் என்று குறிப்பிடுகிறேன். அவருடைய புனைவெழுத்தில், சொல்லாடலில் அதை முயற்சி செய்திருந்தால் நகல் எடுத்தது போல் ஆகியிருக்கும். என்னுடைய ஆரம்ப காலத்தில் என்னை நகல் எடுக்க முயன்ற அத்தனை பேருமே இன்று பெயர் தெரியாமல் போய் விட்டதிலிருந்து நீங்கள் இதைப் புரிந்து கொள்ளலாம்.

அதே சமயம், அராத்துவையும் என் வழி வந்தவராகச் சொல்ல முடியாது. அப்படியானால் யாரை என் வழி வந்தவராகச் சொல்லலாம்? அதற்கு நான் கடைசியில் பதில் சொல்கிறேன்.

இந்த நிலையில், இனிமேலான தமிழ் இலக்கியவாதிகள் பெரும்பாலும் சு.ரா.வின் பள்ளியைச் சேர்ந்தவர்களாகவே இருப்பார்கள். ஏனென்றால், சு.ரா. முன்வைத்தது ஒரு எழுத்துப் பாணி. அதிலேயே கொஞ்சமாகப் பாதை விலகிச் செல்பவராக இருந்தால் கடைசியில் எல்லோருடனும் கை கோர்த்துவிட வேண்டும்; இடையில் லேசாக மாறலாம், அவ்வளவுதான் - அவரைப் பின்நவீனத்துவ எழுத்தாளர் என்று சொல்லி விடுவார்கள். மிக வலுவான மையத்தையும், அதிகாரக் கட்டமைப்பையும் கொண்டிருக்கும் பிரதியைப் போய் யாராவது பின்நவீனத்துவ எழுத்து என்று சொல்வார்களா? அது பற்றியெல்லாம் யாருக்கும் இங்கே கவலையில்லை. வித்தியாசமாக இருக்கிறதா, போடு பின்நவீனத்துவப் பட்டியை!

சரி, எனக்கும் ஒரு வாரிசு உருவாவதற்கான வாய்ப்பு இல்லையா? பின்நவீனத்துவம் என்ற சிந்தனைப் போக்கு வாரிசு என்ற கருத்தாக்கத்தையே மறுக்கிறது என்பதால் அந்தக் கேள்விக்கே இடமில்லாமல் போகிறது.

ஆனாலும் ஒரு அநுமானமாக யோசித்துப் பார்த்தால், யார் ஒருவர் தெரிதா, ரொலாந் பார்த், மிஷல் ஃபூக்கோ, லக்கான் ஆகியோரையும் அவர்களுக்குப் பிறகான ஹெலன் சிஸ்யூ *(Hélène Cixous)*, ஜூலியா க்றிஸ்தவா *(Julia Kristeva)* என்ற இரண்டு பெண்ணியச் சிந்தனையாளர்களையும், தெல்யூஸ் க்வத்தாரி *(Gilles Deleuze, Pierre-Félix Guattari)* என்ற இரட்டையரையும், ஃபூக்கோவுக்குப் பிறகான சிந்தனையாளரான ஸ்லாவோஜ்

ஸிஸெக்கையும் *(Slavoj Žižek)* பயின்று வருகிறாரோ அவரே என்னுடைய எழுத்தின் தொடர்ச்சியாக வர முடியலாம். அதுவும், தத்துவத்தின் பக்கமே முழுமையாகச் சாய்ந்துவிடாமல் தான் பயின்ற தத்துவத்தைப் புனைவாக மாற்றக்கூடிய மனோலயம் அவரிடம் இயல்பாக இருந்தால்தான் அது சாத்தியம். இதை நான் ஒரு கருத்தளவிலான சாத்தியப்பாடாகத்தான் பார்க்கிறேனே ஒழிய அப்படி நடப்பதற்கான நடைமுறை சாத்தியம் மிகவும் கம்மி.

என்னில் அதிகம் தாக்கத்தை ஏற்படுத்திய புத்தகம் உங்களின் 'வரம்பு மீறிய பிரதிகள்.' பாலியல் பற்றியும், காமத்தைப் பற்றியும் பல சிந்தனைகளை அற்புதமாக எழுதியிருக்கிறீர்கள். நீங்கள் ஃப்ராய்ட் போல் ஒரு உளவியல் அறிஞர் ஆகியிருந்தால், உலகப் புகழ் கிடைத்திருக்கும்.

ஏன் புனைவில், இலக்கியத்தில் அதைப் பதிவு செய்ய விரும்பினீர்கள்? ஏன் கேட்கிறேன் என்றால் ஃப்ராய்டை மேற்கோள் காட்டுபவர் உங்களைக் காட்டுவதில்லை.

- லக்ஷ்மி நாராயணன்

அத்தனை சிரமமெல்லாம் இல்லை, மொழிபெயர்ப்பு இல்லாமல் நான் ஆங்கிலத்திலேயே எழுதியிருந்தால் முப்பது ஆண்டுகளுக்கு முன்பே சல்மான் ருஷ்டி, அருந்ததி ராய் அளவுக்கு உலகப் பிரசித்தம் ஆகியிருப்பேன். மொழிபெயர்ப்பின் மூலம் வெளியே செல்வதில் எந்தப் பயனும் இருப்பதில்லை. ஆனால் காப்ரியல் கார்ஸியா மார்க்கேஸ் போன்றவர்கள் மொழிபெயர்ப்பின் மூலம்தான் உலகப்புகழ் அடைந்தார்கள். காரணம், அவர்கள் எழுதியது ஒரு ஐரோப்பிய மொழியில். தென்னிந்திய மொழிகளுக்கு குறிப்பாகத் தமிழுக்கு உலக இலக்கியப் பரப்பில் எந்த மதிப்பும் இல்லாமல் இருக்கிறது. நான் தமிழில் எழுதியதால் மட்டுமே இத்தனை குறைந்த அளவில் தெரிய வந்திருக்கிறேன்.

இப்போது உங்களுடைய கடைசி அவதானத்துக்கு வருகிறேன். ஃப்ராய்டை மேற்கோள் காட்டுபவர் சாருவின் பெயரைக்

குறிப்பிடுவதில்லை. காரணம் இதுதான்: உலகம் முழுவதும் உள்ள பிரபலமான பல்கலைக்கழகங்களில் நூற்றுக்கணக்கான தமிழர்கள் மானுடவியல், தத்துவம், உளவியல் போன்ற பல்வேறு முக்கியமான துறைகளில் பேராசிரியர்களாக இருக்கிறார்கள். பிரபலமாகவும் இருக்கிறார்கள். ஆனால் அவர்கள் யாருக்குமே சமகாலத் தமிழ் இலக்கியத்தில் என்ன நடக்கிறது என்று எதுவுமே தெரியாது. ஒரு உதாரணம் சொல்கிறேன். ஒரு சர்வதேசப் பத்திரிகை இந்திய மொழிகளில் உள்ள இலக்கியத்துக்காக ஒரு சிறப்பிதழ் கொண்டு வந்தது. எல்லா இந்திய மொழிகளிலும் உர்தூ உட்பட எல்லோருமே மிக நவீனமான இன்றைய தினம் எழுதிக்கொண்டிருக்கும் எழுத்தாளர்களின் படைப்புகளையே ஆங்கிலத்தில் மொழிபெயர்த்துக் கொடுத்திருந்தார்கள். ஆனால் ஜப்பானிலும் நியூயார்க்கிலும் மொழியியல் துறையில் நிபுணர்களாக விளங்கும் இரண்டு தமிழர்கள் ஆண்டாளை மொழிபெயர்த்திருந்தார்கள். ஏனென்றால், அவர்களுக்குத் தெரிந்த கடைசித் தமிழ் எழுத்தாளர் பாரதியாகத்தான் இருப்பார். அதற்குப் பிறகு வந்த ஒருவரைக்கூட அவர்கள் அறிந்திருக்கவில்லை. இப்படி உலகம் பூராவும் கல்விக் கூடங்களில் பணியாற்றும் தமிழ் புத்திஜீவிகள் சமகாலத் தமிழ் இலக்கியப் பிரக்ஞையே இல்லாமல் இருப்பதால்தான் நம்மைப் பற்றி வெளியுலகுக்குச் சொல்ல இயலாமல் இருக்கிறது.

உங்கள் உபகேள்விக்கு என் பதில்: நான் ஒரு புனைவிலக்கியவாதி என்பதால் புனைவில்தானே என் ஞானத்தையும் அறிவையும் இறக்கி வைக்க முடியும்?

சாரு,

தொடர்ந்து எந்த ஒரு அதிகாரத்திற்கும் எதிராக குரல் கொடுத்து வருகிறீர்கள். "நான் அதிகாரத்திற்கு வந்தால்தான் நல்லது நடக்கும்" என்று வருபவர்களின் அட்டூழியங்களை நம்மால் தொடர்ந்து வரலாற்றில் படிக்க முடிகின்றது. ஆனால் ஒரு சாமானியனின் எதிர்பார்ப்பும் அவ்வாறல்லவா இருக்கிறது? எனது சந்தேகமும் இதேதான். ஒரு நல்ல மனிதர் அதிகாரத்துக்கு வந்தால்தானே ஒரு நாடு என்கிற

இப்போதைய கட்டமைப்பில் ஒரு நல்லது செய்ய முடியும்? அல்லது வேறு ஏதாவது வழி இருக்கிறதா? அல்லது ஏதேனும் உதாரணம் வரலாற்றிலோ அல்லது நடைமுறையிலோ அல்லது ஒரு கருத்தாக்கமாகவோ ஒரு வழி இருக்கிறதா? இதுதான் என்னுடைய கேள்வி.

ஏனென்றால் இப்பொழுது நான் வேலை பார்க்கும் கார்ப்பரேட் கம்பெனியில் உயர்ந்த அதிகாரத்திற்கு போகலாம் என்று இப்பொழுதுதான் யோசிக்க ஆரம்பித்துள்ளேன். ஆனாலும் ஏதோ என் உள்ளே இருந்து அந்த அதிகாரத்திற்குச் செல்லும் வழியைப் பற்றி யோசிக்க வைக்கிறது. ஆகவே இந்த கேள்வி பிறந்தது.

- வி. விக்னேஷ் குமார்

விக்னேஷ்,

தஸ்தயேவ்ஸ்கி எழுதி ரா. கிருஷ்ணையா மொழிபெயர்த்த அழையா விருந்தாளி என்ற குறுநாவலைப் படித்துப்பாருங்கள். அந்தப் புத்தகம் கிடைக்காவிட்டால் இணையத்திலேயே அதன் ஆங்கில மொழிபெயர்ப்பு எ நாஸ்ட்டி ஸ்டோரி என்ற தலைப்பில் கிடைக்கும். அதைப் படியுங்கள். உங்கள் கேள்விக்குத் தகுந்த பதில் கிடைக்கும்.

எல்லா நல்ல மனிதர்களும் தங்களைச் சுற்றியுள்ளோருக்கு நல்லது செய்ய வேண்டும் என்றே நினைக்கிறார்கள். ஆனால் அது தீங்கில்தான் முடிகிறது. இதைச் சொல்வதற்காகவே நான் அன்பு: ஒரு பின்நவீனத்துவவாதியின் மறுசீராய்வு மனு என்ற நாவலை எழுதினேன்.

இருந்தாலும் இப்போது உங்களுக்கு சுருக்கமான என் பதில்: நீங்கள் உயர்ந்த அதிகாரத்துக்குச் செல்லுங்கள். அதில் எந்தப் பிரச்சினையும் இல்லை. ஆனால் முடிந்த வரை நாட்டைத் திருத்த வேண்டும், சமூகத்தைத் திருத்த வேண்டும் என்றெல்லாம் முயற்சி செய்யாதீர்கள். அப்படிச் சொல்லிக்கொண்டு புறப்படுபவர்களெல்லாம் பெரும் ஃபாஸிஸ்டுகளாகவும் சமூக நோய்களாகவும் மாறுவதையே நான் பார்த்து வருகிறேன்.

இயன்ற வரையிலும் சமூகத்துக்குக் கேடு செய்யாமல் இருப்போம். இன்றைய தினம் அரசியல்வாதிகளின் ஊழல் பற்றி எல்லோரும் எழுதுகிறார்கள். ஆனால் அரசு அதிகாரிகள் செய்யும் அட்டூழியங்கள் பற்றி யாருக்கும் தெரியாது. நான் பணி புரிந்த அலுவலகத்தின் முதன்மை அதிகாரி தன் பிரம்மாண்டமான அறையில் உள்ள தரை விரிப்பை மாற்றுவதற்காக ஐந்து லட்சத்துக்கு மேல் செலவு செய்தார். இத்தனைக்கும் ஏற்கனவே இருந்த கம்பளம் மிகவும் நன்றாகத்தான் இருந்தது. அவருக்கு அந்த வண்ணம் பிடிக்கவில்லை. அதனால் மாற்றினார்.

சரி, இப்படிப்பட்ட ஊழல் பேர்வழிகளை விட்டுவிடுவோம். நாம் நல்லவர்களைப் பற்றிப் பேசுகிறோம். நல்லவர்கள் எங்கே தோற்கிறார்கள் என்றால், அவர்கள் சமூகத்துக்கோ அல்லது பிறருக்கோ எது நல்லது என்று நினைக்கிறார்களோ அது தீங்காகத்தான் முடிகிறது. அதாவது, எனக்கு எது நல்லது என்பதைத் தீர்மானிக்க நீங்கள் யார்? என்னை எடுத்துக் கொண்டால் எனக்கு எது நல்லது என்பதையே சதா நேரமும் யோசித்துக் கொண்டிருக்கிறாள் என் மனைவி. அது எல்லாமே எனக்குத் தீமையானது என்று எனக்குத் தெரிவதால் நான் அதிலிருந்து ரகசியமாக விடுபட்டு வேறு ஒரு ரகசிய வாழ்க்கையை வாழவேண்டியிருக்கிறது. இத்தனைக்கும் அவள் தன்னைப் பற்றி யோசிப்பதே இல்லை. யோசித்தால் அவளுக்கும் நல்லது; எனக்கும் நல்லது.

சமூக அளவில் எடுத்துக் கொண்டால், ஃபாஸிஸத்திற்குக் காரணமாக இருப்பதே சமூகத்துக்கு நல்லது செய்ய வேண்டும் என்று நினைப்பதுதான்.

அப்படியானால் சமூகத்துக்கு நல்லது செய்ய வேண்டும் என்று நினைக்கவே கூடாதா? நினைக்கலாம். ஆனால் அப்படி நல்லது செய்வதற்கு நீங்கள் மட்டுமே நேர்ந்து விடப்பட்டிருக்கிறீர்கள் என்று நினைக்கக் கூடாது. அதுதான் சர்வாதிகாரத்தில் போய் முடிகிறது.

வன்முறையை வழிமுறையாகக்கொண்ட எந்த ஒரு அரசியல் போராட்டத்தையும் எடுத்துக்கொள்ளுங்கள். அவர்களெல்லாம்

சமூகத்தைத் திருத்த வேண்டும் என்றுதானே தங்கள் வாழ்க்கையையே இழக்கத் தயாராகிறார்கள்? தங்களின் உன்னத நோக்கத்திற்காக அவர்கள் தங்கள் உயிரையே துறக்கவும் செய்கிறார்கள், இல்லையா? அது எல்லாமே ஃபாஸிஸத்தில்தான் கொண்டுபோய் விடுவதை நாம் தொடர்ந்து பார்த்துக் கொண்டு வருகிறோம்.

ரஷ்யாவின் கம்யூனிசம் தோற்றதற்கும் அதுதான் காரணம். நோக்கம் உன்னதமாக இருந்தது. ஆனால் அதிகாரம் ஒரு இடத்தில் குவிந்ததால் எல்லாம் நாசமாயிற்று.

அப்படியானால் வேறு என்னதான் வழி?

மேற்கு ஐரோப்பாவை உதாரணம் சொல்லலாம். அங்கெல்லாம் எந்த அரசியல்வாதியும் நாட்டுக்கு நல்லது செய்யப்போகிறேன் என்று கிளம்புவதில்லை. சொன்னால், நீ யாரைய்யா அதைச் சொல்வதற்கு என்று கேட்பார்கள் மக்கள். ஏனென்றால், அதிகாரம் அங்கே உண்மையிலேயே மக்கள் கையில் இருக்கிறது. அரசியல்வாதி தப்பு செய்தால் உடனேயே அவர் பதவியைப் பறித்து வீட்டுக்கு அனுப்பி விடுவார்கள் மக்கள். இந்தியாவில் ஜனநாயகம் என்பது இன்னமும் அதன் குழந்தைப்பருவத்தில் இருக்கிறது. இங்கே இன்னமும் மன்னராட்சிதான் வேறு பெயரில் நடந்துகொண்டிருக்கிறது.

ஆனால் மேற்கு ஐரோப்பிய நாடுகளில் அதிகாரம் பரவலாக்கப்பட்டிருக்கிறது. ஒரு உச்ச நீதிமன்றம் என்றால் அது அங்கே தேசத்தின் தலைநகரில் இருக்காது. தேசத்தின் மத்தியில் உள்ள ஏதாவது ஒரு சிறிய ஊரில் இருக்கும். எல்லாவற்றையும் அங்கே மையப்படுத்துவது இல்லை. அதிகாரக் குவிப்பு இல்லை. ஒரு உதாரணம் சொல்கிறேன். நகரவாசிகளின் போக்குவரத்துக்காக உலகிலேயே ஒரே ஒரு தொங்கும் ரயில்பாதைதான் உள்ளது. அது ஜெர்மனியின் வூப்பர்ட்டால் என்ற சிற்றூரில்தான் இருக்கிறது. ஜெர்மனியின் தலைநகரிலோ மற்ற பிரதான ஊர்களிலோ இல்லை. இந்தியா என்றால் அதை தில்லியில்தான் வைத்திருப்பார்கள். ஜெர்மனியில் நடப்பதைத்தான் அதிகாரப்பரவல் என்கிறேன்.

மக்களாட்சி என்பது உண்மையிலேயே மக்களிடம் அதிகாரம் இருப்பதுதான்.

நம்முடைய சொந்த வாழ்விலேயேகூட நாம் அதிகாரத்தைத் துறந்து வாழ முடியும். உதாரணமாக, நான் என் மகனை எதற்காகவும் அதிகாரம் செய்தது இல்லை. அவன் சுதந்திரத்தில் குறுக்கிட்டதே இல்லை. ஒருநாள்கூட. அதே சமயம் அவனுக்கு நான் செய்ய வேண்டிய கடமை எதிலுமே குறை வைத்ததும் இல்லை. எனவே நீங்கள் உங்களுடைய சொந்த வாழ்விலும் பொது வாழ்விலும் அதிகாரத்தைத் துறந்த நிலையிலேயே நல்லது செய்ய முடியும். ஆனால் மற்றவர்களுக்கு எது நல்லது என்பதை நீங்கள் தீர்மானிக்கக் கூடாது. அதை அவர்களே தீர்மானித்துக் கொள்வதில் நீங்கள் குறுக்கிடவும் கூடாது.

மேலும், நீங்கள் சொல்வதுபோல், நான் அதிகாரத்துக்கு எதிராகக் குரல் கொடுப்பது இல்லை. குரல் கொடுப்பவர்களுக்கு முதலில் குரல் இருக்க வேண்டும். எனக்குக் குரல் இல்லை. அந்த அளவுக்குத் தமிழ்நாட்டில் எழுத்தாளர்களுக்கு அடையாளம் இல்லை. இருந்தால் குரல் கொடுக்கலாம். தெருவில்கூட இறங்கிப் போராடலாம். நீங்கள் யார் என்றே தெரியாத சூழலில் எப்படி அதிகாரத்துக்கு எதிராகக் குரல் கொடுப்பது? ஆனால் நான் என்ன செய்கிறேன் என்றால், அதிகாரத்தைத் துறக்கிறேன். நான் நினைத்திருந்தால் அதிகாரத்தின் தோளில் கை போட்டபடி இருந்திருக்கலாம். ஆனால், அதற்குக் கொடுக்க வேண்டிய விலை எனக்குத் தெரியும் என்பதால், நான் அதிகாரத்திலிருந்து ஒதுங்கியிருக்கிறேன்.

எல்லா விதமான அதிகாரங்களிலிருந்தும் ஒதுங்கியிருக்கிறேன். குடும்ப அதிகாரம், ஆண் என்ற அதிகாரம், எழுத்தாளன் என்ற அதிகாரம், மூத்தவன் என்ற அதிகாரம், ஆசான் என்ற அதிகாரம், படித்தவன் என்ற அதிகாரம் இப்படி எல்லா விதமான அதிகாரத்தையும் மறுதலித்து, துறந்து வாழ்ந்து கொண்டிருக்கிறேன். அதுதான் முக்கியம்.

அலுவலகத்தில் தன் ஜூனியர் பெண்ணிடம் செக்ஸ் சாட் செய்யலாமா என்று கேட்கிறார் அந்தப் பெண்ணின்

மேலாளர். அவள் மறுத்தவுடன், ஒரு 'சாரி' சொல்லிவிட்டு அப்படி எதுவும் நிகழாதது போன்று கடந்துவிடுகிறார். இருவரும் தங்கள் வேலைகளை தொடர்கின்றனர். இது பாலியல் வறட்சியா? அயோக்கியத்தனமா? இல்லை, மானுட பரிணாமத்தின் ஒரு பகுதியா?

- இரா.திருவாசகம், குடந்தை

ஆணோ பெண்ணோ எந்த விதமான அத்துமீறலும் தண்டனைக்கு உரியதுதான். செக்ஸ் சாட் செய்யலாமா என்று கேட்டு, அதற்கு அந்தப் பெண் கன்னத்தில் அறைந்தாலும் அதை வாய்மூடி வாங்கிக்கொள்ள வேண்டியதுதான். அத்துமீறல் அத்துமீறல்தான். அதிலும் நீங்கள் சொன்ன உதாரணம் மிகவும் கொடூரமானது.

ஹலோ சாரு சார், நான் உங்கள் எழுத்துக்களை விரும்பிப் படிப்பவன். உங்கள் பிளாக்கை தினந்தோறும் படிப்பவன். நாவல், சிறுகதை என நிறைய படிக்கிறேன். எனக்கு காமிக்ஸ் படிப்பதும் மிகவும் பிடிக்கும். உங்களுக்குக் காமிக்ஸ் பிடிக்குமா என்று தெரியவில்லை. காமிக்ஸ் மீதான உங்கள் பார்வை என்ன என்பதைத் தெரிந்துகொள்ள ஆர்வமாக உள்ளேன்.

- வ. அரவிந்த்

உங்களின் ஆர்வமான கேள்விக்கு எதிர்மறையான பதில் தருவதற்காக வருந்துகிறேன். நான் காமிக்ஸே படித்தது இல்லை. சினிமாவில்கூட கார்ட்டூன் படம் ஒன்றோ இரண்டோதான் பார்த்திருக்கிறேன்.

சார்,

மற்றவர்களின் அந்தரங்கத்தில் நுழைவது வன்முறை என்று எழுதியிருந்தீர்கள். அப்படிச் செய்ததில் முதன்மையானவர் காந்தி. அவருடைய கொள்கைகளுக்காகத் தன் குடும்பத்தின் மீதும் (குறிப்பாக மகன்கள்), ஆசிரமவாசிகள் மீதும் சாத்வீகம் என்ற பெயரில் வன்முறையைத் திணித்தவர். அது பற்றி உங்கள் கருத்து என்ன?

- பாலா, பெங்களூர்.

கொள்கைக்காக வாழ்பவர்கள் திருமண பந்தத்தில் சிக்கலாகாது. ஆனால் காந்திக்குத் திருமணம் நடந்த வயதில் அவர் கொள்கைவாதியாக இல்லை. கொள்கை பின்னால் வந்தது. வந்த பிறகு மனைவியை விட முடியாது. ஆனாலும் குடும்பத்தைப் பொருத்தவரை காந்தி ஒரு ஃபாஸிஸ்டாகத்தான் இருந்திருக்கிறார். தன் மனைவி கஸ்தூர் பாவின் நகைகளை விற்று இங்கிலாந்தில் சட்டப் படிப்பு படித்த காந்தி, தன் மகன்களை மட்டும் தென்னாப்பிரிக்காவில் இந்தியர்கள் நடத்திய தரம் குறைந்த பள்ளியில் படிக்க வைத்தார். மாற்று ஜாதிக்காரர் சாப்பிட்ட தட்டை சுத்தம் செய்யமாட்டேன் என்று சொன்னதற்காக கஸ்தூர் பாவை வீட்டைவிட்டு வெளியே துரத்தினார். அதுவும் தென்னாப்பிரிக்காவில்.

ஹரிலால் இஸ்லாமைத் தழுவியதற்குக் காரணம் காந்திதான். ஹரிலாலை மிக மோசமாக அவமதித்துக் கொண்டே இருந்தார் காந்தி.

மற்றொரு முக்கியமான விஷயம், காந்தி பிரம்மச்சரியத்தைப் பின்பற்ற முடிவு எடுத்த போது கஸ்தூர் பாவைக் கலந்து கொள்ளவில்லை. தன்னிச்சையாகவே முடிவு எடுத்தார். குடும்பத்தைப் பொருத்தவரை தன் வாழ்நாள் முழுவதுமே காந்தி ஒரு சர்வாதிகாரியாகவே நடந்து கொண்டார். அதிர்ஷ்டவசமாக அவர் பிரதம மந்திரியாக ஆகவில்லை. ஆகியிருந்தால் இந்தியா இப்போது இருப்பதை விட இன்னமும் கீழான நிலையிலேயே இருந்திருக்கும். இதனால் காந்தியின் கொள்கைகள் கீழானவை என்று நான் சொல்லவில்லை. இன்றைய காலகட்டத்துக்கு அவருடைய கொள்கைகள் பெரும்பாலும் நடைமுறை சாத்தியம் இல்லாதவை. அவர் த்ரேதா யுகத்து மனிதர். ஒருவேளை, ஊரில் காவல் நிலையங்களே வேண்டாம், மனிதர்கள் குற்றம் செய்ய மாட்டார்கள் என்றுகூட அவர் சட்டம் போட்டிருக்கலாம். குவியல் குவியலாக முஸ்லிம்களும் ஹிந்துக்களும் ஒருவரை ஒருவர் கொன்று குவித்துக் கொண்டிருந்த நிலையிலும் “சே சே, மனிதர்கள் அவ்வளவு மோசமானவர்கள் இல்லை” என்று சொல்லி நேருவுக்குப் பெரும் தலைவலியைக் கொடுத்தவர் காந்தி.

கார்ல் மார்க்ஸ் சொன்னார், ஒரு காலத்தில் தேசங்களே இருக்காது, அரசாங்கமே இருக்காது என்று. அம்மாதிரி ஒரு கனவுலகவாதி காந்தி.

ஆனாலும் காந்தியைப்போல் ஆயிரம் ஆண்டுகளுக்கு ஒருமுறைதான் ஒரு மகாத்மா பிறப்பார். காந்தி ஏன் மகாத்மா என்றால், அகிம்சையை வெறுமனே வார்த்தைகளால் சொல்லிக் கொண்டிருக்காமல் வாழ்ந்து காட்டினார். வன்முறையைக் கொண்டாடும் இன்றைய உலகில் காந்தி அந்த வகையில் தேவையானவர்.

★★★

சாரு நிவேதிதா

18.12.1953இல் திருவாரூர் மாவட்டத்தில் திருத்துறைப்பூண்டிக்கு அருகில் உள்ள இடும்பாவனம் என்ற ஊரில் பிறந்தார். வளர்ந்ததும் பள்ளிப் படிப்பும் நாகூரில். கல்லூரிப் படிப்பு காரைக்கால், தஞ்சாவூர், திருச்சி. கல்லூரிப் படிப்பை முடிக்கவில்லை. சென்னையில் ஒரு ஆண்டு சிறைத்துறையில் எழுத்தர் பணி. 1978இலிருந்து 1990 வரை தில்லி நிர்வாகம் - சிவில் சப்ளைஸ் துறையில் ஸ்டெனோ. பின்னர் பன்னிரண்டு ஆண்டுகள் தமிழ்நாடு அஞ்சல் துறையில் பணி. 2002இலிருந்து முழுநேர எழுத்து.

இகனாமிக் டைம்ஸ் நாளிதழின் அகில இந்தியப் பதிப்பில், 2001 - 2010 என்ற பத்தாண்டுகளின் சாதனையாளர் பட்டியலில் தமிழகத்திலிருந்து இடம் பெற்ற இரண்டு பேர்களில் ஒருவர் சாரு நிவேதிதா.

இவரது நாவல் 'ஸீரோ டிகிரி' Jan Michalski சர்வதேசப் பரிசுக்குப் பரிந்துரைக்கப்பட்டது. ஹார்ப்பர் காலின்ஸ் தொகுத்த, இந்தியாவின் ஐம்பது முக்கிய புத்தகங்களில் ஒன்றாகவும் தேர்ந்தெடுக்கப்பட்டது.

ஆங்கிலப் பத்திரிகைகளில் இவர் எழுதும் கட்டுரைகள் சர்வதேச அளவில் கவனம் பெற்றவை. லண்டனிலிருந்து வெளியாகும் PS Publication-இன் Exotic Gothic தொகுதியில் இவரது Diabolically Yours என்ற பேய்க்கதை ஆங்கிலத்தில் வெளியாகி உள்ளது. தற்சமயம் லண்டனிலிருந்து வெளிவரும் ArtReview Asia என்ற பத்திரிகையில் தொடர் கட்டுரை எழுதி வருகிறார்.

இவரது எழுத்தை ஆங்கில விமர்சகர்கள் விளதிமீர் நபக்கோவ், வில்லியம் பர்ரோஸ், கேத்தி ஆக்கர் போன்ற எழுத்தாளர்களோடு ஒப்பிடுகிறார்கள். உலகின் முக்கியமான transgressive வகை எழுத்தாளர்களில் ஒருவராகக் கருதப்படுகிறார் சாரு நிவேதிதா. தற்போது சென்னையில் வசிக்கிறார்.

ஆசிரியரின் பிற நூல்கள்

நாவல்

1. எக்ஸிஸ்டென்ஷியலிஸமும் ஃபேன்சி பனியனும்
2. ஸீரோ டிகிரி
3. ராஸ லீலா
4. காமரூப கதைகள்
5. தேகம்
6. எக்ஸைல்
7. நான்தான் ஔரங்ஸேப்...
8. அன்பு: ஒரு பின்நவீனத்துவவாதியின் மறுசீராய்வு மனு
9. பெட்டியோ

ஆங்கிலத்தில் கிடைக்கும் நூல்கள்

1. Zero Degree - Novel
2. Marginal Man - Novel
3. Morgue Keeper - Selected Short Stories
4. Unfaithfully Yours - Collection of Articles
5. Towards a Third Cinema
6. To Byzantium: A Turkey Travelogue
7. Conversations with Aurangzeb : A Novel
8. Atonin Artaud: The Body of a Rebel (Play)

சிறுகதைத் தொகுப்பு

1. கர்னாடக முரசும் நவீன தமிழ் இலக்கியத்தின் மீதான ஓர் அமைப்பியல் ஆய்வும்
2. நேநோ
3. மதுமிதா சொன்ன பாம்பு கதைகள்
4. ஷேக்ஸ்பியரின் மின்னஞ்சல் முகவரி
5. ஊரின் மிக அழகான பெண் (மொழி பெயர்ப்புச் சிறுகதைகள்)
6. முத்துக்கள் பத்து (தேர்ந்தெடுத்த சிறுகதைகள்)
7. Diabolically Yours - Exotic Gothic Vol-2 இல் வெளிவந்த சிறுகதை

நாடகம்

ரெண்டாம் ஆட்டம்

அந்தோனின் ஆர்த்தோ: ஒரு கிளர்ச்சிக்காரனின் உடல்

கட்டுரைத் தொகுப்பு

1. கோணல் பக்கங்கள் - பாகம் 1
2. கோணல் பக்கங்கள் - பாகம் 2
3. கோணல் பக்கங்கள் - பாகம் 3
4. கலகம் காதல் இசை
5. வாழ்வது எப்படி?
6. எனக்குக் குழந்தைகளைப் பிடிக்காது
7. தீராக் காதலி
8. கனவுகளின் மொழிபெயர்ப்பாளன்
9. கடவுளும் நானும்
10. மூடுபனிச் சாலை
11. ஆஸாதி... ஆஸாதி... ஆஸாதி...

12. தப்புத் தாளங்கள்
13. வரம்பு மீறிய பிரதிகள்
14. தாந்தேயின் சிறுத்தை
15. கடவுளும் சைத்தானும்
16. கலையும் காமமும்
17. மலாவி என்றொரு தேசம்
18. கெட்ட வார்த்தை
19. மனம் கொத்திப் பறவை
20. எங்கே உன் கடவுள்?
21. கடைசிப் பக்கங்கள்
22. பழுப்பு நிறப் பக்கங்கள் (பாகம் - 1)
23. பழுப்பு நிறப் பக்கங்கள் (பாகம் - 2)
24. பழுப்பு நிறப் பக்கங்கள் (பாகம் - 3)
25. சரசம் சல்லாபம் சாமியார்
26. வேற்றுலகவாசியின் டயரிக் குறிப்புகள்
27. நிலவு தேயாத தேசம்
28. மழையா பெய்கிறது?
29. மெதூஸாவின் மதுக்கோப்பை
30. நாடோடியின் நாட்குறிப்புகள்
31. கனவு, கேப்பச்சினோ, கொஞ்சம் சாட்டிங்... - தொகுதி - 2
32. திசை அறியும் பறவைகள்
33. வரம்
34. அ-காலம்
35. பூச்சி தொகுதி - 1
36. பூச்சி தொகுதி - 2

சினிமா

1. லத்தீன் அமெரிக்க சினிமா - ஓர் அறிமுகம்
2. சினிமா: அலைந்து திரிபவனின் அழகியல்
3. சினிமா சினிமா
4. நரகத்திலிருந்து ஒரு குரல்
5. கனவுகளின் நடனம்
6. ஒளியின் பெருஞ்சலனம்

கேள்வி - பதில்

1. அருகில் வராதே
2. அறம் பொருள் இன்பம்

நேர்காணல்

1. ஒழுங்கின்மையின் வெறியாட்டம்
2. இச்சைகளின் இருள்வெளி (நளினி ஜமீலாவுடன் ஒரு உரையாடல்)
3. அந்நியனுடன் ஓர் உரையாடல்

இணையதளம்

www.charuonline.com
www.charunivedita.com

www.ingramcontent.com/pod-product-compliance
Lightning Source LLC
LaVergne TN
LVHW090311051026
849518LV00005B/1745
* 9 7 8 8 1 9 6 7 6 0 1 5 1 *